हिरवे रावे

AA000711

जी. ए. कुलकर्णी यांचे कथासंग्रह

निळासांवळा (१९५९)
पारवा (१९६०)
हिरवे रावे (१९६२)
रक्तचंदन (१९६६)
काजळमाया (१९७२)
सांजशकुन (१९७५)
रमलखुणा (१९७५)
पिंगळावेळ (१९७७)
पैलपाखरे (१९८६)
डोहकाळिमा (निवडक कथा) (१९८७)
कुसुमगुंजा (१९८९)
आकाशफुले (१९९०)
सोनपावले (१९९१)
रक्तमुद्रा (२०२३)

हिरवे रावे

जी. ए. कुलकर्णी

पॉप्युलर प्रकाशन, मुंबई

हिरवे रावे
(म-६८)
पॉप्युलर प्रकाशन
ISBN 978-81-7185-994-8

HIRVE RAWE
(Marathi : Short Stories)
G.A. Kulkarni

पहिली आवृत्ती : १९६२ / १८८४
चौथी आवृत्ती : १९९५ / १८१६
पाचवी आवृत्ती : २००९ / १९३१
चौथे पुनर्मुद्रण : २०१९ / १९४०
पाचवे पुनर्मुद्रण : २०२३ / १९४५
सहावे पुनर्मुद्रण : २०२४ / १९४६

प्रकाशक
अस्मिता मोहिते
पॉप्युलर प्रकाशन प्रा.लि.
३०१, महालक्ष्मी चेंबर्स
२२, भुलाभाई देसाई रोड
मुंबई ४०० ०२६

अक्षर जुळवणी
संतोष गायकवाड
पुणे ४११०२७

मुद्रक
मणिपाल टेक्नोलॉजीज़ लिमिटेड, मणिपाल

कै. तीर्थरूप ताईस
रात्री उशिरा घरकाम करताना
तुला सोबत व्हावी म्हणून
लहानपणी मला समोर बसवून
तू पुष्कळ कथा सांगितल्यास
आता तू गेल्यावर
मला त्या कथांची सोबत आहे.

अनुक्रम

गि धा डे

पाठीची अगदी कमान करून तेलाची मळकट बोटे उमटलेल्या पुस्तकात आकड्यांची चवड मांडत असलेल्या बापू काळुस्कराच्या आयुष्यालाच आता कणा उरला नव्हता. दररोजचा दिवस एखाद्या गिधाडाप्रमाणे पंख पसरून यावा, आणि आयुष्याचा एक लचका तोडून निघून जावा, असले जीवन तो जगत होता. त्या मोटार कारखान्यातील खोल्या बराकीसारख्या होत्या. तेलकट, निळसर कपडे घातलेली माणसे भुयारात राहणाऱ्या माणसाप्रमाणे राबत हिंडत. त्यांच्या अंगाचे मूळ अवयवच असल्याप्रमाणे त्यांच्या हातात नेहमी हातोडे, स्पॅनर असत, व काही वेळा ते ठिणग्यांच्या धारा उडवत. पेट्रोल डिझेलचा कुंद वास सगळीकडे चिकट बुरशीसारखा चिकटून राहिला होता. कुठेही पाऊल टाकले तर ते टायरला अथवा अवजड लोखंडी सामानावर टचदिशी ठेचाळत असे. बापूच्या खुर्चीवर बोटे फिरवली तर नखांत तेलकट मातीची काळी रेषा उठे, व तो जायला निघेपर्यंत कपड्यावर दोनचार तरी तेलाचे डाग पडत. त्याला पुष्कळदा वाटे, हा साला पेट्रोलचा वास कोणत्या अकराशे चौतीस आकड्याला चिकटून आला कुणास ठाऊक. आला आणि जन्माचा चिकटून बसला! सगळीकडे चालू असलेला कुत्सित खडखडाट ऐकून तर डोक्याचे खवले उडत असल्याप्रमाणे त्याला वाटे. पण ते अगदी प्रथम. त्या वेळी तो खुर्चीत इतका वाकून बसत नसे, खुर्चीवर तेलाचा ओला डाग दिसला तर त्यावरच पचकदिशी बसत नसे.

कुबड्यांचा आवाज झाला म्हणून त्याने मान वर करून पाहिले. मारुती खटक्खटक् करत त्याच्याकडे येत होता. बापूने वर पाहताच तो थांबला. कुबड्यांवर खांदे सैलावून त्याने बापूला सलाम केला व तो पुढे आला. ''साहेब बोलावतात तुम्हांला,'' तो म्हणाला.

मारुतीकडे पाहिले की बापूला चापात एक पाय अडकलेल्या उंदराची आठवण होत असे. कुठल्या तरी चक्रावरचा पट्टा काढताना त्यात सापडून तो फरफटला होता म्हणून फक्त दया दाखवावी म्हणून मालकाने त्याला किरकोळ कामासाठी ठेवून घेतले होते.

''काल दुपारी कारखाना लोटला नाही, हे मालकाला समजलंय,'' तो म्हणाला, ''तुम्ही जरा सांगून बघा माझ्यासाठी.'' ते ऐकून बापूला उगाचच बरे वाटले. अधिकाराच्या त्या एवढ्याशा कड्याने त्याचा आवाज ताठ झाला. ''तुम्हां लोकांना काम करायला नको ऐतखाऊ! आणि म्हणे तुम्ही सांगा! काय सांगू तिथं, की मीच उद्यापासून कारखाना झाडतो म्हणून?'' तो म्हणाला. ''तसं नाही साहेब,'' मारुती शरमून म्हणाला, ''असं मळभ आलं की पाय ठणकतो, हाडं अगदी फुटतात. मी तरी काय करू? आज सगळं लखलखीत करून जातो की नाही बघा.''

''बराय, बघू,'' जाताजाता बापू ऐटीने म्हणाला.

मालकाच्या स्वच्छ, पडदा-पंखे असलेल्या खोलीत शिरताना पुन्हा तो विसविशीत झाला व त्याच्या तोंडावरचे नम्र हसणे चेहऱ्यावर मावेना. तो पाठ वाकवून उभा राहिला. मालकांनी आपल्या छोट्या मुलाला टेबलावर ठेवले होते व ते त्याच्याशी खेळत होते. मान वर न करता ते म्हणाले, ''काय हो, त्या मारुतीनं कुठंच झाडलोट केली नाही काल. माजलाय तो फार.'' ''हो तर. माझंदेखील ऐकत नाही. उलट उत्तर देतो. फार उर्मट,'' बापू म्हणाला, ''त्याला काहीतरी दंड केल्याखेरीज वठणीवर यायचा नाही, साहेब.'' मालक लगेच काही बोलले नाहीत. त्यांनी मुलाच्या हातून पेन काढून घेतले. ''दंड कशाला? नुसतं सांगून पहा. जुना नोकर आहे तो,'' ते म्हणाले.

''हो तर-पैशानं मारलं तर पोटाला लागतंय. तसा तो काही कामचुकार नाही,'' बापू उल्हासाने म्हणाला.

''पण त्याला चांगला दम द्या एकदा. नुसतं खुर्चीवर बसून चालायचं नाही.''

बापूला एकदम डागल्यासारखे झाले व चाबकाने झोडपून काढावे असा त्याला मारुतीचा संताप आला. त्या मुलाने आता शाई उचलली व खेळताखेळता ती पच्चदिशी बापूच्या अंगावर उडवली. त्याच्या बुशशर्टावर दोन मोठे डाग पडले व चेहऱ्यावर थेंब उडाले. दात घट्ट आवळून त्याने चेहरा पुसला.

''सुधीर, मार मिळेल हं, काय हे भिंतीवर घाणेरडे डाग!'' त्याला टेबलावरून उचलून खुर्चीवर ठेवत मालक म्हणाले.

''चालायचंच साहेब. मूलच आहे.'' बापूने आपले हसणे पुन्हा चेहऱ्यावर

मांडले, व तो बाहेर पडला. बाहेर पडताच आणखी दोनचार थेंबांबरोबर हसणे पुसून टाकले. हरामखोर! तुझी भिंत घाण होते, आणि माझा चेहरा म्हणजे तुझा पायपोसच की! त्याला वाटले, वीस हजार रुपये खर्च करून स्वित्झर्लंडमधून दुरुस्त करून आणलेल्या मालकाच्या मणक्यांवर जाड बूट घालून नाचावे. वाटेतच त्याला मारुती भेटला. तो खेकसून म्हणाला, ''या खेपेला कातडं वाचवलंय तुझं मी. पण पुन्हा काही झालं, तर तू जा कुठल्या तरी विहिरीत. माझ्याकडे येऊ नको.'' मारुतीने मान खाली घातली, व कुबड्यांत लोंबत तो निघून गेला.

बापू पुन्हा टेबलापाशी बसला, पण साठलेली शिसारी एकदम उसळून आल्याप्रमाणे तो थांबला. कारखाना बंद व्हायला अद्याप एक तास होता, परंतु त्याने फट्‌दिशी लेजर बंद केले. कारण आपले डोके साऱ्या कारखान्याएवढे मोठे झाले, व हा खडखडाट सगळा आपल्याच डोक्यात होत आहे, असे त्याला वाटू लागले होते. कसल्या आयुष्यावर आपण पैसे लावले आणि हाती लागले काय! ज्या गावात जन्मलो, वाढलो,ते दोन अडीचशे मैल दूर राहिले, दोन अडीचशेच नव्हे, तर चांगले अकराशे चौतीस मैल दूर राहिले, नव्हे कायमचेच बंद झाले. पेट्रोलचा वास असलेला, काळ्या शर्टातला ड्रायव्हर तो रस्ता बंद करून उभा आहे. यशोदेमुळे इथे आलो. जवळजवळ गिधाडाप्रमाणे तिच्या आयुष्यावर चरत जगतो झाले. यशोदेची आठवण होताच बापूच्या मनातील सूक्ष्म मत्सर जागा झाला. आता ती शाळेत काय करत असेल? तिला शाळेतून यायला इतका उशीर का होतो? आणि शाळेला जाताना इतकी काळजी कशाला घ्यायला हवी? पावडरीचा हात अगदी फिरवलाच पाहिजे?

या विचारांनी बापू फार अस्वस्थ झाला. त्याचे स्वत:च्या मळक्या खाकी कपड्यांकडे लक्ष गेले, अद्यापही थोडे ओलसर असलेले शाईचे डाग त्याला दिसले. हे डाग, तेलाचा वास आपल्या वाट्याला आला, आणि पावडरचा वास, शुभ्र पातळ तिच्या! तो म्युनिसिपालिटीत असताना ती मळक्या चादरीसारखे पातळ नेसत असे, पण यायच्या वेळी ती सोप्यावर वाट पाहत असे. का, कशी बदलून गेली ती? आता ती घरी परत येते, तेच मुळी सात वाजता. कधी बोलली तर बोलली, नाहीतर बसल्या ठिकाणीच चटईवर आडवी होते. बूट घालून मरीन ड्राईव्हवर टकटक हिंडून मिळवले काय? तर शाईचे डाग, वंगणाचा चिकट मलिनपणा, देशमुखांची तोंडावर थुंकी!

बापूच्या मनातील शरम एकदम जागी झाली. चारपाच वर्षांच्या अंतरावरून एक गिधाड त्याच्या रोखाने आले, आणि बापू अंग चोरीत त्याच्या सावलीत स्वत:ला लपवण्याचा प्रयत्न करू लागला.

म्युनिसिपालिटीत तो एका काऊंटरमागे चार वर्षे बसत होता. त्या खोलीला कागदाचा कुबट वास होता. मागची खिडकी उघडली नाही की शिजल्यासारखे वाटे, आणि जर उघडली तर मागच्या स्टोअररूममधील फिनेलचा वास घाणेरड्या फडक्याप्रमाणे येऊन तोंडावर आदळे. प्रथम तेथेही त्या वासाने त्याचे डोके उठत असे. पण नंतर त्याला सवय झाली. तशीच सवय झाली ती, दाढी वाढलेले घामट कंत्राटदार पैसे भरताना येणाऱ्या भपकाऱ्याची. हुसेन नदाफ हा म्युनिसिपालिटीचाच नोकर. तो पैसे भरताना जाळीच्या पिशवीतून आत ढकलत असे. तो भोई गल्लीत राहत होता म्हणून की काय कुणास ठाऊक, त्याच्याही अंगाला माशांचाच वास येत असे.

त्या दिवशी पावणेचार वाजताच कुणीतरी जकातीचे अकराशे चौतीस रुपये आणून भरले. त्या खुर्द्याच्या ढिगाकडे पाहताच बापूला मळमळल्यासारखे झाले. त्यातील साला एक रुपयाचा आपल्याला उपयोग नाही, नुसती वांझोटी हमाली? त्याची कॉलर भिजून दिवा पुसल्याप्रमाणे मळली होती, व अंग आंबून गेले होते. त्याला गरम चहाची आठवण झाली. गरम म्हणजे काय, ओठ भाजले तरी हरकत नाही, पण अंगभर ऊन आग पेटली पाहिजे. त्याला उगाच वाटले, नाजूक पांढऱ्या रंगाचा साबण घेऊन अंघोळ करावी, अंगावर मऊ, थरथरणारे रेशमी शर्ट घालावे, आणि हातभर उंच गादीच्या खुर्चीत बसून रंगीत सिनेमा पाहावा. पण त्याने ती कल्पना झिडकारली. हे आता या जन्मी जमेल की नाही कुणास ठाऊक! सिनेमाला जाऊन वर्ष झाले होते. यशोदा जे पातळ नेसते ते म्हशीच्या कातड्यासारखे होऊन बसले होते. आणि ही आपले धोतरे! जोराने काचा मारायची देखील सोय राहिली नाही. नाहीतर पापुद्र्यासारखा एक तुकडाच हातात यायचा! म्हणे थरथरणारे रेशमी शर्ट, फ्यू:!

त्याने निर्जीवपणे नाणी मोजली. ती सारी खिडकीतून आत आली, नंतर बँकेत जाणार. नंतर खिडकीही रिकामी, व आपणही. तरी बरे, ती नाणी अगदी थोडीच निघाली. ''उद्या आणली असती रक्कम तर काही बिघडलं असतं?'' बापूने चिडून विचारले.

समोरचा माणूस कुणी तरी ड्रायव्हर असावा. त्याचे शर्ट गिधाडी पंखाच्या रंगाचे होते, व त्याला पेट्रोलचा वास येत होता. ''अजून चार वाजले नाहीत,'' तो किंचित उर्मटपणे म्हणाला, ''आमचं काय, आम्ही नोकरमाणसं, मालकानं सांगितलं जा, म्हणून आलो. तुम्ही घेत नाही म्हणा, मी परत चाललो.''

बापूला एकदा वाटले, ती मूठभर नाणी उचलून फाड्दिशी त्याच्या तोंडावर मारावीत, व म्हणावे : गाढवा, साडेपाचला ऑफिस बंद होते, पण आठवडेच्या आठवडे आठ वाजेपर्यंत मरतो मी. पंधरा मिनिटे एक दिवस सुट्टी दिलीस तर काय

तुझा बाप उलथेल की काय? पण ड्रायव्हरचे म्हणणे बरोबर होते. चार वाजेपर्यंत पैसे भरता येत होते. त्याने आदळआपट करत पावती दिली, व पैसे डिपॉझिटमध्ये ठेवण्यासाठी तो देशमुखांकडे गेला.

''हे पाहा काळुस्कर, ही बिलं बँकेत द्यायची आहेत,'' देशमुख भळभळीत हसून म्हणाले, ''तेव्हा पैसेही घेऊन जा, भरणा होतात का पाहा. नाही तर उद्या सकाळी येताना भरून या. मला आज जरा लवकर जायचं आहे. तेव्हा मी डिपॉझिट हिशेब आधीच बंद केला साडेतीनला.''

बापूला त्या ड्रायव्हरची नंतर अनेकदा आठवण येत असे. दर खेपेला त्याला वाटे, आता पुन्हा जर तो समोर दिसला, तर आपल्या हातून त्याचा खूनच होईल. कोणी सांगितले होते त्याला नेमक्या त्या वेळी यायला, येऊन गळ्याभोवती फास टाकायला? वाटेत चहा ढोसायला, विड्या फुंकायला जरी तो थांबला असता तरी आजचे काम उद्यावर गेले असते आणि ते देशमुख! प्रत्येक नाणे स्वीकारताना त्याच्या आईबापाचे रीतसर धार्मिक पद्धतीने लग्न झाले होते की नाही हे तपासून पाहणारा हा पिकून फुटल्या चेहऱ्याचा माणूस, त्या दिवशीच अगदी ऐसपैस हसला आणि अकराशे चौतीस रुपये दुसऱ्या दिवशी भरा म्हणाला! त्या साऱ्यांचा आपल्याविरुद्ध एक कटच होता. तो ड्रायव्हर पंधरा मिनिटे आधी आला. देशमुखांनी फक्त अर्धा तासच आधी डिपॉझिटचा हिशेब बंद केला. आपण केव्हा अगदी ठेचाळून पडतो हे पाहत ही नशिबाची गिधाडे कशी टपून बसली होती!

बापू बँकेत आला, व त्याने सारी बिले त्याच्याचसारख्या कॉलर मळून गेलेल्या, दमलेल्या कारकुनापुढे आदळली. पण पैसे मात्र त्याला स्वत:जवळच ठेवावे लागले, कारण तोपर्यंत तेथील वेळ संपली होती. त्याने नोटा खिशात घातल्या, व बसची वाट पाहत तो स्टेशनसमोरच्या स्टॉपवर उभा राहिला.

त्याचे अंग निर्जीव झाले होते, व वाऱ्यावरील काट्याप्रमाणे डोक्यात एक टोकदार वेदना बोचत हिंडत होती. खांबाशेजारी उभा असता तो मळकट खांबच झाला होता. स्टेशनसमोर निळ्याजांभळ्या रंगाच्या किरणाप्रमाणे सर्रकन् मोटारी येत. पाकळ्या ओतल्याप्रमाणे रंगीत झग्यांच्या मुली, हातांवर स्वेटर टाकलेल्या स्वच्छ पातळांतील स्त्रिया खाली उतरत, व चटचट आत जात. दररोज कुठे जातात हे इतके लोक? पुण्यामुंबईला? की दिल्लीला, काश्मीरला? आणि तेथे काय करतात ते? लोकांची गर्दी वाढू लागली, कारण गाडीची वेळ झाली होती. बापूचे मन उगाचच ताणू लागले. आपण जेथे चाललो आहोत त्या अंधाऱ्या घरात आपण झुरळासारखे बसलो असता हे सारे लोक मुंबईला समुद्राकाठी भटकतील, काश्मीरला बागा-बोटींत फिरतील.

समोर मोटारीतून एक कोरीव, उंच टाचांच्या सँडल्सवर आपला रेखीव डौल सांभाळणारी तरुणी उतरली. मखमली पाठीखालचा गोरा पट्टा दाखवत तिने पदर खांद्याच्या टोकावर ठेवला व ती बुकिंग ऑफिसकडे गेली. तिच्या अंगाला अत्यंत आकर्षक, उष्ण, उन्मादक, वास असलाच पाहिजे असे बापूला वाटले. त्याला आपल्या ओल्या मळकट कॉलरीचा, भडभुंजी धोतराचा विसर पडला. तो एकदम रांगेतून बाहेर पडला व तिच्या मागोमाग गेला. खरोखरच तिच्यामागे मन चाळवणारा, हावरे करणारा गंध येत होता. तिने मुंबईचे सेकंड क्लासचे तिकीट घेतले. बापूनेही तसलेच तिकीट घेतले, आणि घाईघाईने आत येऊन कधी नाही ते तो गादीच्या बाकावर बसला. ती तरुणी खिडकीजवळच्या कोपऱ्यात सुखावून बसली होती. ताणून धरलेला रेशमी धागा सैलावावा त्याप्रमाणे तिच्या रेखीव आकारात आता विश्रांती आली होती. बापूला पाहून तिने कपाळाला आठीदेखील घातली नाही. निर्विकारपणे तिने एक भडक बाईचे चित्र असलेले इंग्रजी मासिक उघडले व बापूला टिचकीने आपल्या दृष्टीवरून उडवून दिले. बापू वरच्या बर्थवर उशाला हात घेऊन पडला. डब्यात दिवे लागले, व त्याला भुकेने वखवखल्यासारखे होऊ लागले. वाट पाहून यशोदा-शैलू झोपल्या असतील. शैलूला आज पेपरमिंट-आणखी एक बाहुली-आणायची होती. त्याला ती आठवण बोचली. फार बोचली. पण सालं, आता काय त्याचे म्हणून त्याने ती बेडरपणे काढून टाकण्याचा प्रयत्न केला. भूक तर जास्तच त्रस्त करू लागली. खाली प्लॅटफॉर्मवर पुष्कळदा पुरीभाजी, भजी, इत्यादी लांब, ओढलेल्या आरोळ्या ऐकू येत. त्या ऐकल्या की दरखेपेला त्याचे ओठ ओलसर होत, पण त्या मिजासखोर घोडीपुढे हातात तेलकट कागद घेऊन त्यातून भजी खात बसणे त्याला कमीपणाचे वाटू लागले. नंतर हळूहळू त्या आरोळ्याही बंद झाल्या. त्या पिवळसर प्रकाशासारखीच उपाशी ग्लानी त्याच्या डोळ्यांवर चढली. बाकीच्यांकडे नुसती दृष्टी टाकून जाणाऱ्या चेकरने त्याला दोनदा मुद्दाम डिवचून उठवले, त्याचे तिकीट उलथेपालथे करून तपासून पाहिले, आणि अस्वस्थ अंग हलवत बापूने सारी रात्र डोळ्यांच्या झापडीत मिटवून टाकली. पुण्याला उतरताच त्याने कशीबशी चूळ भरली, आणि समोर दिसेल ते आठबारा आण्यांचे वचावचा खाऊन घेतले. तोपर्यंत ती तरुणी कुठे बेपत्ता झाली होती. त्याने तिला एक शिवी हासडली, व आपल्या ओळखीचे चुकून येथे कुणी नाही ना, हे हेरत तो हळूच मुंबईच्या गाडीत जाऊन बसला.

मुंबईस त्याचे मन पसरले. तेथे पहिला दिवस त्याने गिरगावात एका भटजी खानावळीत काढला. तेथे वाढपी मळकट सोवळी नेसून वाढत. आणि जेवण तर इतके सपक होते की एका मिरचीने पाच पदार्थांचा संसार सांभाळूनही आपले

कौमार्य अद्याप अक्षत ठेवले असे वाटावे! तेथेही त्याच्या वाट्याला जी खोली आली तीदेखील कुबट, अंधारी. बापूला वाटले, कुठेही गेले तरी हा वास काही सुटायचा नाही. म्युनिसिपालिटीत जो कुबट वास त्याला येत होता, तो त्या खोलीचा नव्हताच मुळी. तो होता आपल्या आयुष्याचा, नशिबाचाच वास.

दुसऱ्या दिवशी त्याने दोन तयार लोकरी पँट्स, निळे बुशशर्ट आणि किमती बूट विकत घेतले. एक लहानशी सूटकेस घेऊन त्यात दाढीचे सामान, उंची सिगरेटचे डबे भरले. त्याने एका दुकानात साडेसोळा रुपयांची अँड्रोमिडा अत्तराची बाटली घेतली, व त्यातील थोडे तेथेच दुकानात अंगाला चोपडले. नंतर तो टॅक्सीमधून मोठ्या ऐटीने फोर्टमध्ये एका पंजाबी हॉटेलमध्ये राहायला आला. तेथे स्वतंत्र खोली होती, वर पंखा गिरगिरत होता, आणि बटण दाबताच जणू त्या आवाजाची वाट पाहत चोवीस तास दाराआड थांबल्याप्रमाणे कमरेभोवती लाल कापड गुंडाळलेला नोकर येत होता. बापूने रजिस्टरमध्ये पी. एस. देशपांडे अशी सही केली व तो मनातल्या मनात खूप हसला. पी. एस. देशपांडे शाळेत त्याचे संस्कृतचे मास्तर होते. डोके तुळतुळीत करून ते उभे गंध लावत, आणि कुणी पाहत नाही या समजुतीने शिकवताना हळूच तोंडात खडीसाखरेचा खडा टाकत. दररोज अठरा रुपयांच्या मिजाशीत आयुष्य काढताना बापू खुलला. जणू सारा जन्म नोकरांच्या तळहातावर गेल्याप्रमाणे तो नोकरांवर कुरेंबाजपणे गुरकावू लागला. त्याला वाटले, साला बापू काळुस्कर तोच! पण खिशातील कागदाच्या भेंडोळ्याने त्याला सौंदर्यदृष्टी आली. स्वाभिमान, ताठरपणा आला! नोटेप्रमाणे साला प्रत्येक गोष्टीला वॉटर मार्क पाहिजे हेच खरे! हलवताच आत हलकेच हिम पडत आहे असे दाखवणारा एक मोठा पेपरवेट त्याने घेतला. लहानपणी आपल्या मामाच्या घरी तसला गोळा पाहिल्यापासून तसलाच पेपरवेट त्याला हवा होता. त्याने मोठमोठी लाल रसरशीत सफरचंदे घेतली, व त्यांत लहान मुलाच्या आवेशाने दात रोवले. टॅक्सी करून तो मैलच्या मैल भटकला. बूट टक टक वाजवत तो मरीन ड्राइव्हवर हिंडला. धीट सुरमाई डोळ्यांकडे तो न गोंधळता पाहू लागला. हातभरच काय, दीड हात गादीच्या कोचावर बसून न समजणारे इंग्रजी चित्रपट पाहिले आणि रेसमध्ये पैसे घालवून पंधरावीस मिनिटांचे बेबंद, धुंद आयुष्य तुकड्यातुकड्यांनी विकत घेतले. एक दिवस घंटा वाजवली नसता नोकर उगाच आत आला व रेंगाळला. त्याने हसून डोळा मिचकावला, व अंगठा बोटाचे वर्तुळ करून त्याने रसिकतेने खूण दाखवली. ''सिंधी, फर्स्टक्लास, क्लीन,'' तो म्हणाला व त्याने पाच बोटे दाखवली. बापूला अर्थ समजला, पण तो दचकला. पाच नोटा मोजून घेणारी ही सिंधी पोरगी, फर्स्टक्लास, क्लीन कशी असेल बरे? त्या मखमली तरुणीच्या धगीसारख्या

वासाची? गुलाबी टाचांची? पण त्याला एकदम यशोदेची आठवण झाली. तो उगाचच चिडला व चिडूनच त्याने मान हलवली. नोकराने खांदे उडवले, व तो निघून गेला. पण तो जात असता त्याच्या चेहऱ्यावरील पुसट उपहास पाहून बापू शरमला, व त्याच्या रेशमी शर्टाची क्षणभर शानच गेली. मनात कुठेतरी पेटलेली वासना होती. गोऱ्या मांसाच्या वळणावळणाभोवती हावरी बोटे तापून फिरत होती. परंतु मळक्या पातळातील यशोदा सारखी आड येत होती. बापूला वाटले, नव्हेच ते! तसे जन्माला यावे लागते. आपले आयुष्यच फिनेलच्या वासाचे! मोह पायाखाली चिरडून कठोरपणे पुढे गेलो, असले शूर पण आनंदहीन समाधान नाही, आणि कलंदराप्रमाणे आल्या क्षणाच्या ओठाला ओठ लावण्याचे धैर्य नाही. आपण जन्मतोच मुळी अंग फोडलेल्या म्हाताऱ्या बैलाप्रमाणे. कागदावर शाईने आकडे पेरत जाणे हीच आपली लायकी झालं! पण ती फर्स्टक्लास क्लीन कशी असेल बरे?...

पण भोवतालची सोनेरी धुंद विरत चालली, असे त्याला वाटू लागले. सिगरेटच्या रिकाम्या पिवळ्या डब्यांचा ढीग पडला, व जीभ कडवटून गेली. तो विमनस्कपणे एकदा स्टेशनवर येरझाऱ्या घालत होता, त्या वेळी समोरचा पिवळा पगडीवाला आपल्याकडे निरखून पाहत आहे असे त्याला वाटले. बापू जागच्याजागी वितळू लागला व तोंडात सिगरेट कोंबतांना त्याचा हात थरथरू लागला. तो जर जवळ आला, तर आपण कुठे पळावे हा विचार एकदम ठळक झाला. हजारो लोक आपल्याकडे पाहत आहेत असे वाटून त्याच्या अंगाला भोकं पडू लागली. तोच चौकोनी चेहऱ्याची लोकल आली. तो जर आलाच, तर तिच्या खाली उडी घेता येईल असाही उतावीळ विचार त्याच्या मनात आला व त्याने कोरडे ओठ ओले केले. पण तो पोलीसही इतरांप्रमाणेच धावत एका डब्यात शिरला, व लोकल निघून गेली. एकदम ताण संपल्याने बापू मटकन एका बाकावर बसला, पण त्याचे जीवनच हादरून गेले. तो धडपडत खोलीकडे परत आला व सारा दिवस कुठे बाहेर पडला नाही. दुसऱ्या दिवशी थोडासा अंधार झाल्यावर तो एका थिएटरापाशी उभा होता, तोच कुणीतरी त्याच्या पाठीवर थाप मारली. बापू उंदरासारखा उडाला.

"काय रे, केव्हा आलास?" खाकी पँट घातलेल्या माणसाने विचारले, व त्याने बापूचा हात आपल्या हातात धरला. त्याचा हात खरबरीत, खवल्याखवल्यांचा, गिधाडाच्या पायासारखा होता.

"मी आलो चारपाच दिवसांपूर्वी," बापू म्हणाला. मग त्याच्या ध्यानात आले की हा माणूस आपल्या बिलकूल ओळखीचा नाही. "पण तुम्ही कोण?"

त्या माणसाच्या लिबलिबीत चेहऱ्यावरचे हसणे पेल्यात घातलेल्या जेलीप्रमाणे स्थिर झाले. "म्हणजे भाल्या, ओळखलं नाहीस मला?" त्या माणसाने आश्चर्याने

विचारले. आता बापू संतापला. आपला नवा बूट त्याच्या नाकावर ठेवून ते चिरडावे असे त्याला वाटले. भाल्या म्हणे! भाल्या गेला खड्ड्यात. ''माझं नाव बापू-पी. एस. देशपांडे,'' तो म्हणाला.

तो माणूस आकसल्यासारखा झाला. ''माफ करा हं. मला वाटलं भाल्याच. डिट्टो भाल्यासारखे दिसता,'' तो म्हणाला, व घाईत नाहीसा झाला. बापू त्याच्याकडे क्षणभर पाहत राहिला. आता सगळीच माणसे आपल्या पाळतीवर आहेत असे वाटून त्याच्यात शिकारीतील प्राण्याचा सावधपणा व आंधळी भीती निर्माण झाली. इतर सगळी माणसे एका बाजूला व आपण दुसऱ्या बाजूला. संधी मिळताच प्रत्येकजण पंख पसरून आपल्यावर झेप घेत आहे, अशी त्याची खात्री झाली. पोस्टरवरील झुंड मिश्यांचा मद्रासी खलनायक सहा इंची डोळ्यांनी पाहत छद्‌मीपणाने हसून म्हणत होता, ''पी. एस. देशपांडे काय? छान, छान!'' बापू भेदरून परत आला, कुणी हुडुत केले तर उडावे लागणारे आयुष्य त्याला पुरे झाले. त्याने सूटकेस बाहेर ओढली, व सगळ्या जिनसा तिच्यात कोंबून त्याने खिशात हात घातला, आणि थंड भीतीची रेषा सावकाश त्याच्या अंगभर पसरली. त्याचे पाकीट नाहीसे झाले होते. त्याने रंगीत पेपरवेट हातात घेऊन रागाने कॉटवर आदळला. डिट्टो भाल्या काय, हरामखोर! सूटकेमध्ये त्याने एका कागदी पाकिटात दहा नोटा ठेवल्या होत्या, त्या त्याने बाहेर काढल्या, व टेबलावर ठेवून त्याने त्यांच्याकडे अविश्वासाने पाहिले तर शेवटी वाट्याला आले काय? तर या नोटा, मळकट झालेली कॉलर, सिगरेटचे उरलेले अर्धे टिन, लचका काढण्यासाठी गिधाडाने पाठीवर मारलेली नखे, बस्स! त्याला एकदम घरची आठवण झाली, व तो स्वत:ला विसरला. कापडी पट्टे सैल असलेली कॉट, सतत ओल असलेले स्वयंपाकघर, लाल, मळके पातळ नेसलेली यशोदा आणि अशक्त पाय हलवत तिच्या मागे मागे हिंडणारी शैलू. अदृश्य दोरीने बांधून कुणी त्याला तिकडे ओढत असल्याप्रमाणे तो एकदम फार उतावीळ झाला. त्याने बिल मागवले, नोकराच्या हातात कसली पाचाची की दहाची नोट कोंबली व जखमी जनावर मरायला आपल्या बिळाकडे यावे त्याप्रमाणे तो घरी परतला.

गाडी स्टेशनमध्ये आली त्या वेळी रात्री अकरा वाजून गेले होते. प्लॅटफॉर्मवर पाय ठेवताच बापू शरमेने बधिर झाला. त्याने सूटकेस तशीच ठेवली व खाली मान घालून रिकाम्या हातांनी तो उतरला. बूटपँट घालून घरात जाण्याचे त्याला धैर्य होईना, पण त्याला इतर कपडेच नव्हते. तिकीट पांढऱ्या कपड्यांच्या हातात ढकलून तो बाहेर निसटला. रस्ते जवळ जवळ निर्जन होते, पण तो मधल्याच आड रस्त्याने झपझप निघाला. घराजवळ येताच त्याचे पाय कापू लागले. तो हळूहळू

जिना चढून केळकर चाळीत वर आला व मागच्या बाजूने जाऊन त्याने पत्र्याच्या दारावर आवाज केला.

''कोण आहे?'' त्याने आतून आलेला यशोदेचा आवाज ऐकला, व त्याचे मनच फाटले. काही न बोलता तो भिंतीला डोके टेकून राहिला. सिगारेटने कडवटलेली जीभच जड झाली, व त्याने आवेगाने दरवाजावर मूठ आपटली. यशोदेने दरवाजा किंचित उघडला, व त्याला पाहताच ती मागे झाली. बापू खालच्या मानेने आत आला, आणि एकदम डोके गच्च धरून कॉटवर बसला. यशोदेने आत स्वयंपाकघरात जाऊन दिवा लावला. एका ताटात भाकरी व लोणच्याची फोड घातली, व एका वाटीत कळकट काळ्या रंगाचे ताक ठेवले. भात करू का असे तिने विचारले नाही, की चहासाठी तिने स्टोव्हही पेटवला नाही. बापू तसाच बसून होता. शैलू फाटकी चादर पांघरून झोपली होती व तिच्या गालावर कसला तरी ओरखडा होता.तिचे अशक्त अंग कॉटच्या एका अगदी लहान भागात सामावले होते, व तिचे एक पाऊल फाटक्यातून बाहेर आले होते. बापूने बूट काढून कोपऱ्यात टाकले व दोन घास गिळण्याचा प्रयत्न केला. पण ते घशात अडकू लागले. तो उठला, त्याने हातावर पाणी घेतले व तो चटईवर येऊन पडला. यशोदेने दिवा घालवला, व ती अंधारात हुंदके देऊ लागली. ''काय करून बसलात हे? आता आपलं कसं व्हायचं पुढे?'' ती म्हणाली. तिच्या आवाजात संताप नव्हता. तो निपटून गेला होता. होते ते ती अगदी दमून गेली आहे असे वाटण्यासारखे सपाट, असहाय दु:ख. बापूला वाटले, त्यापेक्षा तिने बूट घेऊन खाडखाड डोक्यात घालावा, पण तिचा हा बधिर, विकल सूर नको. आपल्याला थोडेतरी आयुष्य मिळाले, पण तिला? आणि केस पसरून झोपलेल्या शैलूला?

काय करून बसलो हे त्यालाही समजले नाही, तो तिला काय सांगणार? असल्या गोष्टी घडतात, पण त्याखाली कसली उकळी फुटून सारे उतू जाते कुणास ठाऊक! लहानपणी श्राद्धासाठी बाजार करायला पैसे देऊन बापूला त्याच्या वडिलांनी दुकानाकडे पाठविले होते, परंतु तो परत आला ते तैलचित्रे काढण्याचे साहित्य घेऊन. रंगांच्या ट्यूबा आणि ब्रश पाहून तो एकदम उकळून निघाला होता. वडिलांनी त्याला वेताने फोडले, त्याचेही त्याला विशेष वाटले नाही. नंतर चारसहा दिवस वचावचा रंग थापून चार-पाच सारवल्यासारखी चित्रे त्याने काढली, व सारे सामान कायमचे अडगळीत पडले. एकदा त्याने फोडणीसाठी तापलेली लालभडक पळी गच्चकन् हातात धरली होती. हात भाजणार हे न समजण्याइतका तो लहान नव्हता. पण मनात आलेल्या त्या इच्छेचा दंश इतका विलक्षण होता, की जर त्याने तसे केले नसते तर त्याला थोडे दिवस तरी वेड लागले असते. हे कोण, का घडवते सारे?

आता त्याला आईच्या ऑपरेशनसाठी पैसे हवे होते, भावाचा जामीन भरावयाचा होता, असल्या दुबळ्या कारणांचे समाधानही नव्हते. असल्या कारणासाठी काही केले तर लोक पाच पायांच्या वासराकडे पाहावे, त्याप्रमाणे पाहतात. त्याच्यात होती ती फक्त धुंदीची, तृप्तीची रेषा, टिच्चून लोकांच्या चेहऱ्यांवर टकटक बूट वाजवीत मिरवलेले आयुष्य. ती धुंदी आणि वेदना कुणाला समजणार? बापू म्हणाला, ''कसं केलं, झालं, काय सांगू मी?'' त्याला रात्रभर झोप आली नाही. अजून अंधार आहे म्हणता तो उठला. त्याने मळके शर्ट व धोतर अंगावर घातले, व यशोदेच्या हाती आता उरलेले सारे पैसे ठेवले.

''आता लगेच तू आपल्या भावाकडे जा. मी आलो, सापडलो म्हणताच शेजारी तुला फाडून खातील,'' तो जड आवाजात म्हणाला.

''आता काय करायचं ठेवलंय त्यांनी! आठ दिवस मी घराबाहेर पडले नाही,'' यशोदा म्हणाली, ''माझं जाऊ दे. मी माझं मन मारलं. काल त्या पोरींनी शैलूचा झगा फाडला, आणि तिच्या गालावर ओरबाडलं.''

''पण तू जा दहाच्या गाडीनं. मी जातो बाहेर. नको, शैलूला उठवू नको,'' तो एकदम कर्कशपणे म्हणाला, आपण का चाललो हे तिला समजणार नाही. आणि पोलीस येण्याची वाट पाहत जर येथे थांबलोच तर संपले! आजूबाजूचे लोक गिधाडाप्रमाणे पाहत असता आणि पोलिसांच्या बरोबर खालच्या मानेने गेलो हे शैलूने पाहिले, तर नंतर ते तिला सारखे आठवेल, छळेल, शरमेने तिला आयुष्यभर भाजल्यासारखे होईल. ''नको. तिला झोपू दे,'' तो पुन्हा म्हणाला.

बापूला शिक्षा झाली. नियमाविरुद्ध त्याच्याकडे पैसे दिले म्हणून खात्याने देशमुखांना सारे पैसे भरायला सांगितले. देशमुख एक दिवस भेटायला म्हणून आले, खिदळणाऱ्या चारचौघांसमोर बापूच्या तोंडावर पच्चदिशी थुंकले, एकही शब्द न बोलता निघून गेले. बापू परत आला तो मेहुण्याच्या घरी. तीनचार दिवस कुणी त्याच्याशी बोलले नाही. सगळ्यांच्या जेवणानंतर यशोदा त्याला वाढत असे. सगळ्यांच्या नंतर चहा. एकदा बापूने संतापाने कपबशी तशीच आपटून फोडून टाकली. शैलूने केस सावरत तुकडे भरून टाकले. ती थोडीशी उंच झाल्यासारखी वाटे, व थोडी दुरावलेली. यशोदेला कुठल्यातरी शाळेत शिवणबाईची नोकरी मिळाली होती, व ती करपली होती. नानू एक दिवस बापूला म्हणाला, ''खटावकरांच्या मोटार कारखान्यात कसलीशी नोकरी आहे. चाळीस पन्नास मिळतील. तुम्ही हॉस्पिटलमध्ये होता म्हणून सांगितलंय मी. त्यांना माहीत आहे की काय कुणास ठाऊक, पण त्यांनी विशेष प्रश्न विचारले नाहीत हे खरं.'' बापूनं काही न बोलता मान हलवली. नानू मग एकदम चिडून म्हणाला, ''हे मी ताईसाठी

करतोय. आता तिथं तरी गुण उधळू नका, आम्हांला इथं जन्म काढायचा आहे.''

बापू पाठ वाकडी करून कारखान्यात आला. जुन्या कागदांचा, फिनेलचा वास गेला. डिझेल पेट्रोलचा वास त्या ड्रायव्हरने आयुष्यात आणला तो कायमचा चिकटून राहिला. कारखान्यात तो चार मळकी लेजरे घेऊन बसे, कामगार आले की खूण करे. बाहेर मोटारचे हॉर्न वाजले की पळत पेट्रोलपंपाकडे जाई, रेल्वेरसिदा घेऊन अवजड लाकडी पेट्या बैलगाडीतून आणे, आणि कारखान्याची वेळ संपत आली, की डोक्यात बोट घालून मूठभर केस हातात पकडून भ्रमिष्टाप्रमाणे घंटा वाजवण्यासाठी जीव टांगून बसे.

आणि ती घंटा होताच त्याने वह्या कपाटात आदळल्या व कुलूप लावून तो बाहेर पडला. मारुती आला होता. त्याने कुबड्या भिंतीला टेकवून ठेवल्या व चिरलेल्या रेडकाप्रमाणे जमिनीवर सरकतच तो केर काढू लागला. गेटजवळ सायकलींना जेवणाचे रिकामे डबे अडकवून तीनचार कामगार उभे होते, व ते मोहज्जनची वाट पाहत होते. मोहज्जनने भसाभसा केसांतून फणी फिरवली, व विजारीवर पुसून खिशात घातली. त्याने विडी पेटवली, व ती दातांत धरली. बापूला मोहज्जनला चुकवायचे होते, पण आता तो अडकलाच. तो जवळ आला व हसला.

''हं काय, कुठं आहेत पैसे?'' मोहज्जनने भुवया वर चढवत विचारले. त्याची मळकट नखे खूप वाढली होती व ती गिधाडाच्या नखांप्रमाणे पुढे वाकली होती. बापू निर्लज्जपणे हसला. ''अरे, असं काय पळून जातो की काय पाचसात रुपयांसाठी? घे या पहिल्या तारखेला. साली मोटार अंगावरून गेली, आणि मी मेलो ठार. तर हा मढ्याकडे पैसे मागतोय!'' बापू हसतच म्हणाला, बाकीचेही हसले. ते निर्ढावलेले होते. ''असं व्हायचंच बापूराव. पेरल्याशिवाय उगवत नाही. पैसा असा फिरवावा लागतो भिंगरीसारखा,'' बिर्जे छुटकी वाजवत म्हणाला, ''पण मामा, सगळा व्यवहार नगदनारायण असावा नाहीतर त्या भानगडीत पडू नये.''

बाकीच्या वेळी बापू मोहज्जनबरोबर एक शब्द बोलला नसता. पण त्याला खुष करणे जरूर होते. ''बरं, मिर्झासाहेब, आज काय जरूर आहे कानगोष्ट? काल म्हणे कोंबडी पावली झकास!''

आता कुणी बोलले नाही. मोहज्जनने त्याच्या बोलण्याकडे लक्षही दिले नाही की तो हसला नाही. त्याने विडी हातात घेतली व तो बिर्जेला म्हणाला, ''अरे यार, पैसे जातात कुठं! कसे वसूल करायचे मला माहीत आहेत.'' त्याने आपल्या पायातील जाड मळकट बूट बापूच्या दिशेने दाखवला, व ते सगळे पंख पसरून निघालेल्या गिधाडाप्रमाणे निघून गेले.

बापू काळुस्कर शरमेने काळवंडला. पस्तीस रुपयांचे बूट घालून तो मरीन

ड्राइव्हवर टकटक करत हिंडला होता, आणि आता आपल्या पायात बूट आहेत हे तो पिंजारलेल्या केसांचा डुक्कर आपल्याला दाखवत आहे! मोटरीवर लावण्यासाठी बापूने एकदा-दोनदा त्याच्याकडून पैसे घेतले होते, पण दर खेपेला किल्वर आला आणि त्या पैशासाठी त्याने आठ आण्याचा बूट दाखवला! सगळी साली लचके तोडणारी गिधाडे आहेत. एक दिवस किल्वरवर आठ रुपये आले, त्या वेळी याच बेरडांच्या चहा-सिनेमासाठी साडेतीन रुपये गेले घस्सदिशी! पण त्यानंतर लचक्यामागोमाग लचक्याप्रमाणे पैसे जाऊ लागले. घरी नानूला पैसे दिले की शेवटी शेवटी बापूजवळ चहा प्यायला पैसा नसे आणि हा मोहज्जन तर महिन्यातून एकदा तरी दात विचकत असे. सगळी हरामखोर, कत्तलखान्यावर धिरट्या घालणारी घाणेरडी गिधाडे...

बापूला रात्री आठ वाजायला आले की आनावर ओढ वाटत असे. आकडा फुटणार म्हणताच त्याचा जीव कासावीस होऊ लागे. त्या वेळी त्याला सगळीकडे आकडेच्या आकडेच दिसत, व तो उधळल्याप्रमाणे भोवती भिरभिरणाऱ्या आकड्याला पकडण्याची धडपड करत असे. सरावाने सारी चित्रे त्याच्या मनात उठून गेली होती. त्यातील परवलीचा शब्द ऐकला की त्याची ईर्षा जागी होत असे. एकदम अपार द्रव्य दोन्ही हातांनी आपण गोळा करीत आहो या चित्राने तो स्वत:ला अगदी विसरून जात असे. अंगठा म्हणजे एक, कोंबडी दोन, किलवर तीन, मोटर चार, पांडू पाच, टांगाघोडे म्हणजे सहाचा आकडा, डबलघोडा म्हणजे आठ. त्या मानाने साडेसाती आणि नवटाक हे शब्द फारच उघड होते. यल्ली म्हणजे शून्य. कासार चौकात विजापूरकडल्या आठ-दहा महारणी घेऊन यल्ली मोठ्या जोरात धंदा करीत असे. ती ठेंगणी व लठ्ठ असून अगदी गोळीबंद होती, व तिने हिरवे लुगडे नेसले की ती हिरव्या पंपारासारखी वाटे. आणि नऊ वाजता हवा तो आकडा आला नाही की बापू यशोदा-शैलूशी न बोलता चिपाडासारखा पडे. भसाभसा दोन विड्या ओढे, आणि उद्याच्या आकड्याची उपाशी स्वप्ने बघे.

बापू घरी आला त्या वेळी नानू सोप्यावरच चहा घेत बसला होता. यशोदेला यायला अद्याप अवकाश होता. त्याने शाईचे डाग पडलेले बुशशर्ट बाजूला टाकले. तोंडावर पचपच पाणी मारून घेऊन त्याने तोंड अर्धवट पुसले, व तो खिडकीपाशी उभा राहिला. ओलसर तोंडावर वारा आल्याने त्याला एकदम ताजे वाटले. बाहेर समोरच्या अंगणात चारपाच मुली रंगीत चेंडू एकमेकीकडे फेकून खेळत होत्या, व तेथून थोडे दूर राहून शैलू खेळ पाहत होती. तो लाल रंगाचा चेंडू कुणीही पकडला तरी ती टाळ्या वाजवून उभ्या उभ्याच उड्या मारीत होती. तिच्या झग्याची बटणे तुटली होती आणि तो खांद्यावर ठेवायला तिला तो वरचेवर ओढावा लागे. एकदा

चेंडू तिच्याकडे आला. तिने तो उचलून परत फेकण्यासाठी हात उंचावला, तो एक मुलगी आली, तिने चेंडू हिसकावून घेतला, व शैलूला उगाचच मागे ढकलले, शैलूने झगा खांद्यावर ओढला व पहिल्या खेपेला टाळी न वाजवता गप्प उभी राहिली. पण नंतर ती सारे विसरली, व पुन्हा टाळ्या वाजवत उड्या मारू लागली.

बापू संतापला आणि कळवळला. देशमुख पुन्हा एकदा थुंकल्याप्रमाणे त्याला वाटले. त्याने शैलूला हाक मारली व तिच्या तोंडावरून हात फिरवला. तो यशोदेवरही संतापला. साऱ्या गावाला शिवणकाम शिकवणारी ही बाई, तिला शैलूच्या झग्याला बटणे लावायला मात्र वेळ मिळत नाही! त्याने कपाटात कडाकडा धुंडाळून सुईदोरा काढला, व आपल्या बुशशर्टाचे एक बटण तोडून घेतले.

''मी तुला छान बटण लावून देतो हं,'' तिचे केस मागे सारत तो म्हणाला, ''तू मला झगा काढून दे.''

''मग घालू काय तोपर्यंत मी? नुसती चड्डी घालून बसू?'' शैलूने म्हटले. बापूने तिच्या अंगावर आपले बुशशर्ट घालताच ती एकदम हसली. ती त्यात एकदम बुडून गेली. बापूने ओबडधोबडपणे बटण लावले, व झगा तिला देताना त्याने हळूच तिच्या पोटाला हात लावला तेव्हा झगा टाकून अशक्त हातांनी अंग बांधून शैलू हुळहुळू हसली. ''डुरमी ग बाई ढमाबाई!'' बापू म्हणाला व त्याने तिला एकदम जवळ घेतले. ती अगदी एवढीशी, कानवल्याएवढी; ती त्याच्या छातीला अगदी चिकटून राहिली आणि हातात चिमणी धरल्याप्रमाणे तिच्या उराची धडधड त्याच्या अंगाला जाणवली. त्याला एकाएकी फार अपराधी वाटले. आपण हिलाच आयुष्यात फार मोठी शिक्षा दिली हे त्याला जाणवले. आणखी अठरावीस वर्षांनी कशी असेल शैलू? स्वतःच्या घरी सुखी? की अशक्त, निराश अंगात मन कणाकणाने झिजत, इतरांच्या आयुष्याकडे दुरूनच पाहत? त्या वेळी तिच्या मनात आपल्याविषयी काय वाटत राहील?

''आज मी तुला येताना चॉकलेट आणतो हं,'' तो हळूच तिच्या कानात म्हणाला. ''आणखी, एक बाहुली,'' शैलू म्हणाली. कोणी काहीही आणले तरी शैलूला त्याबरोबर एक बाहुली हवी असे. बापूने मान हलवली व तिला बाहेर पिटाळले. त्याला आता बाहेर पडायचे होते, व यशोदा परतायला अद्याप अर्धा-पाऊण तास होता. आली तरी पाच मिनिटे बोलत बसेल असेही नाही. कशी बदलून गेली ती इतकी? तिने आपणाला किती पैसे मिळतात, किती काम करावे लागते याविषयी काहीही सांगितले नव्हते, की त्याच्या कारखान्यातील कामाविषयी कसली चौकशी केली नव्हती. बापूला कितीतरी दिवस दुसरीकडे स्वतंत्र राहायचे होते, इथला तुरुंगवास त्याला पुष्कळदा असह्य वाटू लागला होता. परंतु यशोदेने

'नंतर पाहू केव्हातरी' असे एकदा जे सांगितले त्यानंतर तिने तो विषय काढला नाही. तिच्यात एकदम असा फरक कसा पडला?

त्याने पुन्हा शोधाशोध केली. त्याने यशोदेची पेटी तपासली. पंधरा दिवसांपूर्वी तिच्यात बापूला शैलूचा एक जुना वाळा मिळाला होता. तो त्याने शंकरू सोनाराला हळूच चार रुपयांना विकला होता. त्या दिवशी किल्वर अगदी मजबूत होता, व बापूने चारही रुपये त्यावर लावले होते. पण त्या दिवशी निघाला नवटाक, आणि बापूने साफ मार खाल्ला. घरी आल्यावर जेवत नाही म्हणून सांगून तो अंथरुणावर पडला. त्याला यशोदेची फार भीती वाटत होती. आतापर्यंत पैसे गेलेले तिच्या ध्यानात आले होते की काय कुणास ठाऊक, पण एक जिन्नस गेलेला ती पाहणार याची त्याला खात्री होती. परंतु काम आटोपून ती आली, धुतलेले पातळ तिने घडी करून पेटीत ठेवले, परंतु ती काहीच बोलली नाही. आत जाऊन ती डोके दोन्ही हातांत धरून काही तरी वाचत बसली होती.

आता पेटीत कुंकवाच्या करंड्याखेरीज काही नव्हते. तो त्याने उचलला पण तो नेण्यास त्याचे मन धजेना, व त्याला स्वत:चीच चीड आली. त्याने तो रागाने आदळला, तेव्हा त्यात काहीतरी हलले. त्याने कुंकवात बोट घालून पाहिले, तर आत एक बंदा रुपया होता. त्याने हलकीच शीळ वाजवली, व तो पुसून खिशात टाकत तो बाहेर पडला. आता त्याच्यात एकंदरीने एक रुपया पाच आण्यांची ऐट आली होती.

त्याला प्रथम घसा जाळणारा गरम चहा हवा होता. नंतर एखादी बर्कले सिगरेट. फुकटात मिळाली तर ठीकच, नाहीतर गेला साला अर्धा आणा! अनगोळकर गुरुजी भेटले तर फुकटात मिळेलही. ''बरं का गुरुजी, तुम्हांला इंग्रजी इतकं कसं हो चांगलं येतं? कुणाला वाटावं की तुम्ही इंग्रजीचे बी. ए. आहात,'' असे त्यांना म्हटले की ते हसून नाकातून धूर सोडत, आणि चार चौकटीतील चित्रातील विनोदाचे बारकावे सांगत, सिगरेटपाकीट पुढे करत. त्यांची आठवण येताच बापूला हसूच आले. वास्तविक ते नोकरी संपवून बसलेले प्राथमिक मास्तर होते, आणि वाङ्मय हा शब्द वाचताना ते अजूनही वाग्‌म असा वाचत. ते कंपाउण्डला कंपाउण्डर म्हणत, व कोटाचे कापड कोटींग त्याप्रमाणे पँटचे कापड पँटींग म्हणत. पण इंग्रजी शब्द वापरण्याची हौस फार चेकट. ते संध्याकाळी पुंडलीकजीच्या हॉटेलमध्ये असत, व बापू तर तिकडेच चालला होता.

पुंडलीकजी गल्ल्यावर होते. त्यांच्यामागे दोनचार खुर्च्या होत्या. त्या खास सलगीमधल्या लोकांसाठी होत्या. चहा घेता मालकाशी राजकारण बोलणाऱ्या लोकांसाठी. ''काय मालक!'' म्हणत बापू त्या बाजूला वळला. खुर्चीवर बसताच

त्याला पातळ भाजीचा उग्र मसालेदार वास आला, व त्याने चहा पातळभाजी मागवली. पुंडलीकजींची पातळभाजी गावभर प्रसिद्ध होती. तिचा एक चमचा जिभेवर ठेवला की ब्रह्मांड लालभडक होत असे. बापूने एक एक चमचा रस तोंडात खपवला, व समाधानाने विचारले, ''काय मालक, काय सल्ला आहे आज?''

पुंडलीकजींची मान गिधाडाप्रमाणे लांब आणि तुळतुळीत होती. त्यामुळे मानेत हालचाल सुरू झाल्यानंतर बऱ्याच वेळाने त्यांचा उंच, जाड, वितळल्यासारखा चेहरा वळत असे. त्यांच्या चेहऱ्यावर नेहमी तीनशे पासष्ट दिवसांचे सुतक असे, आणि एक आण्याची शेव बांधून देतानाही ते अशा रडक्या चेहऱ्याने देत की घेणाऱ्याला वाटावे, शेव गेली खड्ड्यात! त्यांच्या गळ्यात गळा घालून रडावे, आणि विचारावे, ''काय हो झालं होतं तुमच्या बायकोला?'' पण पुंडलीकजी फलज्योतिषावर व्याख्याने देत, नव्या वकिलांकडे दलाली करत, आणि गावात तमाशा आला की विंगमध्ये खुर्ची टाकून बसत.

''मी काय सांगणार? मी धंदेवाला. तुम्हीच पाहून घ्या बुवा.'' त्यांनी निःश्वास सोडत चार चित्रांच्या कात्रणाचा एक इंग्रजी चुटका त्याच्यापुढे टाकला. दोन माणसे बोलत बसली आहेत. एक हातवारे करत म्हणतो, ''आज सकाळी माझ्या मुलानं माझं फाउंटनपेनच गिळून टाकलं.'' दुसरा आश्चर्याने म्हणतो, ''आं? खरं की काय? मग तू काय केलंस?'' पहिला निःश्वास सोडून म्हणतो, ''अरे, करणार काय! शेजारच्याचं पेन आणून मग शब्दकोडं भरलं झालं.''

बापू काळजीपूर्वक चित्रे तपासू लागला. जिभेवर पातळभाजीची धारदार चव रेंगाळत होती. तिच्यात मूठभर शेव घातले तर काय बहार होईल असा विचार करत बापू शेजारच्या शेवपरातीकडे आधाशीपणे पाहत होता. इतक्यात पुंडलीकजी 'अरे राम्या,' म्हणत उठले आणि आतल्या खोलीत गेले. ती संधी साधून बापूने बचकभर शेव उचलले, पण तोच कुणीतरी आलेसे वाटून त्याने झटकन् हात मागे घेतला, तो कपाटाच्या कडेवर आदळून शेव भळभळ खाली पडले, व बापूने एक शिवी हासडली. त्याने चित्राकडे पुन्हा निरखून पाहिले. त्यात भिंतीवरील कॅलेंडरवर सहा आकडा टळटळीत होता. पुंडलीकजी बाहेर येताच बापूने जाणतेपणाने मान हलवली.

''मालक, मला तर टांगाघोडा बरा दिसतो,'' तो म्हणाला,

''पण टेबलावरच्या घड्याळात किती वाजलेत बघा,'' पुंडलीकजी मान हलवत म्हणाले. चित्रातील घड्याळात पाच वाजले होते. बापू गोंधळात पडला. म्हणजे आता पांडू की टांगाघोडा?

चहा घेऊन झाला तरी अनगोळकर गुरुजी आले नाहीत. बापूने पैसे काउंटरवर

टाकले व स्वत: एक सिगारेट घेतली. टांगाघोडा की पांडू हा गोंधळ हळूहळू वाढू लागला. तोच, 'हे सांगणे माझ्या जिवावर येते, पण त्याला इलाज नाही,' अशा स्वरात पुंडलीकजी म्हणाले,

''बोलणाऱ्या माणसानं किती बोटं वर केली आहेत तेही पाहा.'' त्या माणसाने दोन बोटे वर केली होती. 'अरे सालं! ते तर माझ्या ध्यानातच आलं नाही!' बापूला वाटले म्हणजे कोंबडा. अगदी मजबूत. कमरेचे धोतर लावावे इतक्या विश्वासाने.

पण टांगाघोडाही काही वाईट नव्हता. जसजसा त्याचा गोंधळ वाढू लागला, तसतसा बापू उतावीळ होऊ लागला. एकदा त्याने झट्‌दिशी आठ आणे काढून काउंटरवर फेकले.

''मालक, असू दे आमचे टांगाघोड्यावर,'' तो ऐटीने म्हणाला, पण एखाद्या झुरळाकडे पाहावे त्याप्रमाणे पुंडलीकजींनी त्या नाण्याकडे पाहिले.

''बापूराव, चारआठ आण्यांचा चिल्लर व्यवहार बंद यापुढे. आज एक दिवस राहू देत,'' पुंडलीकजी म्हणाले, ''अहो, पैसा यात ओतावा लागतो तर घबाड साधतं एखाद्या वेळी. असं कुठं नाकातले केस फेंदारून लक्ष्मी वश होतेय होय?''

बापू चिडला, व पुंडलीकजींची लांब मान जर हातात आली, तर तिला एक छानशी गाठ मारता येईल असे त्याला वाटून गेले. पण तो काही बोलण्याच्या आधीच दोनतीन माणसे आत आली. पुंडलीकजींनी स्वत: त्यांना दरवाजा उघडून आत घेतले, व ते बापूला म्हणाले,

''बापूराव, तुम्ही जरा बाहेरच्या बाजूला बसता?'' ती विनंती नसून सूचना होती. बापू चरफडत बाहेर आला, वाटेत कपबश्या गोळा करत असलेल्या वीतभर मळकट पोराला त्याने जोरात गुडघा मारला, व तो एका कोपऱ्यात येऊन बसला. तेथून दरवाजा दिसत होता, पण तो बाजूच्या छोट्या खिडकीतून रस्त्याकडे पाहू लागला. तेथून रस्त्यावरून जाणाऱ्या-येणाऱ्यांचे फक्त पाय दिसत होते. नाल मारलेल्या वहाणांचे पाय, बुटांचे, धुळीने भरलेले मोकळे खेडवळ पाय; एक पाय केळीच्या सालीवरून घसरला. कोणीतरी मागून सायकल ढकलून पुढच्या दोन पायांचा सायकल स्टँड केला... पण टांगाघोड्यापेक्षा कोंबडीवरच आठ आणे टाकले असते तर बरे झाले असते. टांगाघोड्याने अद्याप कधीच हात दिला नाही. बापूला काय करावे हे समजेना. आणखी चार आणे लावता आले असते, पण आता ते कोंबडीवर की पांडूवर? त्याने समोर पाहिले. एका टेबलावर तीन माणसे होती. त्यांचे खाणे झाले होते, व ती जाण्यासाठी उठली होती. बापूने चुटकी वाजवली, व स्वत:शी ठरवले, 'जर त्या दाढीवाल्याने बिल दिले, तर बस्स, आज

आपला आकडा पांडू!' ते जणू ऐकल्याप्रमाणे काउंटरकडे न पाहताच दाढीवाला बाहेर पडला व पायरीजवळ राहून मिश्या पुसू लागला आणि बिल गांधीटोपी घातलेल्या उंदराप्रमाणे दिसणाऱ्या शेवटच्या माणसाने दिले. बापूने दाढीवाल्याला लाखोली वाहिली व तो दरवाजातून रस्त्याकडे विमनस्कपणे पाहू लागला. समोरून एक मोटर येत होती. त्याने नंबराकडे पाहिले. (अकराशे चौतीस) म्हणताच डागल्याप्रमाणे तो चमकला. त्या योगायोगाने तो भेदरला. आता काय होणार, त्या आकड्याने? एकदा येऊन त्याने आयुष्य उधळून लावले. पण लगेच बापूला वाटले, हो, म्हणूनच तो आकडा भरपाई करायला आला नसेल कशावरून? अकराशे चौतीसची बेरीज नऊ येते. शिवाय मोटरीमागून येणाऱ्या टांग्याच्या नंबरचा पहिला आकडा नऊच आहे. तो पुन्हा पुंडलीकजींकडे गेला, व त्याने आठ आणे टाकले. ''नवटाक!'' तो म्हणाला. त्या माणसाकडून पाचाच्या नोटा घेत पुंडलीकजींनी ते नाणे गल्ल्यात सरकवले. अजून सातला पंधरा मिनिटे होती. बापूचे मन जास्तच ताणल्यासारखे झाले. सातला आकडे-गल्ला बंद होत असे. टांगाघोड्यावर लावण्यापेक्षा आपण डबल घोड्यावरच लावायला पाहिजे होते. कारण चित्रात कोपऱ्यातील शेल्फवर बरोबर आठ, एक कमी नाही, जास्त नाही, बरोबर आठ पुस्तके आहेत. त्याने टेबलावर निराशेने हात आपटला. ही साधी गोष्ट आपल्या टाळक्यात शिरली नाही! कॅलेंडरची तारीख सहा आणि वर उचलली बोटे मिळून सरळ डबल घोडा!

तोच अनगोळकर गुरुजी धावत आले. त्यांना पाहताच बापू टुणदिशी उतावीळपणे उठला, व त्यांच्या शेजारी येऊन उभा राहिला. त्यांनी घाईघाईने तीन रुपये किल्वरवर लावले. बापूचे सारे मन एकदम रिते झाले. गुरुजींना खास कसलातरी सुगावा असल्याखेरीज इतक्या उशिरा येऊन पैसे लावणार नाहीत. आपण अगदी मूर्खासारखे वागलो असे त्याला वाटू लागले. करंडा आपण उगाच परत ठेवला अशी त्याला टोचणी लागली. एकदाच साला पैसा फिरवावा! मग त्यात दहा करंडे येतील, व मग आकडा बंद. अगदी कायम; पण आज तो करंडा उचलायला हवा होता हे खरं.

''गुरुजी, मला एक रुपया द्या उसना,'' बापू अजिजीने म्हणाला, पण त्याचे लक्ष घड्याळाकडे होते. दर मिनिटाला त्याचा जीव तुटला होता. आजचा आकडा बापाशपथ किल्वरच! अकराशे चौतीसची बेरीज नऊ, म्हणजे तीन गुणिले तीन! खात्रीने किल्वरच! ''अहो, एक तारखेला देईन की!'' तो चिडून म्हणाला, पण गुरुजींना जाण्याची फार घाई होती. येथून त्यांना रहमानकडेही टिकली लावायची होती.

"छट्, मलाच पै नाही विष खायला. तुम्हांला कुठला आणू रुपया!" ते तुसडेपणाने म्हणाले, व निघून गेले.

बापूचा हात हावरेपणाने करंड्याभोवती फिरू लागला. पण आता घरी जाऊन शंकरूकडे जायला वेळ नव्हता. काटा वात झाल्याप्रमाणे सरकत होता.

"अहो मालक —" तो पुंडलीकजींना सांगू लागला.

"इथं उधारी नाही," त्याच्याकडे न पाहता गिधाडी मान लबलबवत पुंडलीकजी म्हणाले. त्यांनी त्यांचे संभाषण ऐकले होते. केसात बोटे नांगरत बापू दारातल्या टेबलावरच बसला. अस्वस्थतेने त्याचे सारे अंग धडपडत होते. आजच नेमका किल्वर येणार या विचाराने तो अगदी बेचैन झाला. पण आतल्या खोलीतून तोंड पुसत बाहेर येत असलेल्या मारुतीला पाहून त्याचा प्रथम विश्वास बसला नाही. पण नंतर त्याचा चेहरा उजळला.

"अरे मारुती, तुझ्याकडे आठ आणे आहेत?" बापू सलगीने म्हणाले, "उद्या परवा देईन मी. माझे पैसे घरी राहिले."

मारुतीने एक कुबडी काउंटरला टेकवून ठेवली, व खिशातून पैसे काढून तो सावकाश मोजून देऊ लागला. बापूने दात घट्ट दाबून धरले. साताला पाच मिनिटे होती.... त्याने मारुतीच्या हातातून पैसे जवळजवळ हिसकावून घेतले, व तो मारुती जाण्याची वाट पाहू लागला. मारुतीने सावकाश कुबडी घेतली, व त्याला सलाम करून तो हळूहळू पायऱ्या उतरू लागला. त्याचा सावकाशपणा पाहून त्याच्या खाकी चड्डीवर लाथ मारून त्याला पिटाळावे असे बापूला अधीरपणे वाटू लागले. तो वळून गेल्यावर बापूने खुर्दा पुंडलीकजींपुढे ठेवला, व तीन बोटे हलवली.

सात वाजले त्या वेळी त्याचे मन सैल पडले. डोळ्यांवरची धुंदी उतरली व जाग आल्याप्रमाणे वाटले. आता त्याला पुंडलीकजींचा चेहरा पोत्यासारखा वाटला, आणि त्याने आपणाला उधार नाही म्हटले की गोष्ट त्याला बोचली. धुणे लोटणे फारसे नसलेल्या हॉटेलांना असतो तसला वास त्याच्या नाकात शिरला व टेबलाच्या तेलकटपणामुळे हात चिकट झाले. त्याने हात खिशांत घालून पुसले. खिशात आता पै नव्हती. त्याला शैलूची आठवण झाली. तिला पोरीने ढकललेले, तिचा बिनबटणांचा झगा, एखाद्या कोंभाप्रमाणे आपल्याला चिकटलेली. आता घरी गेल्यावर तिला काय सांगायचे? तो शरमेने बधिर झाला. उद्या? उद्या, उद्या... तोपर्यंत एकदाही चॉकलेट न खाता ती मोठी होऊन जाईल! आता दुकान बंद झाले म्हणून सांगण्याचे त्याने ठरवले. पण त्याचे त्यालाच फार मलिन वाटले, व तो पुन्हा कोपऱ्यातील खुर्चीवर टेबल पुसण्याच्या कपड्याप्रमाणे बसला.

मग त्याच्या ध्यानात आले, समोरच्या कोपऱ्यात बसलेला उंच अशक्त माणूस

शेवेची एकेक काडी चघळत आपल्याकडे अगदी रोखून पाहत आहे. तो किती वेळ पाहत होता कुणास ठाऊक. बापू एकदम सावध झाला. तो भेदरून विचार करू लागला. कोण हा? माझ्याकडे सारखे का पाहत आहे? त्याने मला कुठे म्युनिसिपालिटीत पाहिले होते, की आपल्या शेजारी कधी कुणी पाहुणा आला होता? की हा देशमुखाचा माणूस आहे?? बापूला काहीच कळेना. त्याने त्याच्या नजरेला नजर भिडविण्याचे टाळले, तो अद्यापही एकटक बापूकडे पाहत होता, आपण पैसे लावलेले त्याने पाहिले? पाहिले असेल तर पाहिले असेल. येथे येणारी सगळीच माणसे पैसे लावतात.

अस्वस्थपणे बापूने इकडेतिकडे पाहिले, रस्त्यावर नजर टाकली. पण तो माणूस वेड्या डोळ्यांनी सारखा पाहत आहे हे त्याला जाणवत होते. त्याच्यातील भीती हळूहळू वर येऊ लागली. नंतर तो एकदम असहायपणे संतापला. ठीक आहे. त्याला अकराशे चौतीस रुपयांची हकीकत माहीत आहे. होय, मी तुरुंगात जाऊन आलो आहे. प्रत्येकाची मी किंमत दिली आहे. आता तुझ्या बापाची मला भीती नाही! पण या उसन्या आवेशाने त्याचे समाधान होईना. त्याला पिसळल्यासारखे होऊ लागले, व आपल्यात आता काही तुटणार की काय असे वाटू लागले. तो एकदम उठला, व त्या माणसासमोर जाऊन उभा राहिला. त्याने दोन्ही हात कडेवर ठेवले व एकेक शब्द तोडून समोर ठेवल्याप्रमाणे तो म्हणाला, ''काय हो, काय सारखं पाहताय? मला ओळखता वाटतं? होय, मी दूर कर्नाटकमधला आहे. मी एका म्युनिसिपालिटीत काम करत होतो.''

तो उंच अशक्त माणूस माणूस एकदम आकसल्यासारखा झाला. गळ्याचे हाड लुटकलुटक हलवत तो पाणी पिऊ लागला, आणि लाथ मारल्याप्रमाणे उठून एक आणा काउंटरपर्यंत देऊन निघून गेला. बापू त्याच्याकडे पाहतच राहिला. बरी जिरवली उंटाची! मॅडच आहे.

''तुमची आणि पाटलाची ओळख आहे?'' पुंडलीकजींनी विचारले.

''कोण पाटील, हा माणूस? छट्, मी तर त्याला प्रथमच पाहतो आहे. मॅडच दिसतो. सारखा म्हशीसारखा पाहत होता. आता पुन्हा जर भेटला तर हाडंच सैल करीन,'' बापू म्हणाला, तो माणूस गेल्यावर सारे अंग सैल पडून त्याला एकदम हलके वाटू लागले होते, परंतु त्याच्या नजरेचे ओरखडे मात्र अद्याप जागे होते, त्याच्या वरखाली होणाऱ्या बरगड्यांखाली अजून भीती तळाशी बसली नव्हती.

''आहे मॅडच. तुमच्या जागेवर आधी देसाई होता ना, त्याच्या आधी हा होता कारकून,'' पुंडलीकजी म्हणाले, ''तुमच्याच जागी म्हणाना, कारण देसाई महिनाभर होता. त्याने एकदा पेटीतून साठ रुपये मारले, आणि त्यांचं काय काय केलं माहीत

आहे? खाणंपिणं नाही, बाई-आकडा नाही. मालकांच्या सारखा सुरेख रेनकोट त्याने विकत घेतला, व तो अंगात घालून पावसात उगाच भटकला दोनचार दिवस. मालकानं लाथ मारून हाकलून घातलं. नशीब त्याचं, त्याला तुरुंग दाखविला नाही. आता काय करतो देव जाणे, पण अजूनही कधीतरी मालकाकडे जातो, व रडतो...''

पण बापूचे लक्ष त्यांच्या बोलण्यावरून उडाले होते. साठ रुपये घेऊन पळाला? रेनकोट घालून भटकला? पाटलाच्या अस्तित्वामुळे त्याला एकदम जिवंत वाटू लागले, व त्याच्या आयुष्याला रेखीव आकार आला. टांगाघोडा, किल्वर, शैलू यांची सारी चित्रे त्यावरून पुसली व त्याला सोडलेल्या बाणाची दिशा मिळाली. त्याने शीळ वाजवली, त्या वेळी त्याचे तोंड गिधाडाच्या चोचीसारखे झाले; व त्याच्यात काहीतरी मोठे, काळे अशुभ पंख पसरून जागे झाले. तो झपझप पायऱ्या उतरून खाली आला, एका माणसाला धक्का देऊन तो गर्दीत शिरला व पाटलाच्या उंच, डूग आलेल्या आकृतीला दृष्टीत ठेवून तो गिधाडाच्या झेपीप्रमाणे त्याच्याकडे जाऊ लागला.

तो पाटलाला भेटून कुत्सित प्रश्न विचारणार होता. त्याच्या आयुष्यात आपले प्रतिबिंब पाहत आयुष्य समजावणार होता, त्याच्यात नखे, चोच रुतवून यापुढे तो त्याच्यावरच जगणार होता.

पा र धी

अखेर पारध संपली, आणि खटल्याचा निकाल लागला. निकाल ऐकल्यावर दादासाहेब बाररूममध्ये आले, त्या वेळी त्यांचे अंग थरथरल्यासारखे वाटले, तरी मनावरचे एक दडपणही कमी झाले होते. इतकी वर्षे त्यांनी कोर्टात घालविली, शब्दांच्या जंगलातून कौशल्याने माग काढत इतक्याजणांना त्यांनी आपल्या जाळ्यात पकडले तरी निकाल ऐकण्याच्या वेळी नेहमी त्यांची हीच मन:स्थिती होत असे. त्यांनी हातातली बॅग टेबलावर टाकली, व थोडे निवांत बसण्यासाठी एक ऐसपैस मोठी खुर्ची निवडली. दोनचार वकिलांनी त्यांचे औपचारिक अभिनंदन केले, ते त्यांनी हसून स्वीकारले. परंतु त्यांचे त्यांच्या बोलण्याकडे विशेष लक्ष नव्हते. आपण 'प्लेअर्स' सिगरेटचा केस उघडताच या लोकांना आपल्याशी काही ना काही बोलण्याची इच्छा होते ही गोष्ट त्यांनी केव्हाच हेरून ठेवली होती. पण दरखेपेला ते अत्यंत सौजन्याने हसून सिगरेट पुढे करत; काड्याची पेटी परत मिळाली की 'थँक्यू' म्हणत. पहिल्या काडीने जर सिगरेट पेटली नाही, तर 'आय ॲम सॉरी' म्हणत पुन्हा पेटी देत, व ती परत आल्यावर पुन्हा 'थँक्यू' म्हणत. या आपल्या सौजन्याची लोक आपल्यामागे थट्टा करतात हेदेखील त्यांना माहीत होते. रस्त्याने जाताना म्हशीला जर धक्का लागला तर ते 'आय ॲम सॉरी' म्हणतात, आणि जिना उतरत असताना जर कुणी त्यांना मागून ढकलून दिले तर 'थँक्यू' म्हणून कपडे झाडून चालू लागतात, असा त्यांच्याविषयीचा लौकिक होता. पण बाहेरच्या सौम्य हसण्यामागे त्यांचे स्वत:चे एक खाजगी हसणे असे, व ते टपलेल्या पारध्याप्रमाणे सदैव जागे असे, हे मात्र कुणाला माहीत नव्हते.

त्यांनी सिगरेटी वाटल्या, इतर वकिलांच्या चेहऱ्यावरील कावेबाज भाव त्यांनी हेरला, काळजीपूर्वक टिपला, व तो मनात ठेवून ते किंचित हसले. 'मला तुम्ही

बनवलंत असं तुम्हांला वाटतं; पण मी तुम्हांला खेळवतो आहे. एका सिगरेटच्या किमतीत एक माकड नाचवायला मिळतं. ही गंमत झाली आहे!' त्यांना वाटले, व सगळ्यांकडे पाहत त्यांनी स्वतःची सिगरेट पेटवली.

त्यांचे सौजन्य हे फक्त स्वतःच्या मिजासीसाठी होते. आता करड्या होऊ लागलेल्या मिश्यांना ते बाहेर पडताना अत्तर लावत, त्याप्रमाणेच त्यांचे सौम्य हसणे, अदबीने वागणे, हे सारे खास स्वतःसाठी असे. नाहीतर समोर बसलेल्या प्रत्येकाविषयी त्यांच्या मनात विषारी उपहास होता. सापळ्यात सापडलेल्या उंदराकडे पाहावे त्याप्रमाणे ते त्यांच्याकडे पाहत. दुसऱ्यावर जगणारी ही दुबळी, कणा नसलेली माणसे! अच्युत केळकर हा एवढा एम. ए., एलएल. बी. माणूस, पण त्याची बायको शाळेत काम करून त्याचे पोट भरते. अस्वलासारखा दिसणारा तो हलप्पण्णावर, त्याच्यात काळ्या कोटाखेरीज वकिलीचे एक चिन्ह नाही. आणि उंटासारख्या उंच मानेचा अण्णाजी इनामदार! सट्ट्यात पैसे घालवून त्याने घराचा तबेला केला. पोरगा दाढी वाढवून घरोघरी साबणाच्या वड्या विकतो, आणि बायको थोरामोठ्यांच्या घरी स्वैंपाकात 'मदत' करते, आणि चारसहा दिवसांनी 'उसने' म्हणून पाचसात रुपये उचलते. कुणालाही डौलदार तर राहोच, पण बरोबर असे एक इंग्रजी वाक्य बोलता येत नाही. तो चारआठ आणे दारूबंदीखटलेवाला देसाई तर 'रेडिओ लाव' म्हणताना 'अप्लाय द ब्रॉडकास्ट' म्हणतो! या साऱ्याविषयी विचार करताना दादासाहेबांच्या मनातील उपहास जास्तच तीव्र झाला. त्यांना वाटले, एकदा गंमत म्हणून कधीतरी बदल करावा. आज सकाळी आपल्या घराशेजारी कामाला आलेला बुरूड आपल्या अवजड धारदार कोयत्याने बांबूचे खटाखट तुकडे करत होता, त्याप्रमाणे आपण तसला एक कोयता घेऊन, आपण सिगरेटकेस उघडताच हालचाल करणारी ही मळकट बोटे सारी खटाखट छाटून टाकावी! या सगळ्यांच्या घोळक्यात त्यांना अनेकदा फार एकाकी वाटे. असल्या प्राण्यांशी कसली आली आहे स्पर्धा, आणि त्यांच्यावर कसला आला आहे विजय!

आजचा विजयही त्यांना फारसा अभिमानाचा वाटला नाही. यल्लभीमाला जन्मठेपेऐवजी फाशी झाली असती तर गोष्ट निराळी. नव्हे, त्याला फाशीच होणार अशी त्यांची खात्री होती. पण सगळेच काही यंत्राप्रमाणे सहज, निर्जीव झाले. यल्लभीमाने सुरुवातीसच सरळ गुन्ह्याची कबुली दिली. त्याने शांतपणे निकाल ऐकला आणि जाताना त्याने जज्जाला आणि आपल्या वकिलाला नमस्कार केला. शेवटी त्याने दादासाहेबांनाही हात उंचावले व तो निघून गेला. त्याच्या चेहऱ्यावर राग अथवा भीती नव्हती. त्याला निर्दोषी म्हणून सोडले असते तरी त्याच्या जुन्या वहाणांसारख्या चेहऱ्यावर हर्ष दिसला असता की नाही कुणास ठाऊक! जणू त्याने देवाण्णावर कुऱ्हाड घातली त्याच वेळी त्याच सारे आयुष्य स्फोटाने क्षणात संपून गेले, व सारे शरीर

तेव्हापासूनच जन्मठेपेची शिक्षा भोगू लागले होते. पोलिसांच्या छळामुळे आपण कबुलीजबाब दिला, आपण त्या वेळी गुन्ह्याच्या ठिकाणी नव्हतोच, –– या नेहमीच्या युक्त्यादेखील त्याने वापरल्या नव्हत्या. नाहीतर डाव फार चांगला रंगला असता. कुत्सित प्रश्न विचारून दादासाहेबांनी तो गावातच होता हे त्याच्या तोंडूनच मान्य करून घेतले असते. त्या बाईच्या चारित्र्याविषयीही त्यांनी असे फसवे प्रश्न विचारले असते की यल्लूभीमा हळूहळू त्याच्या पारधजाळ्यात पूर्णपणे सापडला असता. पण यांतले काहीच घडले नाही. इतक्या सहज विजयाची त्यांना धुंदी वाटली नाही. यल्लूभीमाचा त्यांना थोडा रागच आला. ज्यासाठी गेला आठवडाभर त्यांचे मन ताणल्यासारखे झाले होते ते यश हाती आले; पण त्यात कसलीच धग नव्हती. आपले नेहमी असेच का होते, जीव तोडून एखाद्या गोष्टीमागे शिकाऱ्याप्रमाणे बेभान धावावे, आणि शेवटी हाती पडते काय, तर रक्ताने न्हालेले, असहाय, किळसवाणे प्रेत! हा आपल्या आयुष्याचा शापच आहे. ही आपली जन्मठेप. आणि त्याबद्दल आपण यल्लूभीमाप्रमाणे वाटेत दिसणाऱ्या दोनचार मूर्तींना नमस्कार करतो...

माईच्या वडिलांकडे ते कशाला तरी गेले होते. त्या वेळी त्यांनी माईला बागेत उभी असलेली पाहिली होती. तिच्या भरदार, किंचित उन्मत्त आकृतीला डौल देणारा रेशमी लुगड्याचा आकार त्यांच्या डोळ्यांत कायम राहिला होता, व त्या लक्ष्याकडे सारे आयुष्य बाणाप्रमाणे रोखले गेले होते. त्याच वेळी त्यांनी स्वत:ला वचन दिले. बस्स, — पुन्हा लग्न करशील तर त्याच पोरीशी! त्या मिजाशी मुलीने आपल्याकडे वळूनही पाहिले नाही. का? नंतर तिच्या वडिलांना लाकूड-कंत्राटामध्ये फार मोठे नुकसान आले, आणि राहत्या घरावरही टाच आली. त्या वेळी कर्जाची जबाबदारी दादासाहेबांनी स्वत: स्वीकारली, आणि त्यांच्याकडे वळूनही न पाहणारी माई खालच्या मानेने त्यांच्या घरात दुसरेपणावर आली. पण तिने घरात पाऊल ठेवताच ईर्ष्या संपली. तेवढा आयुष्याचा ताणच कमी झाला. त्यांनी क्लबमध्ये बिलियर्ड खेळण्याची वेळ साडेअकराहून खाली आणली नाही.

मोठ्या अपेक्षेने त्यांनी सिगरेट पेटवली होती, परंतु अर्ध्यावर आल्यानंतर त्यांचे लक्ष उडाले. जमलेली लांब राख व थोटूकही त्यांनी फेकून दिले, व ते उठले. पट्टेवाल्याने लगबग करून फडफड दरवाजा बाजूला धरला, व ते बाहेर आले. येताना त्यांनी त्याच्या हातावर एक रुपया ठेवला. यल्लूभीमाला फाशी झाली नाही याची सर्वांत जास्त निराशा त्या पट्टेवाल्याला वाटली. नाहीतर त्याला दोन रुपये मिळाले असते. दादासाहेब येताच राजाराम ड्रायव्हरने अपराधी चेहऱ्याने विडी फेकून दिली, व गाडी चालू केली. गाडीत बसून विडी ओढण्याची त्यांनी राजारामला सक्त बंदी केली होती; पण आपण तिकडे पाहिलेच नाही असे दाखवून ते आत बसले.

यल्लूभीमा कोर्टातून गेला होता, परंतु दादासाहेबांना मात्र तो राहून राहून आठवत होता. एखादा खुनी माणूस वाटावा असा तो क्रूर, अवाढव्य मुळीच नव्हता. उलट तो कातड्याच्या चिंध्याचिंध्यांनी शिवल्याप्रमणे अगदी फाटक्या अंगाचा होता व त्याच्या चेहऱ्यावर खुळ्या वासराची कळा होती. त्याच्याकडे पाहिले म्हणजे हा माणूस गुरे राखत मरणार किंवा आपल्या खेड्यात कट्ट्यावर हातमशीन घेऊन खेडवळ चोळ्या शिवीत आयुष्य काढणार असे वाटले असते. त्याच्याकडून खून होईल याची कल्पना कुणालाच आली नसती. पण एका धगधगीत क्षणी तसे घडले होते खरे. आणि तो खून झाला तोही एका काळसर, तेलकट, अशा पण बेरड बाईसाठी! दादासाहेबांना वाटले, माणूस सारा जीव पणाला लावून अशा तऱ्हेने एखादा खून का करतो? त्या वेळी असे काय मिळते की वाटते, याच कृत्यामुळे आपल्या आयुष्याला अर्थ, आकार येईल?

ती बेरड बाई काही यल्लूभीमाची लग्नाची बायको नव्हे. ती त्याच्याजवळ बरेच दिवस राहत असे इतकेच. पण आपण बाहेर गेलो की देवाण्णा घरी येऊन जातो, अशी चुगली कोणीतरी त्याच्याजवळ केली. त्याने पाळत ठेवून सारा प्रकार पाहिला. त्याच क्षणी जर त्याने कुऱ्हाड घेऊन देवाण्णावर घाव घातला असता तर त्यात काही विशेष नव्हते. पण उलट त्या दिवसापासून यल्लूभीमा त्याच्याशी फार सलगीने वागू लागला. त्याला घरी जेवायला बोलवू लागला. दोघांनी मिळून खाणीतून दगड काढण्याचे एक लहान कंत्राटही घेतले. त्या दिवशी रात्री यल्लूभीमाने कोंबडीचे जेवण केले. मोगाभर गावठी आणली, आणि त्याने देवाण्णाला जेवायला बोलावले. रात्री अकरा वाजेपर्यंत ते बोलत बसले. बाई डोळे उडवत मधून मधून हसत होती, व हात नाचवत होती. देवाण्णा आतल्या डोळ्यांनी तिच्याकडे पाहायचा, व तिच्याकरिता खास ओठ दुमडून एवढेसे संतुष्ट हसायचा. यल्लूभीमाने एकदोन जांभया दिल्या. बाई उठली व अंथरायला चिरगुटे आणायला आत गेली. यल्लूभीमाने चटकन बाहेरच्या दरवाजाला कडी लावली, व भिंतीवरील लखलखीत फरशी हातात घेतली. रेड्याप्रमाणे सुस्त पडलेल्या देवाण्णाला काय झाले हेही समजले नसावे. लाकडी ओंडक्याच्या खाप्या काढाव्यात त्याप्रमाणे यल्लूभीमाने देवाण्णाचे तुकडे केले. पहिल्या ओरडण्यानंतर यल्लूभीमाने तिच्याकडे पाहताच बाईची बोबडीच वळली, व गोठलेल्या डोळ्यांनी सारे पाहत ती जागच्या जागी खिळून राहिली. यल्लूभीमाने तुकड्यांचा सारा ढिगारा कचऱ्याप्रमाणे पायाने कोपऱ्यातच ढकलला. त्याने हातपाय धुतले, व राखेने घासून फरशीदेखील पूर्वीप्रमाणे झाकदार केली. नंतर सदरा बदलून त्याने कुऱ्हाड खांद्यावर टाकली व तो कोतवालीत गेला. तेथे एका कोपऱ्यात तो उकिडवा बसला व त्याने शांतपणे विडी पेटवली होती.

दादासाहेबांना वाटले, असला फडतूस माणूस; पण त्या वेळी कोणत्या भावनेने पेटला होता? त्या बाईविषयीच्या आसक्तीने त्याने ते कृत्य केले? ती तर शिसारी निर्माण करण्याइतकी कुरूप होती. गुन्ह्याच्या आधी एक महिनाभरातील त्याच्या मनातील घडामोडींचे चित्र जर त्यांना पाहायला मिळाले असते, तर त्यांनी हजार रुपये आनंदाने दिले असते. त्यांनी पुष्कळ अंदाज केला. आपल्या जाणिवांचे जाळे त्याच्यावर टाकून त्याला पकडण्याचा त्यांनी पुष्कळ प्रयत्न केला. पण यल्लूभीमा सगळ्यांना नमस्कार करून नेहमी त्यातून निसटून जायचा. काय काय घडले होते त्याच्या मनात? त्याची त्याला तरी आठवण होती का? तो आगीचा ताण ओसरल्यावर यल्लूभीमा ओल्या भिंतीवरील पोपडऱ्यासारखा झाला होता. तो गुन्हा करणारा माणूस अकस्मात जन्मला व तसाच मेलाही. मग ही शिक्षा कुणाला दिली? कुणी? का? खुद्द दादासाहेबांना त्याच्याविषयी कोणतीच वैयक्तिक भावना नव्हती. एका विशिष्ट कलमाच्या दावणीने बांधलेला तो माणूस. फक्त आरोपी. कोर्टाला तरी तो हाडामासाचा माणूस वाटत होता का? ज्यूरीतील लोक सारखे घड्याळाकडे बघत. पोलीस कंटाळलेल्या चेहऱ्याने उभे राहत. कारकून खालच्या मानेने लिहून घेत. या सगळ्यांत तो उष्ण रक्ताचा शिडकावा कुठे आहे? सारखी फरशी फिरवणारा तो यल्लूभीमामधला माणूस कुठे गेला? मुख्य म्हणजे त्याने हे का केले? कितीतरी दिवस दादासाहेब विचार करीत होते; पण त्यांचे समाधान होण्याजोगे उत्तर त्यांना मिळाले नाही. ते जर मिळाले असते, तर शिकारीची मुंडकी दिवाणखान्यात लावावी त्याप्रमाणे त्यांनी यल्लूभीमाचा मळका चेहरा स्मृतीत कुठेतरी कोपऱ्यात ठेवला असता व ती केस पूर्णपणे निकालात निघाली असती. पण तसे झाले नाही.

गाडी आता गावाबाहेर वाडीजवळ आली होती. तेथे वळशाला दादासाहेबांनी नेहमीच्या सवयीप्रमाणे मुरलीधराच्या देवळाकडे पाहून नमस्कार केला. तेथून बरोबर तीन मिनिटांच्या अंतरावर त्यांचा बंगला होता.

ते गेट उघडून आत आले व त्यांनी मोठ्या अपेक्षेने वर गच्चीकडे पाहिले. तेथे काही कुंड्या ठेवल्या होत्या. तेथील एका झाडावर आज सकाळी साकळलेल्या रक्ताप्रमाणे दिसावी इतक्या गडद लाल रंगाची नीग्रेटा गुलाबाची कळी उमलत होती. त्यांना वाटले होते की, येईपर्यंत आघात झालेल्या मांसाप्रमाणे ते फूल उमललेले दिसणार! नीग्रेटाचा वास त्यांना फारसा मोहक वाटला नव्हता, परंतु त्या फुलाच्या रंगात रानटी श्वापदाच्या डोळ्यांप्रमाणे काहीतरी आकर्षक होते. इतर झाडे सौम्य, सुगंधी फुलांनी पूर्ण होतात. पण या झाडाच्या अंतरंगात असे काय आहे की ते रक्ताच्या डागाप्रमाणेच प्रकट व्हावे? पण दादासाहेबांची निराशा झाली. कारण वरच्या बाजूला ते फूलच नव्हते. ते किंचित चिडले. पण अद्याप कोपऱ्यातील मांडवाचे काम पूर्ण झाले नाही,

हे पाहताच ते भडकले. तेथे त्यांना जाईचा वेल चढवायचा होता, व तेवढ्यासाठी त्यांनी सकाळी बुरुडाला बोलावले होते. त्याने दोन-चार वासे पुरले आणि तो कुठेतरी नाहीसा झाला होता. अद्याप दोन वासे, त्याने खट्‌खट् तोडलेल्या बांबूच्या गाठी आणि त्याचा लखलखीत धारेचा कोयता ही तेथेच पडली होती.

''रामा, कुठाय् रे बुरूड हा?'' त्यांनी विचारले.

''बुरूड दुपारी जेवायला गेला. अद्याप त्याचा पत्ता नाही.''

''मग उचल हा कचरा इथून,'' ते म्हणाले, 'आणि तो कोयता नेऊन ठेव आत कुठंतरी. नाही तर घेऊन जाईल कुणीतरी.''

बागेकडे पाहताच त्यांचे असमाधान वाढले. ही हरामखोर कृतघ्न झाडे! अमाप खत खाऊन पुष्ट झाली, वाढली. पण सारी वांझोटी! बेशरम ! जिरॅनियमच्या फांद्या हत्तीरोग झाल्याप्रमाणे सुजल्या; पण त्यांवर फुले येऊन कितीतरी महिने झाले. निशिगंधाचे हारीने लावलेला गड्डे पाणी पिऊन पाने सोडीत; पण दीड वर्षात एकालाही एका कळीची कृतज्ञता नाही. जशी भोवतालची माणसे, तशी झाडे! जरी ते अद्याप बाहेरच होते, तरी त्यांना घरातच आल्यासारखे वाटले. रामाने कोयता उचलला व खिडकीत पितळी भांड्यात पाम ठेवला होता त्याशेजारी ठेवला.

आत येऊन दादासाहेबांनी कोट काढून हँगरवर लावला व आतल्या खिशातून नोटांचे एक भेंडोळे काढले. त्यांना कातडी पाकीट ठेवणे कधी जमलेच नाही. खिशात हात घातला की लगेच पैशाची ऊब लागली पाहिजे, असे ते हसून म्हणत. त्यातील पंधरा रुपये त्यांनी परत खिशात ठेवले व बाकीच्यापैकी एक छोटे बंडल कपाट उघडून आत ठेवले. उरलेले पैसे ठेवण्याची जागा फक्त त्यांनाच माहीत होती. पण कपाट उघडल्यावर ते क्षणभर थांबले व स्वत:शी हसून त्यांनी ते बंद केले. काल संध्याकाळी त्यांनी निळसर दोऱ्याने बांधून पासष्ट रुपये तेथे ठेवले होते ते आता तेथे नव्हते. बऱ्याच दिवसांपूर्वी त्या कपाटाची दुसरी किल्ली कुठेतरी हरवली होती. दोन-तीन ठिकाणी त्यांनी ती शोधून पाहिली; पण अखेर ती त्यांना मिळाली नाही. तेव्हापासून येथे ठेवलेले पैसे नियमितपणे नाहीसे होत.

ते परत आले व बाहेर ईझी-चेअरवर बसले. आत सुधीरची गडबड चालली होती. त्याचे कपडे घालून झाले होते व तो क्लबला जाण्याच्या तयारीत दिसत होता. तो बाहेर आला. त्याने हातातील इंग्रजी वर्तमानपत्र दादासाहेबांना दिले व हसून तो त्यांच्यासमोर उभा राहिला. ''थँक्यू'' म्हणत त्यांनी वर्तमानपत्र घेतले व 'काय' अशा आशयाने त्याच्याकडे पाहिले.

''दादा, ते रेडिओचे व्हॉल्व्ह घातले ना, त्याचं बिल द्यायचं राहिलंय,'' सुधीर म्हणाला, ''आज तो देशपांडे विचारीत होता सकाळी.''

‘‘होय का? आम ॲम सॉरी,’’ आश्चर्याने दादासाहेब म्हणाले, ‘‘मग देऊन टाक ना आत्ताच.’’

पैसे देण्यासाठी ते उठू लागताच सुधीरने त्यांना थांबवले व तो घाईघाईने म्हणाला, ‘‘छे छे! आत्ताच नकोत. उद्या दिलेत तरी चालेल. मी आता क्लबला चाललोय.’’

‘‘मग उद्या तरी देऊन टाक आठवणीनं,’’ हसून ते म्हणाले.

सुधीरने मान हलवली. ‘‘वर डॉक्टर येऊन बसलेत,’’ जाता जाता तो सहज म्हणाला.

तो गेल्यावर दादासाहेबांनी वर्तमानपत्र बाजूला टाकले व ते शांतपणे पडून राहिले. रेडिओचे साडेसतरा रुपये बिल त्यांनी गेल्या महिन्यात तीनचारदा दिले होते. हा आईच्या डोळ्यांचा, आईवेगळा मुलगा, — असे का करून घेतले त्याने आपले आयुष्य? जाताना त्याने आपल्या खिशातून दहाची नोट नक्कीच उचलली असणार! पाच आणि दहाच्या नोटा असताना तो पाचाची नोट घेईल हे शक्यच नव्हते. आता तो दहाअकरा वाजेपर्यंत रमी खेळेल, सारे पैसे घालवील, आणि जन्मठेपेसाठी यल्लूभीमा काळ्या मोटरीत शिरल्याप्रमाणे तो या घरात शिरून काही तरी वचावचा खाऊन आडवा होईल.

ते तसेच डोळे मिटून पडले असताना माई माडीवरून खाली आल्या आणि समोरच्या खुर्चीवर बसल्या. ‘‘आज म्हणे निकाल तुमच्यासारखा झाला,’’ हसत त्या म्हणाल्या, व त्यांनी पदराची सावरासावर केली.

‘‘हो ना! केस आमच्यासारखी झाली; पण फाशी मिळाली नाही. जन्मठेपेवरच भागलं,’’ दादासाहेब म्हणाले. सवयीप्रमाणे ते हसलेही व त्यांनी माईंकडे निर्विकारपणे पाहिले. माईंना पातळ चापूनचोपून नेसण्याची फार आवड होती आणि त्यामुळे त्यांचे पूर्ण तारुण्य कपड्यांच्या रेषेबाहेर येई. त्या नेहमी साटीनचे ब्लाऊज वापरत, आणि त्यांच्या झगझगीत वळशांवर नजर फिरताना कोणाच्याही बाबतीत ती लालसेने रक्तरेषेप्रमाणे झाली असती. त्या पुष्ट, आग्रही देहाला आपण केव्हा स्पर्श केला होता हे दादासाहेबांना आठवले; पण तसा स्पर्श करण्याची तीव्र इच्छा होऊन किती वर्षे झाली हे त्यांना आठवेना. ते संध्याकाळी परत येत त्या वेळी त्या बहुधा क्लबला गेलेल्या असत. जेवायच्या वेळी त्या इतर बायकांविषयी बोलत. कलेक्टरिणीची नवी कार, नलू बापटचा हेअर-डू, आणि अलिमचंदानीची नवी नवी, उंच उंच किमतीची, जास्त जास्त झिरझिरीत पातळे... रात्री दादासाहेब कागदपत्र वाचीत असताना त्या अंथरुणात असत. अनेकदा घोड्याच्या शेपटीसारखे केस बांधून, कुठल्या तरी देशात हिंदी संस्कृतीची प्रतिनिधी असल्याप्रमाणे त्या

बिनबाह्यांचे माडाम-ब्लाऊझ घालून रेडिओपुढे पसरत. एकंदरीने खाऊन सोकावलेले, जिरॅनियमचे आयुष्य! वांझोटे जिरॅनियमचे झाड!

"हो, पण तुला कसं समजलं इतक्यातच?"

"मला ना?" लाडीकपणे माई म्हणाल्या, "डॉक्टर कोर्टाकडे गेले होते. त्यांचं कसलं तरी काम होतं. तिथून ते सरळ इकडेच आले." त्यांना माडीकडे तोंड वळवले व हाक मारली, "डॉक्टर, चहा झाला असल्यास या इथंच."

हातरुमालाच्या घडीने ओठ टिपीत डॉक्टर खाली आले व दादासाहेबांच्या शेजारी खुर्चीवर बसले. त्यांच्या हातात पूर्ण उमललेले नीग्रेटा फूल होते. ते त्यांनी आपल्या स्वच्छ नेहरूशर्टाच्या काजात खोवले. दादासाहेबांनी किंचित हसून सिगरेट पुढे केली. डॉक्टरांनी टचटचीत हिरवट शिरा असलेला अशक्त हात पुढे केला व सिगरेट उचलली. त्यांनी ती पेटवण्याचा प्रयत्न केला; पण हात सारखा थरथरत असल्यामुळे ती पेटेना.

मग दादासाहेबांनी काडी धरली व डॉक्टरांनी विमनस्कपणे एक झुरका घेतला.

"मला कोर्टातच समजलं. काँग्रॅट्स्!" ते म्हणाले.

"थँक्स!" त्याच ताणलेल्या हसण्यामागून दादासाहेब म्हणाले व गप्प झाले.

डॉक्टर रात्रंदिवस काळा चष्मा वापरीत. त्यामुळे त्यांचा पेरवासारखा चेहरा अपुरा वाटे, व तोदेखील नेहमी उन्हात असल्याप्रमाणे तापलेला लालसर वाटे. ते दादासाहेबांपेक्षा सात-आठ वर्षांनी लहान होते. परंतु त्यांचे केस अगदी विरळ झाले होते. त्यांच्याकडे पाहताना दादासाहेबांना वाटले, पाहता पाहता हा माणूस डोळ्यांसमोर अगदी किडून गेला. प्रथम त्यांनी प्रॅक्टिस सुरू केली त्या वेळी प्रकाशाचे पातळ पापुद्रे काढणाऱ्या धारदार इस्त्रीच्या सुटात ते फार रुबाबदार दिसत. त्यांच्या दवाखान्यापुढे मोटरींची रांग असे. पण टी. बी. हॉस्पिटलमध्ये ठेवलेल्या एका वकिलाच्या, साटिनी डोळे आणि धगधगीत रेशमी अंग असलेल्या बायकोला घेऊन ते खूप फिरले, आणि त्यांचे नाव घटस्फोटाच्या खटल्यात अडकले. तो खटला काढून टाकला गेला; पण तेव्हापासून डॉक्टर खचले ते कायमचेच. त्यांच्या आयुष्याचा कणाच कुणी तरी काढून नेला. प्रॅक्टिसवरील त्यांचे लक्ष उडाले. महिना महिना ते दवाखान्यात येत नसत. रात्री झडणाऱ्या रंगीत मैफली आता एकाकी होऊ लागल्या. संध्याकाळी ते क्वचितच शुद्धीवर असत. दोन-चार वर्षांत त्यांनी स्वत:ची सारी घरे विकून टाकली. आता ते समोरच्या छोट्या घरात राहत, व त्याचे सहा महिन्यांचे भाडे त्यांनी दादासाहेबांना पोहोचवले नव्हते. प्रॅक्टिस सोडून इतके दिवस झाले, पण ते नेहमी गळ्याभोवती स्टेथास्कोप बाळगीत. पूर्वायुष्यातील ती एक चिंधी आयुष्याला लावून ते थरथरत्या हातांनी ग्लासभर व्हिस्कीत तरंगत राहिले होते.

त्यांनी हातरुमालाची घडी केली. खिशातील किल्ल्यांचा जुडगा, नोटा काढून टेबलावर ठेवल्या. मग हातरुमाल व्यवस्थित खिशात ठेवून सारे सामान पुन्हा परत ठेवून दिले. नोटांवर निळसर दोरा होता हे दादासाहेबांनी पाहिल्या न पाहिल्यासारखे केले. माई काही तरी म्हणत होत्या. डॉक्टर मागे रेलून भकास चेहऱ्याने दादासाहेबांच्या सिगरेटचा धूर सोडीत होते.

''आज डॉक्टरांना जेवायला बोलवायला हवं,'' माई पुन्हा लाडीकपणे म्हणाल्या, ''आज तुम्ही केस जिंकलीत ना!''

''ओ यस्! जरूर!'' हसून दादासाहेब म्हणाले, ''मला वाटलं, तू आधीच त्यांना सांगितलं असशील. आपली ती इतक्या दिवसांची पद्धतच आहे.''

डॉक्टरही किंचित हसले. त्यांच्या हसण्यात कुत्सिततेची झाक होती. त्यांनी आणखी एक सिगरेट हक्काने घेतली व मोठ्या प्रयत्नाने पहिल्या थोटकावर पेटवली.

''बरं का डॉक्टर, मग जेवूनच जा आता तुम्ही. तोपर्यंत मी थोडे कागदपत्र पाहतो उद्याचे,'' उठून दादासाहेब म्हणाले, ''आणि डॉक्टरना कंटाळा येणार नाही हे पाहण्याची जबाबदारी तुझी बरं का!''

माईंनी आपले सारे अंग मत्स्यकन्येच्या डौलाने हलविले. ते एक मद्यपात्र असल्याप्रमाणे त्यांचे त्यातील तारुण्य धुंद लचकीने हलले व स्थिरावून पुन्हा टपून राहिले.

''म्हणजे मी डॉक्टरांना गाणं म्हणून दाखवीत बसू की काय?'' सापाच्या खवल्याखवल्यांची गळ्यातील सोन्याची माळ बोटाने फिरवीत त्या म्हणाल्या. त्यांचा आजचा ब्लाऊज फारच उतरत्या गळ्याचा होता, आणि माई फारच आकर्षक गोऱ्यापान होत्या. त्या मांसल गोऱ्या शरीराची धुंद नाडी असल्याप्रमाणे ती माळ चमकली. चमकली आणि स्थिर झाली.

दादासाहेब आपल्या ऑफिसात आले. कातडी बांधणीच्या जाड जुन्या पुस्तकांच्या सान्निध्यात त्यांना हायसे वाटले. खरे म्हणजे आता दोन दिवस त्यांना काही काम नव्हते. फार दिवस विश्रांती मिळाली नाही तेव्हा हे दोन दिवस पूर्णपणे बागेत काढायचे असे त्यांनी ठरवले होते. पण बाहेरच्या त्या वातावरणात बसावे असे त्यांना वाटेना. कशाने तरी डागळलेली, भुई पोखरून खालच्या दमट, अंधाऱ्या जागेत हिंडणारी ती माणसे, – त्यांच्या समोर ते मुखवट्याचे हसणेदेखील टिकवणे त्यांना फार कठीण वाटू लागले. माईंनी आपले आयुष्य सिनेमाचा पडदा केले होते. टेबलावरचे नुसते वर्तमानपत्र घेतानासुद्धा जर कुणी पाहत असेल तर ती अंगाला अकारण लचके देते, पदर जरुरीपेक्षा जास्त बाजूला करते, आपण अत्यंत धूर्तपणे वागतो या समजुतीने सुधीर मूर्खासारखा वागतो, – खिशातून पाचदहा रुपये चोरतो.

त्याच्या हातून कधी मोठी चोरी व्हायची नाही. सारे आयुष्य पणाला लावून चंद्रज्योतीप्रमाणे क्षणात जळून जावे असला जुगार त्याच्याकडून कधी व्हायचा नाही. एक सिक्वेन्स, पै-पॉइंट, याच हिशेबाने तो आयुष्याचा रतीब घालील. अळीसारखे आयुष्य कुरतडेल. अळीसारखाच कुणाच्यातरी पायाखाली टचदिशी चिरडून मरेल! आत्ताच उघड्या पायाखाली अळी चिरडल्याप्रमाणे त्यांना एकदम मलिन वाटले, व त्यांनी सुधीरला मनातून हाकलले.

पण त्यांना राग आला तो डॉक्टरांचा. त्यांनी बनवलेल्या कोणत्याच पिंजऱ्यात ते सापडेनात. हा माणूस काळा चष्मा घालून आपल्यासमोर ऐटीत बसतो. थरथरत्या हाताने आयुष्य कुरवाळतो. आपले फूल, सिगरेट, आणि पत्नीही हक्काने घेतो. पण त्याच्या वागण्यात आपण या दादासाहेबाला फसवत आहो असा छुपेपणा, धूर्तपणा तरी असायला हवा होता. या त्यांच्या ताठरपणामुळे दादासाहेबांना गोंधळल्यासारखे वाटू लागले. बाकीच्या माणसांत ते मुखवटा घालून हिंडत; त्यांच्याकडे तिसऱ्या डोळ्याने पाहत. ते सारे प्राणी त्यांनी आपल्या जाळ्यात धरले होते. कोणत्याही क्षणी आपण त्यांचे मुखवटे टरकावून काढू हे त्यांना समाधान होते. पण हे डॉक्टर? आपल्यापेक्षाही एक जास्तीचा पदर त्यांच्या हातात आहे की काय?

दादासाहेबांना फार अस्वस्थ वाटू लागले. यल्लूभीमादेखील जाळ्यात सापडला नव्हता. त्याने का केले हे सारे? त्या बाईसाठी? छे:! ते त्याच्या बाबतीतही शक्य नव्हते. शिक्षा झाल्यावर सगळ्यांना नमस्कार करणारा यल्लूभीमा त्या बाईकडे ढुंकूनही न पाहता चालता झाला. कधी त्याने तिची एकदाही भेट घेतली नाही. आणि एकदा तुरुंगाचे दरवाजे बंद झाले की तो त्यांच्यामधून पुन्हा जिवंत बाहेर येईलसे वाटत नव्हते. मग का? कशासाठी? शिवाय, त्यालादेखील त्या बाईने केलेला विश्वासघात हा धक्का देण्याइतका नवा अनुभव वाटला असेल? चाळीस-पन्नास वर्षे जगलेल्या पुरुषाला--सापाला विष असते, वाघळाला घाण असते, त्याप्रमाणे स्त्रीला निर्लज्जपणाचे अंग असते, ही गोष्ट माहीत नसेल? साप अंगाखांद्यावर खेळवता येतो खरा; पण त्याने दंश केला तर कुणाला आश्चर्य का वाटावे? मग यल्लूभीमाने कुऱ्हाड का उचलली? देवाण्णाबरोबर त्या बाईचीही का खांडोळी केली नाहीत? त्या वेळी कोणती भावना त्याच्या मनात ठसठसली?

इतके दिवस झाले;पण आपल्या मनात तरी कोणती भावना आहे! डॉक्टर आपल्या गैरहजेरीत येतात, तासनूतास माईशी बोलत माडीवर बसतात, हे सगळ्यांना माहीत आहे. सुधीरला, रामाला, स्वैपाकिणीला. माहीत नाही ते फक्त आपल्यालाच! त्या माईविषयी काय वाटते आपल्याला?... दादासाहेबांनी आपले मन तपासण्याचा प्रयत्न केला. पण तेथे आकार असलेले काही नव्हतेच. तोंड न फुटलेल्या सुजेप्रमाणे

सारे बेढब, निर्जीव! ईर्ष्येने त्यांनी माईंना घरात आणले, त्याच वेळी उन्माद संपला. शिकारच संपली आणि तीदेखील येथे आली ती जाळ्यात सापडलेल्या श्वापदाप्रमाणे! पण तिला आपल्या एकेकाळच्या श्रीमंतीचा कधीच विसर पडला नाही. चहात चमचा ठेवून दादासाहेब कधीतरी चहा पिऊ लागले की ती थट्टेच्या स्वरात म्हणे, 'अजून माधुकरीच्या आयुष्याचा रंग तुमच्यावरून गेला नाही!' प्रथम प्रथम दादासाहेबांना या थट्टेतील धार जाणवे; तिच्यातील विषामुळे दिवस बिघडे. पण नंतर त्यांना समजले, – बस्स, ही फक्त सुटण्याची धडपड आहे, पाय झाडणे आहे, असहाय चावरेपणा आहे. तिला वाटते, आपण यांना फसवत आहो; पण आपण फसवले जात आहो याची आपल्याला पूर्ण जाणीव आहे. ती जाळ्यात आहे व जाळ्याची दोरी आपल्या हातात आहे. मग मात्र दादासाहेब हसत. डॉक्टरांप्रमाणे हातरुमालाने ओठ नाजूक टिपणे त्यांना कधीच जमले नाही. ते आपल्या कारकुनाबरोबरही सेकंडक्लासमध्ये बसून आनंदाने सिनेमा पाहत. माई? हो! डौलदार अंगाची, चापूनचोपून कपडे घालणारी स्त्री! पण तिच्याविषयी तुम्हांला काय वाटते? काहीसुद्धा नाही. सुधीर? आईच्या डोळ्यांसाठी त्याला पाच-दहा रुपये द्यायचे. त्याने ते डोळे गहाण ठेवायचे व पैसे उचलायचे, हा रोखठोक व्यवहार. त्यात रक्ताचा एक थेंब हलत नाही; पण डॉक्टरांविषयी मात्र दादासाहेबांना संताप वाटला. पण का, हे समजेना. पण मग एकदम ठसठसणाऱ्या वेदनेला हात लागावा त्याप्रमाणे त्यांना चमकून वाटले, हा राग विश्वासघाताचा आहे! माईच्या नव्हे, तर डॉक्टरांच्या. आपल्यासारख्याच एका पुरुषाच्या. माई काय स्त्रीच आहे. डॉक्टर नाही तर वैद्य, नाही तर प्राध्यापक, अगदीच नाही तर भूगोलाचा मास्तर! वेली काय, वनिता काय, टेकण्यासाठी उकिरड्याच्या भिंतीवर चढतील. पण अरे, डॉक्टर हा पुरुषच. त्यातही कुणी अनोळखी, वाटेवरचा वाटसरू नव्हे. आपल्या घरी अनेकदा अन्नाचा तुकडा मोडलेला! त्याने तरी अशा प्रसंगी आपल्याला आधार द्यायचा, आपुलकीने आपल्या मदतीला धावायचे!...

या क्षणी दादासाहेबांना यल्लूभीमा समजला. त्या साऱ्या संघर्षात ती बेरड बाई अगदीच क्षुद्र होती पण देवाण्णाला समजायला पाहिजे होते की ती भावाची हत्या आहे. खरा खुनी तोच होता. त्या विश्वासघाताने यल्लूभीमा पेटला. आणखी इतर कोणा पुरुषाचा विश्वासघात नको, म्हणून त्याने देवाण्णावर कुऱ्हाड घातली, आणि तो वणवा संपल्यावर राख होऊन सगळ्यांना नमस्कार करून यल्लूभीमा निघून गेला!

पण नाहीच. यल्लूभीमा अद्यापही त्यांच्या जाळ्यात सापडला नाहीच. निव्वळ हूल दाखवून तो निसटला. कारण महत्त्वाचा प्रश्न तसाच राहिला. हेच जर कारण होते तर तो एक महिनाभर का थांबला? यल्लूभीमाचे मळके कपडे, त्याने नमस्कारासाठी उचललेले कुत्र्याच्या पायासारखे हात, यांची जणू एक बाहुली होऊन दादासाहेबांच्या

डोळ्यांना चिकटल्याप्रमाणे तो त्यांच्या नजरेसमोरून हलेना. आता त्याची त्यांना फार चीड आली. त्यांना वाटले, त्याला फाशीच व्हायला हवी होती. त्या उंच, शिरांचे भेंडोळे असलेल्या मानेभोवती दोरीचा करकचून पाश पडायला हवा होता, आणि दाबलेल्या फळांतून बिया बाहेर निसटाव्यात त्याप्रमाणे ते बटबटीत डोळे बाहेर लोंबायला हवे होते. कुठल्या भिकार खेड्यातला हा प्रेतासारखा माणूस. स्वत: जन्मठेपेला जाताना नमस्कार करून ही अशी शिक्षा आपल्याला देण्याचा त्याला काय अधिकार होता? आपल्यासमोर नमस्कारासाठी हात उचलताना त्याच्या चेहऱ्यावर कुत्सितता असली पाहिजे – होतीच, – 'डॉक्टर आले आहेत' म्हणून सांगताना सुधीरच्या आवाजात होती तसली. आपल्याकडे पाहताना, आपली सिगरेट घेताना, निळ्या दोऱ्याने बांधलेल्या नोटा राजरोसपणे आपल्यासमोर ठेवताना डॉक्टरांच्या वागण्यात दिसली तसली कुत्सितता.

जंगलात वणवण हिंडत असल्याप्रमाणे दादासाहेबांना गोंधळल्यासारखे होऊ लागले. श्वापदाचा माग लागेना. पाऊवाट दिसेना. तोच मागच्या झाडावरील फांदीवरून साप सळसळ उतरावा त्याप्रमाणे त्यांच्या मनात एक संशय आला आणि त्यांचे सारे जीवनच हादरून गेल्यासारखे झाले... असे असेल का? आपल्याला सारे माहीत आहे, ही गोष्ट डॉक्टरांनाही माहीत असेल का?...

आणि त्या विचाराने मात्र त्यांचा ताबा सुटला. डॉक्टरांना माहीत आहे म्हणजे माईलाही माहीत असणार. म्हणजे आपण त्यांच्यावर जाळे टाकून आहो ही आपली आतापर्यंतची समजूत वेडगळपणाची होती तर! उलट, त्या दोघांनी मात्र आपल्या छातीत भाला रोवून आपल्याला आयुष्यात खिळून टाकले आहे. या जाणिवेने त्यांना आतापर्यंतच्या आपल्या आयुष्याची अर्थहीनता एकदम बोचू लागली, व स्वत: पोखरल्यामुळे अगदी किडून गेलो असे त्यांना वाटू लागले. सिगरेट उचलणारे वकील, नीग्रेटा हुंगणारे डॉक्टर, लाडीक बोलणारी माई, ही सारी आपापल्या जाळ्यातून सुटून त्यांच्याभोवती श्वापदांप्रमाणे ओरडत फिरू लागली, आणि ते स्वत:च त्या जाळ्यात सापडल्याप्रमाणे त्यांचे मन सुटण्यासाठी धडपडू लागले! हे सारे आपल्या आयुष्याचे श्रेय! हे असे आहे, हे असे घडते, हे पाहत आपण वेड्यांच्या जगात जास्तच वेडाचे सोंग घेऊन वावरलो. नाटकात एक लहानसे नाटक केले. एकेक अळी ज्ञानाचा कण म्हणून उचलली व डोक्यात साठवली. आणि शेवटी समजले काय? तर ज्याला आपण सोंग समजलो तेच आपले खरे स्वरूप ठरले. पारधी होताना आपलीच पारध होऊन गेली!

आता मात्र साऱ्या गोष्टींचा निर्णय घेतला नाही, तर आपल्या आयुष्याला सडलेल्या प्रेतापेक्षा जास्त किंमत राहणार नाही, असे त्यांचे ठाम मत झाले. ते

खुर्चीमधून उठले व ऑफिसमध्येच येरझाऱ्या घालू लागले. एक महिन्याने का होईना, यल्लूभीमाने निर्णय घेतला. आपल्यालाही तो केव्हातरी घेतलाच पाहिजे. नाही तर त्याचा नमस्कार आपला कायमचा पाश म्हणून राहील. आपण त्याला जन्मठेपेला पाठवला; पण कुत्सित हसून रोडक्या हातांच्या नुसत्या हालचालीने तो जाताजाता आपल्याला जन्मठेप देऊन जाईल!

त्यांच्या येरझाऱ्या वाढल्या व डोक्यात तापलेल्या तारांची गुंतवळ फिरू लागली. इतक्यात रामा त्यांना बोलवायला आला. त्याचा किंचित बेफिकीर आवाज ऐकून ते संतापले. ''बराय! तू नीघ इथून!'' ते खेकसले. तुलाही सारे माहीत आहे, मला माहीत आहे हेदेखील! म्हणून हा उर्मटपणा येतो आवाजात. पाठ फुटेपर्यंत फोडून काढले पाहिजे हरामखोराला! रामा क्षणभर खिळल्यासारखा झाला व आपण काय केले हे त्याला समजेना. पण तो लगबगीने बाहेर आला व उगाचच फडके झटकू लागला.

दादासाहेब जेवणासाठी मधल्या सोप्यावर आले त्या वेळी माई आधीच टेबलाशी बसल्या होत्या. डॉक्टर नीग्रेटाचा सुगंध हुंगीत, कोपऱ्यातील टेबलावर असलेल्या, सोंडेचा विळखा घालून हात उमळून टाकणाऱ्या हत्तीच्या आकृतीकडे पाहत होते. दादासाहेबांनी खुर्ची ओढली व ते बसले. माईंनी आपल्या भुवया उंचावल्या व आपली नापसंती त्यांना कळावी म्हणून त्या बराच वेळ तशाच ठेवल्या. परंतु त्यांनी माईंकडे बांधलेल्या म्हशीकडे शिकाऱ्याने उपेक्षेने पाहावे त्याप्रमाणे पाहिले व उदबत्तीचा धूर सरळ डोळ्यांत येत होता म्हणून झाड बाजूला सरकवले. डॉक्टरांनादेखील आश्चर्य वाटले. इतक्या वेळा त्यांनी त्या टेबलावर जेवण केले; पण पाहुणा बसण्याच्या आधी दादासाहेब खुर्चीवर बसलेले त्यांना आठवले नाही.

अखेर डॉक्टर आपण होऊनच खुर्चीवर बसले व त्यांनी नीग्रेटा बाजूला ताटाजवळ व्यवस्थित ठेवला. माईंनी थोडा आग्रह केला. डॉक्टरांनी थोडे जास्त खाल्ले. दादासाहेबांचे जेवणाकडे लक्ष नव्हते. त्यांनी अन्न चिवडल्यासारखे केले, आणि तिकडे कुणाचे लक्षही नव्हते. स्वैपाकीण वाढताना किंचित हसत आहे असे त्यांना वाटले. आणि तिचे बावळट, साबणाच्या तुकड्यासारखे हसणे पाहून त्यांची खाण्याची इच्छाच गेली. माईंना जेवणासाठी पोषाख बदलण्याची गरज नव्हती; पण त्यांनी एक तलम रेशमी पातळ काढले होते. केसही पुन्हा रचल्यासारखे दिसले. त्या किंचित पुढे वाकल्या की अत्तराचा मंद मोगरी वास जाणवत असे. इतर वेळी त्या अत्तराच्या गंधाने दादासाहेबांना प्रसन्न वाटले असते. पण डॉक्टरांच्या लिबलिब ओठ हलवण्याने, त्यांच्या आवाजाने, गिळताना हलणाऱ्या गळ्यातील गाठीच्या वरखाली होण्याने त्यांची डोकेदुखी वाढली. फसवले जात आहो असे दाखवून आपण फसत नव्हतो. हे आपले सामर्थ्य होते. सामर्थ्य? की दुबळेपणाची विशिष्ट रीत होती ती? आणि सारा

वेळ लालसर चेहऱ्याचा हा डॉक्टर आपल्यापेक्षाही एक धागा जास्त घेऊन आपल्याला जाळ्यात कोंडत होता; ते ओलसर ओठ दुमडून आपली असहायता पाहत होता. आपले मंत्रनाम शत्रूला समजल्याप्रमाणे दादासाहेबांचे सामर्थ्यच ओसरले आणि त्यांना दुबळे व चिरडल्यासारखे वाटू लागले. त्यांना तेथे बसवेना. डॉक्टर कोणत्यातरी सिनेमाचे कथानक सांगत होते, माई टेबलावर हात टेकून कौतुकाने ऐकत होत्या, मोगरा मंदपणे हलत होता, स्वैपाकीण हसत होती. नीग्रेटा ताज्या रक्ताच्या डागाप्रमाणे तजेलदार स्थिर होता, आणि सांदरीत सापडलेल्या जनावराप्रमाणे दादासाहेब अंग आखडून खुर्चीत पडले होते. त्यांनी हाताची बोटे घट्ट आवळून धरली. त्यात त्यांनी डॉक्टरांचा गळा पकडला व तो पिळून सावकाश फिरवला. त्यांचा आवाज घरघरून थांबल्यासारखा झाल्यावर ते टेबलावरून उठले.

जेवणानंतर डॉक्टर उठले व जायला निघाले. दादासाहेब बाहेर खिडकीपाशी उभे होते व पितळी भांड्यातील पामवरील धूळ टिचकीने उडवीत होते. त्यांचे मन आता पूर्ण ताणले होते. त्यांनी आयुष्याला एक प्रश्न विचारला होता व ते उत्तराची वाट पाहत उभे होते. आता निकालाची वेळ होती, आणि यल्लूभीमाप्रमाणे ते पिंजऱ्यात उभे होते. माई बाहेर आल्या व त्यांनी सुवासिक सुपारीचे सफरचंद डॉक्टरांपुढे धरले. त्यांनी नाजूक चिमूट घेतली व ते दादासाहेबांजवळ आले.

"पुन्हा काँग्रेट्स दादासाहेब! दररोज मी जेवायला यावं, इतकं यश यावं तुमच्या वाट्याला," ते म्हणाले व थरथरणारा हात त्यांनी पुढे केला. दादासाहेबांनी सवयीप्रमाणे 'थँक्स' म्हटले; पण त्या हाताला स्पर्श केला नाही. सापाच्या डोळ्यांनी आकृष्ट केल्याप्रमाणे त्यांचे सारे लक्ष शर्टात पुन्हा खोचलेला नीग्रेटा, नोटांवरील निळसर दोरा, काळा चष्मा, लालसर चेहरा यांच्याकडे होते. या सगळ्यांचे एका मागोमाग आपल्यावर रंगीत डाग पडत आहेत असे त्यांना वाटले, व त्यांनी पाठ वळवली.

मागे माईंनी डॉक्टरांना खूण केली व त्या मोठ्याने म्हणाल्या, "डॉक्टर, तुमचा स्टेथास्कोप वरच राहिला वाटतं?"

"अरे हो की!" डॉक्टर म्हणाले. ते हसलेही. "बाकी विशेष काही त्याची जरुरी भासली नसती म्हणा." ते जिना चढून जाईपर्यंत माई थांबल्या. नंतर त्या अधीरपणे म्हणाल्या, "यांना तो मिळतो की नाही कुणास ठाक! नाहीतर असायचा एकीकडे आणि शोधत बसतील दुसरीकडे." त्यांनी मान हलवली. माणकांच्या कुड्यांवरून प्रकाश झळझळला, रक्ताचा थेंब इकडून तिकडे गेल्यासारखा झाला, आणि दात आवळल्यामुळे आपल्या तोंडात रक्तबिंदू येणार असे दादासाहेबांना वाटले. माई चटचट वर गेल्या. त्यांचा पदर सरकून खांद्याच्या अगदी टोकावर आला आणि त्या वळल्यावर

पदरावरील शेवटची जरीपट्टी भाजल्याप्रमाणे चमकून त्यांच्या मागे नाहीशी झाली.

दादासाहेब खिडकीपाशी राहिले. भिंतीवरील घड्याळाचा लंबक टकटक आवाजाचे थेंब टाकीत हलत होता. डॉक्टर येईनात. दादासाहेब आत गेले व त्यांनी जेवणाच्या टेबलावरून स्टेथास्कोप बाहेर आणला. तो त्यांनी पितळी भांड्याआड ठेवला व ते गजांना धरून उभे राहिले.

आता डॉक्टर खाली आले, — पण एकटेच!

''माई दमल्या आहेत. त्या आता खाली येणार नाहीत म्हणे!'' न विचारताच डॉक्टर म्हणाले. दादासाहेबांनी घड्याळाकडे पाहिले. नऊला अद्याप पाच मिनिटे होती. म्हणजे डॉक्टर अवघी दहा मिनिटे वर गेले होते. पण तेवढ्या अवधीत दादासाहेब दोन जन्मठेपा भोगून बसले होते.

''पण तुमचा स्टेथास्कोप मिळाला का?'' त्यांनी विचारले.

''हो तर! मिळाला की!'' खिशावर हात आपटीत डॉक्टर म्हणाले व हसले — राजरोसपणे कुत्सिततेने.

दादासाहेबांचा ताबा सुटला व डोळ्यांसमोर काहीतरी लालभडक दिसले. ओठांवरून जीभ फिरवली. मुखवट्यामागे चेहरा असून चालत नाही. तो आहे असे कधीतरी दाखवणेही जरूर असते असे त्यांना क्षणभर वाटले. छट्! तसे नाही. तो खरा चेहरा फक्त स्वत:लाच माहीत असावा. त्यापेक्षा दुसऱ्याचा मुखवटा टरकावून त्यामागचा चेहरा पाहावा. पावलांवरून माग काढता यावा, पण पारध्याने स्वत:चा मात्र माग मागे ठेवायचा नसतो. त्यांना वाटले, हा क्षण काळ्या स्फटिकाचा आहे. त्यात आता आपला तरी चेहरा स्वत:ला दिसला पाहिजे किंवा डॉक्टरांचा तरी. त्यांचा हा लालसर, निर्जीव चेहरा खरवडून काढून त्यामागे काय आहे हे पाहिलेच पाहिजे.

— नाही तर आयुष्य म्हणजे जन्मठेप होऊन जाईल!

रामाने मघा खिडकीत ठेवलेला बुरुडाचा कोयता त्यांनी हळूच उचलला व त्याच्या धारेवर प्रकाशाबरोबरच आपली नजर फिरवली. त्या जड वस्तूमुळे त्यांच्या भरकटलेल्या मनाला नांगर मिळाला.

''बराय्, गुड नाइट!'' वहाणांत पाय सरकवीत असता डॉक्टर म्हणाले, व मान वर करून त्यांनी पुन्हा एकदा हात पुढे केला.

पण दोन्ही हातांनी कोयता धरून स्तब्ध उभ्या असलेल्या दादासाहेबांना पाहून त्यांचा हात कोयत्याने छाटल्याप्रमाणे सटकन् खाली आला. त्यांचे पाय वितळल्यासारखे झाले. चेहरा सोलल्याप्रमाणे होऊन त्यावरील हटेल उर्मटपणा नाहीसा झाला. आंधळ्या बोटांची धडपड करून त्यांनी चेहऱ्यावरून काळा चष्मा ओरबाडून काढला व फुटून चिंब झालेल्या आवाजात विचारले, ''दादासाहेब, ऑ? हे — हे काय?''

त्यांच्या फिकट, नासलेल्या मांसासारख्या चेहऱ्याकडे पाहून दादासाहेबांना उमळून आले. डोळे तर अधूच होते, व ते आता भीतीने निर्जीव झाल्यामुळे दोन किडे चिरडून चेहऱ्यावर टोचल्याप्रमाणे दिसत होते. एक परपुष्ट अळी समोर उभी राहून 'हे काय' असे विचारीत होती. दोन काड्यांनी धरलेली अळी भेदरून लांब व्हावी, आखडावी व पुन्हा पसरावी त्याप्रमाणे त्यांचे सारे आयुष्य समोर वळवळत आहे, हे दादासाहेबांना जाणवले. त्यांच्या हातून कोयता चारसहादा फिरल्यासारखा झाला. दर खेपेला अळीचे अंग छाटून एक चकती उडत होती. पण कुठेच लालसर, उष्ण रंगाची चिळकांडी नाही. निवळ काळसर हिरव्या द्रव्याचे बुडबुडे. एक चकती निघाली की उरलेला भाग विचारी. 'हे काय?' व पुन्हा दुसरी चकती निघायची. दादासाहेबांचे मन शिसारीने भरले व त्या दुर्गंधामुळे त्यांचे डोके भणभणू लागले. त्यांनी डोके हलवले. अळी, हिरवट द्रव, उडून पडलेल्या चकत्या, -- सारे कोपऱ्यात पायाने ढकलल्याप्रमाणे समोरून नाहीसे झाले.

समोर डॉक्टर उघड्या, दुबळ्या चेहऱ्याने त्यांच्याकडे पाहत उभे होते.

याला मारायचे? याला शिक्षा देऊन त्यावर आपल्या आयुष्याचा डोलारा उभा करायचा? त्यांना वाटले, म्हणावे, — 'जा, चालता हो! माईला घेऊन जा. निळसर दोऱ्यांनी बांधलेल्या आणखी नोटा घेऊन जा. तुला शिक्षा कसली? शिक्षेला, सुडाला माणूस बरोबरीचा हवा. आत्ताच तुझं सारं आयुष्य उलटीप्रमाणे गळ्यापर्यंत आलं. भीतीमुळे चोरटे सुख नासून गेले. तुझ्यावर कसला सूड?'

पण मुखवट्यामागचा तो चेहरा पाहून दादासाहेबांचा सारा आत्मविश्वास परत आला. एका फटकाऱ्याने त्यांनी भोवती ओरडत हिणवत हिंडणारी सारी श्वापदे पुन्हा जाळ्यात पकडली. ते एकदम नम्र झाले व सौजन्याने हसले. ''आय ॲम् सॉरी, डॉक्टर!'' ते म्हणाले, ''काही विशेष नाही. बुरडाचा कोयता इथं खिडकीत होता. तिथून तो कुणाच्या तरी पायावर पडेल म्हणून मी खाली जमिनीवर ठेवणार होतो...'' दादासाहेब खाली वाकले. डॉक्टरांच्या छातीवरून पडलेला नीग्रेटा त्यांनी उचलला व तो अदबीनं डॉक्टरांपुढे धरला. ''हे तुमचं फूल. खाली पडलं होतं.''

डॉक्टर लगबगीने निघून गेले. दादासाहेबांनी एक दिवा घालवला व अद्याप सुधीर येणार असल्यामुळे दुसरा तसाच ठेवून ते ऑफिसमध्ये आले.

पारध्याचा दिवस संपला होता!

हंस : दिवाळी १९६१

तु ती

आम्ही मल्लाप्पा कासाराच्या घरी राहत होतो. ते घर फार मोठे होते. त्याला दोन्ही बाजूंनी कट्टा होता आणि त्याला लोखंडी कड्या होत्या. त्या घराला वर माळा होता. तेथून मी कितीतरी वेळा पतंग उडवला होता. काही वेळा पाय घस्सदिशी खाली जाऊन वासा मोडे. त्याची टोके पायाला ओरबडत, व पसाभर माती खाली पडे. मग आतून आई ओरडे, 'कारट्या, उतर तेथून खाली, नाहीतर आणशील सारं घर डोक्यावर!' त्या वेळी अंग चोरून अगदी गप्प राहावे, पाय देखील हलवायचा नाही, नाहीतर वासे करकरतील. मग आईला वाटायचे, मी खालीच आलो, व ती पुन्हा कामाला लागायची. पतंग नसेल त्या वेळी तेथे जमणाऱ्या कबूतरांकडे पाहत सारा दिवस जात असे. ती अगदी ऐटीत छाती पुढे काढून घुमत, आणि एकदम टाळी वाजवली की, फटफट पंख आपटत बाजूच्या घरांवर जाऊन बसत. आमच्या परसात चाफ्याचे फार मोठे झाड होते आणि त्याच्या बाजूला गाठीगाठीच्या अंगाचे शेवग्याचे झाड होते. नाना कधीतरी लवकर उठून शेवग्याची फुले काढत, कारण आईला त्यांची आमटी फार आवडे. मल्लाप्पा आम्हांला एक शेंग काढून द्यायचा नाही; परंतु त्या झाडावर डिंकाचे पांढरे तांबडे गोळे तयार होत, ते मी त्याची नजर चुकवून एका काड्याच्या पेटीत भरून ठेवत असे. त्यांची एक गोळी करून कुणाच्या तरी पाठीला चिकटवली की, शाळेत आम्हांला संध्याकाळपर्यंत हसू आवरत नसे. टोपीच्या मागे कागदाचा तुकडा अडकवून 'शिवाजी, शिवाजी' म्हणून सगळेच ओरडत, पण या गोळ्यांची गंमत निराळी! दुसऱ्या कुणाच्या घरी शेवग्याचे झाड नव्हते. त्यामुळे डिंकाच्या गोळ्या दिल्या की, मला पेन्सिली मिळत; एखाद्या वेळी तर मोराचे पीसही मिळे. आमच्या विहिरीत एक कासवसुद्धा होते, पण मी ते कधी पाहिले नव्हते कारण कृष्णीचे पांढरेशुभ्र हरिणीसारखे वासरू उड्या मारता मारता त्या विहिरीत पडून मेले.

तेव्हापासून आई मला विहिरीकडे जाऊच देत नसे. 'कारट्या, विहिरीत डोकं घातलंस तर हाडं सैल करून ठेवीन बघ!' पण एकदा पाणी ओढत असता सुम्मीने मला हळूच बोलवले व आत दाखवले. पण मला कासव तर जाऊ दे, पण पाणीही दिसले नाही. पण ती आत गेलेली विहीर पाहून मात्र मी घाबरून गेलो. कुणालातरी गिळायचे असल्याप्रमाणे विहिरीने तोंड जास्तच मोठे केले असे मला वाटले, व मी सुम्मीला एकदम चिकटून उभा राहिलो. दोर हातात धरून सुम्मी तशीच राहिली आणि हसू लागली. ती हसली की, देव्हाऱ्यावरच्या पितळी तोरणाचे घुंगूर वाजल्यासारखे वाटत. आई तर म्हणे, 'कारटी हसत नाही, तर गळ्याने नाचते आणि सारखी नाचतेच नाचते!' अनेकदा आईने धपाटा दिला की, पाठ चोळत मी कोपऱ्यात जाऊन बसे. कुणाशी बोलायचे नाही, जेवायचे नाही असे ठरवून मी गाठोडे होऊन बसे. पण सुम्मीने येऊन पाठीवरून हात फिरवला आणि ती हसली की, का कुणास ठाऊक एकदम मला वाटू लागे, 'मारले तर मारले आईने. अंग काही फाटले नाही. निदान गुळाचा खडा तरी मिळाला की नाही खायला!' दोर धरूनच सुम्मी हसत राहिली आणि म्हणाली, ''अहा बघा भागूबाई! विहिरीला घाबरतोय. ती काय गिळतेय की काय तुला?''

संध्याकाळी नाना कचेरीतून परतताना कोपऱ्यावर मल्हारीच्या दुकानाजवळ आले की, मला माळ्यावरून दिसत. येताना ते धोतराच्या सोग्यातूनच आणा-दोन आण्याची भाजी आणत. आम्ही वांग्याची भाजी खाऊन खाऊन कंटाळलो होतो. पण नानांनी भाजी आणली की, ते वांगीच आणत. मग ते एकेक जांभळे गुळगुळीत वांगे आईपुढे ठेवत व चुटकी वाजवत म्हणत, ''वा! आज काय सुरेख वांगी मिळाली! आता भरल्या वांग्यांची भाजी कर, फार दिवस झाले खाऊन!'' मग आई म्हणायची, ''फार दिवस कसले डोंबल! गेल्याच आठवड्यात चारदा झाली की!'' पण घरी दुसरी भाजी असली तरी आई त्या दिवशी वांग्याचीच भाजी करी. नाना कचेरीतून येतानाच कृष्णीसाठी पाच पेंड्या गवत हातात धरून घेऊन येत. पूर्वी गाडीवाला आमच्या दारात येत असे व तो गाडीतील गवतावर उभा राहून 'पन्नास की शंभर?' म्हणून विचारी; आणि तेथूनच मग अंगणात पेंड्या फेकी. ते सारे गवत मग मलाच उचलून गोठ्यात नेऊन ठेवावे लागे. नाना घरी आले की, रुमाल तसाच काढून खुंटीवर ठेवत व मग जाकीट काढत. मग आई त्यांच्यापुढे पाव कप चहा ठेवी. नाना नेहमी पाव कपच चहा घेत, पण दहा-बारा वेळा घेत, आणि कपाला पेला म्हणत. त्यांनी पेला म्हटले की, मी आणि सुम्मी एकमेकांना डिवचून खूप हसत राहायचो. आई पोहे लावत असली तर कधी मला त्यात हात घालू देत नसे. पण नाना मात्र पोहे लावत असतानाच खात. उजव्या हाताने पोह्यांचा घास घेऊन ते डाव्या हातावर ठेवत व मग

तेथून तो तोंडात टाकत. आई म्हणे, ''हे काय लहान मुलासारखं? घरात काही ताटल्या नाहीत की काय?'' मग नाना हात झाडत, ''बऽरं राहिलं!'' म्हणत, व मग सोप्यावर किंवा कृष्णीकडे एक फेरी टाकत. पण ते स्वयंपाकघरात आले की, पुन्हा उजव्या हाताने डाव्या हातावर पोह्यांचा घास! जेवताना ते भाकरीबरोबर हिरव्यागार मिरच्या वाळकासारख्या खाऊ लागले की, आम्ही बघतच राहायचे. ''तुम्हां माकडांना काय चव समजणार त्याची?'' ते मला व सुम्मीला म्हणत, ''कसं असावं? आमच्या गावची नदी. नदीकाठच्या वांग्याची भाजी, गाडगंभर घट्ट चुन्यासारखं दही, आणि शेतातूनच तोडून आणलेल्या ताज्या हिरव्या मिरच्या! वा, कशी गंमत येते माकडांनो! या सुगीला जाऊया हं शेताकडे...'' पण हल्ली ते फारसे बोलत नसत. पाव पेला चहा घेतला की, ते कट्ट्यावर जाऊन कोपऱ्यात बसत, व विड्या ओढत. मल्लाप्पा कासार हल्ली फार वेळा घरी येत होता. आला की मोठमोठ्याने, हातवारे करत कानडीत बोले. आम्हांला ते काही समजायचे नाही. पण ते ऐकून नाना गप्पा का बसतात, हे मला कळतच नसे. मला व सुम्मीला मल्लाप्पाचा फार राग येत असे. एकदा त्याचे रेडकू चुकले, व तो गावभर शोधत होता. पण ते जैन वस्तीमागे चरत होते हे मला माहीत होते. सुम्मीनेही ते बघितले होते. पण आम्ही संध्याकाळपर्यंत काही बोललो नाही. एकदा मल्लाप्पा बोलून गेला तसे नाना ताडताड आत आले. त्यांच्या मिश्या सारख्या हलत होत्या. आम्ही आत चिडीचाप होतो, आणि आई, ओठ घट्ट दाबून संध्याकाळची चूल पेटवीत होती. नाना आत आले, व काही न बोलता त्यांनी आईच्या पाटल्या ओरबडून घेतल्या, आणि डोक्यावर रुमाल आपटून ते बाहेर पडले. डोक्यावर काही न घालता ते कधी बाहेर पडत नसत आई म्हणाली, ''अहो नको या वेळी! लक्ष्मी घरी यायची ही वेळ, तुम्ही उद्या जा. ऐका माझं एवढं.'' पण नाना पायांतही काही न घालता बाहेर पडले. ते नंतर केव्हा परतले कुणास ठाऊक, आई त्या दिवशी जेवली नाही. सुम्मी इतकी सारखी खिदळायची, पण तीही अगदी मुकाट होती. तिने आपले दही मला दिले, आणि त्या दिवशी भाताला, भाकरीला मला अगदी मनाजोगे खूप दही मिळाले!

मग आम्ही दुसरे घर शोधले, पण आमच्या घरी गाय आहे म्हणताच कुणी घर द्यायला तयार होईनात. कृष्णी आता दूध देत नव्हती, पण ती माझ्या लहानपणापासून आमच्या घरी होती. दहा वाजता लंगडा बाबू गुराखी येऊन तिला सोडवून चरायला घेऊन जात असे, व संध्याकाळी तिला मारुतीच्या देवळापर्यंत आणून पोहोचवत असे. गोठ्यात जायचे म्हणजे तिला सारे घर ओलांडून जावे लागत असे. पण वाटेत कधी तांदळाचे सूप किंवा भाजीची बुट्टी असली तरी ती कधी तोंड घालायची नाही. आई तर मला राहून राहून म्हणे, 'बघ कारट्या, ते मुकं जनावर असून शहाणं आहे.

नाहीतर तू! कुठं खोबरं खा, कुठं आमसोल खा, असं सारखं चरत असतोस; खादाड भटजी!' कृष्णी गोठ्यात जाऊन गप्प उभी राहत असे. मग रात्री केव्हातरी नाना तिला दावे अडकवत असत. मला पुष्कळदा वाटे, छान, आता दावे नाही काही नाही. मग कृष्णी पळून का जात नाही? रात्री तिला गवत टाकायला नाना हातात कंदील घेऊन गेले की, तिच्या डोळ्यांवर प्रकाश पडून ते सोनेरी भिंगाप्रमाणे चमकत. तिच्या कपाळावर पिंपळपान होते व नाक केळीच्या सालीसारखे मऊ होते. तिच्यापुढे काहीतरी खायला पुढे केले की, ती हातभर जीभ बाहेर काढून बोटांनाही लावायची, आणि मग माझ्या अंगावर गमतीचा काटा उभा राहात असे. चार-सहा ठिकाणी लोकांनी तिच्यामुळे घर 'देत नाही' म्हणून सांगितले. नाना घरी आल्यावर त्या सगळ्या लोकांना रागाने शिव्या देत. आई गप्प बसे, पण एकदा ती भीत भीत म्हणाली. "आता घरच मिळणार नसेल तर करायचं काय? पाठवून देऊ या का तिला आपल्या एखाद्या रयताकडे?" नाना त्या वेळी जेवत होते. मागचा भात होईपर्यंत ते काही बोलले नाहीत. उठताना त्यांनी हातावर ताक घेतले, व हात धुवायला जाताना ते म्हणाले, "हो, पाठवून देऊ या की तिला खेड्यावर! आज तिला पाठव, आणि उद्या मलाही पाठवून दे."

नानांनीदेखील खेड्यात कशाला जायचे हे मला समजेना. मी आईला म्हटले, "तू नानांना खेड्यात पाठवणार! आणि मग मला देखील?" तो उगाचच आईने माझ्या पाठीत धपाटा घातला, आणि दुसऱ्या बाजूने सुम्मीने चिमटा काढला. नाना आत गेल्यावर त्या एकमेकींकडे पाहून हसू लागल्या. मी मात्र फुकट मार खाऊन खुळ्यासारखा बसलो झालं. अशा वेळी मला दादाची आठवण यायची. सुम्मी आई बोलत असता मी जर तेथे बसलो तर त्या मला म्हणायच्या, "जा की बाहेर लडदू! बायकोळ्यासारखं इथं कशाला बसतोस शेणाच्या पोप्रमाणे?" पण दादा असला की मात्र वाटेल तितका वेळ तेथे बसायला मिळे. सुम्मी काही बोलली, हसली, की तो तिला म्हणायचा, "तू गप्प बस ग बोचरी आजीबाई! तू आधी लुगडं नेसायला शीक, आणि नंतर चुरूचुरू बोल!" त्यांची भांडणे मिटवता मिटवता आई कंटाळून जात असे.पण सुट्टीनंतर दादा कॉलेजला जायला निघाला की, शेवटचे दोन दिवस त्या अगदी घुम्म होत. आई त्याचे कपडे शीव, त्यांना बटणे लाव, त्याचा लाडवांचा डबा भर, असली कामे करत दिवस काढे. तर सुम्मी तो निघाला की, लहान मुलीप्रमाणे रडूच लागे. दादा फक्त माझ्याशीच कधी बोलत बसायचा नाही. शिवाय मला त्याची फार भीती वाटत असे. तो एखाद्या वेळी संतापला म्हणजे त्याचा आवाज फार मोठा होत असे. तो हातात असेल ती वस्तू जमिनीवर जोराने आदळे, दरवाजे फाडफाड आपटे. पण कॉलेजला जाताना तो मला छान वासाच्या व्हॅसलीनच्या रिकाम्या

बाटल्या, शिसपेनी देऊन जात असे. त्याने आपली बॅग उघडली की, तिला फार छान वास येत असे. मला वाटायचे, 'आपणही तसल्या वासाची एक बॅग घेऊन त्याच्याबरोबर खूप हिंडावं.' त्याने दिलेले लालभडक खड्याचे बटण अजूनही असेल माझ्याजवळ कुठेतरी.

अखेर देसाई गल्लीत आम्हांला एक घर मिळाले. ते घर घेऊ नका म्हणून अनेकांनी आम्हांला सांगितले, कारण त्या घरात ब्रह्म होता. सुम्मी आईला म्हणाली, "ब्रह्म असेल तर नको ग आई ते घर!" मी सुम्मीला म्हणालो, "खरंच ब्रह्माचं घर नकोच आम्हांला." खरे म्हणजे ब्रह्म म्हणजे कय हे मला मुळीच माहीत नव्हते. आईदेखील घाबरली होती. पण नाना म्हणाले, "ब्रह्म असला म्हणून काय झालं? खातोय की काय तुम्हांला?" महिना-पंधरवड्यानं एखादा नारळ फोडला की झालं! शिवाय घरी गाय असताना घर द्यायला बसलं आहे कोण?"

मग आम्ही पुष्कळसे सामान अंगाखांद्यावरून आणले. सामान आणताना नाना आईवर खूप संतापले. "कशाला पाहिजे तुला इतकं सामान, इतके पाट, डबे, चुली! तुला सामानाचा मूर्खासारखा हव्यास!" एकदा आरामखुर्ची खांद्यावरून आणताना नाना कशाला तरी ठेचाळले. त्यांनी नव्या घरात बाहेरच ती खुर्ची आदळली व ते ओरडून म्हणाले, "कशाला हवी होती ही खुर्ची तुला? निष्कारण अडचण, पैशापरी पैसा फुकट!" तर आई म्हणाली, "मी कुठं आणली? घरी असावी एक, म्हणून तुम्हीच आणलीत. मी काय बालीस्टर आहे खुर्चीत बसायला? देव्हाऱ्याखालचा चौरंग कोणी आणला? खुंटाळं कोणी आणलं?" नाना म्हणाले, "बराय, बराय. पुढे बोलू नकोस." आणखी मग नानांनी ती खुर्ची अंगणात घातली आणि जेवायला होईपर्यंत ते तिच्यात झोपून राहिले.

हे घर मल्लाप्पा कासाराच्या घरापेक्षा लहान होते; आणि बाहेरच्या खोलीत जमिनीलगतच्या एका मोठ्या कोनाड्यात 'ब्रह्म' होता. ब्रह्म म्हणजे कुंकू, शेंदूर लावून लालभडक केलेला एक मोठा, गुंड, गुळगुळीत दगड. आम्ही कोणी कधी त्याची पूजा केली नाही की त्याच्यापुढे नारळ फोडला नाही. पण त्या खोलीत एकट्याला जायला मला फार भीती वाटे. जमिनीतून कोणीतरी डोके वर काढून लाल डोळ्यांनी आपल्याकडे पाहत आहे असे मला वाटे. सुम्मी मला हसायची. पण नानांचे धोतर वाळत घालायचे असले की, "तुला चिंच देते हं, तुला गुळाचा खडा देते हं," असे म्हणत मला मंगळून ती आत न्यायची. नंतर अनेकदा ती चिंच, गूळ काही द्यायची नाही, काही नाही. उलट, भित्री भागूबाई म्हणत व हात नाचवत मलाच उलट चिडवायची.

येथे आमच्या परसात रायआवळ्याचे, तुतीचे झाड होते. घरमालक जवळ राहत

नसल्याने ती दोन्ही झाडे आमच्या ताब्यात होती. रायआवळ्याला आवळ्याचे घोसच्या घोस लागत. परसात धुणे करायच्या अथवा पाणी ओढायच्या निमित्ताने सुम्मी आली की, ती पाच-सहा आवळे मिटक्या मारीत खाल्ल्याखेरीज आत जातच नसे. तुतीला हिरव्यातांबड्या, अगदी पिकल्या जांभळ्या तुती लागत. पण त्या पिकू लागल्यावर पाच-सहा दिवसांतच मी व सुम्मीने सारे झाड अगदी स्वच्छ रिकामे करून ठेवलेले असे. मग सुम्मी म्हणाली, ''ए खादाडा, आता तू माझ्या आवळ्याच्या झाडाला हात लावशील तर मानेवर झुरळ टाकीन.'' मी म्हटले, ''वा ग वा! तुती खाताना तू माझ्यापेक्षा उड्या मारीत होतीस की! आणि आता आमचं झाड संपलं की म्हणे मानेवर झुरळ टाकते! मग मी आईला सांगतो.'' मग ती म्हणाली, ''आईला सांगितलंस तर मग तुझ्या मानेवर तीन झुरळं टाकते.'' म्हणून मी गप्प बसलो. त्या घरात आल्यावर संध्याकाळी कृष्णीला घेऊन यायचा एक कार्यक्रमच होऊन बसला. ती दररोज नियमितपणे जुन्या घराकडे जाऊन कट्ट्याशेजारी शांतपणे उभी राहायची. तेथले नवे लोक तिला दगड-काठ्यांनी मारत. पण ती हलायची नाही. या घराची सवय व्हायला तिला बक्कळ महिना लागला. तोपर्यंत तिला चक्क मागून घरात ढकालावे लागे, इतकी ती नाखुष असे. त्या घरात ब्रह्म आहे हे तिलाही समजले होते की काय कुणास ठाऊक!

मला शाळेत घातले त्या वेळी मला काहीसुद्धा येत नव्हते. कुडके मास्तरांनी सांगितले, ''जा रे, तू बिगर यत्तेत जाऊन बस!'' तेथे पत्की म्हणून मास्तर होते, ते खुर्चीवर बसल्या बसल्या पेंगत, आणि कुणी दंगा केला तर डाव्या हाताने फाडदिशी मारत. माझ्याजवळ गडूमकाचे पुस्तक किंवा अंकलिपी काहीच नव्हते. एकदा अंकल्पी नाही म्हणून पत्की मास्तरांनी मला हाकलून घातले. ते ऐकून नाना संतापले. ते माळ्यावर चढले, त्यांनी धुळीने भरलेली कागदांची पाचसात गाठोडी खाली फेकली. नंतर त्यांतील कागद, वह्या, पुस्तके साऱ्या माजघरभर पसरून त्यांनी एक जुनी अंकल्पी शोधून काढली. तो सारा पसारा बघून आईने कपाळाला हातच लावला. ती म्हणाली, ''दोन-चार आणे खर्च करून, जळ्लं त्याला नवीनच पुस्तक का आणून देत नाही?'' नाना म्हणाले, ''तू गप्प बस ग.'' नंतर नानांनी अंकलिपीला वर्तमानपत्राचे कव्हर घातले. ''सुम्मे,'' ते ओरडून म्हणाले, ''एक चांगली मोठी सुई घेऊन ये.'' सुम्मी खसाखसा करून सुई शोधू लागली, तो एका कपाटातून खिळे, जुन्या किल्ल्या, लोखंडाचे तुकडे ठेवलेला डबा धडाडा कोसळला, व दोन मिनिटे आमचे कान किटले. नंतर आईनेच सुई आणून दिली. आता, ''ट्वाईनचा घट्टा दोरा घेऊन ये हातभर,'' नाना म्हणाले. ''अहो ट्वाईनचा दोरा घरात कुठला? साखरेच्या पुड्याचा देऊ?'' आईने विचारले. ''काय घर आहे की धर्मशाळा आहे ही? कितीही

आणा, काही वेळेवर मिळत नाही,'' नाना म्हणाले. पुड्याचा दोरा शिवताना तटातटा तुटू लागला. मग नानांनी आईला नकळत जानव्याचा एक दोरा हळूच तोडला, व अंकलिपी शिवून दिली. तिच्यावर तेलाचे दोन डाग असून तिच्या कडा तांबूस, बोंद्र्या झाल्या होत्या. सुम्मीने ती उघडून पाहिली व ती म्हणाली, ''नाना, यात दहापर्यंतचे पाढेच नाहीत. पान फाटून गेलंय!'' नाना रागावून म्हणाले, ''तू तर मोठी शहाणीच आहेस, जा, आत उष्टं-खरकटं कर जा. खरं म्हणजे दहाच्या पुढचेच पाढे महत्त्वाचे असतात!'' नानांनी अंकलिपी उचलून हवेत हलवत आईला म्हटले, ''पाहिलंस! साऱ्या वर्गात याची अंकलिपी चांगली होणार. माझ्या मुलाला कसली तरी गटार अंकलिपी चालायची नाही!'' आई काही बोलली नाही. सारा पसारा आवरत असता तिला मान वर करायला वेळ नव्हता.

नाना माझ्याशी बोलत बसत नसत, की परवचा म्हणून घेत नसत; पण कधी लहर आली तर तास न् तास आमच्या गावाची हकीगत सांगत असत. त्या गावाला मी कधीसुद्धा गेलो नाही; पण प्रत्यक्ष सारे पाहिल्याप्रमाणे मला सगळे डोळ्यांपुढे दिसते. तेथे शाकंबरीचे देऊळ आहे, पण यात्रा मात्र वीरभद्राची भरते. गावाभोवती सोनगंगा नदी वाहते. तेथे आमचे शेत आहे. पावसाळ्यात नदीला पूर आला की ते पाण्यात जाते. मग पुष्कळसे साप तेथे येऊन काकडून पडत, व हळूहळू ऊन पडू लागले की बाहेर पडत. मांडीएवढ्या सापांची हकीगत ऐकून तर माझ्या अंगावर काटाच येत असे. पण, ''होती कशी जमीन?'' नाना अभिमानाने विचारत. लगेच मी अगदी तत्परतेने सांगे, ''काळीभोर!'' पुरुषभर मातीत भातात येतो तेवढा खडा येणार नाही; अगदी काळ्या लोण्यासारखी, ती हकीगत त्यांनी कितीतरी वेळा सांगितली होती. मग मी म्हणे, ''नाना, जाऊ या की कधीतरी गावाकडे.'' ते, ''जाऊ या हं'' म्हणत व सगळे विसरून जात. मला कधीच जायला मिळाले नाही. आमच्या दारासमोर कधी गाडीतून धान्य आले नाही. शेजारी बैलगाड्यांतून जोंधळ्याची पोती किंवा भाताचे तट्टे येत, पण आमच्या घरासमोर अंगणभर पिंजर कधी पडले नाही, कट्ट्याच्या लोखंडी कड्यांना कुणी बैल बांधले नाहीत, की हातात भाकरी घेऊन खाणाऱ्या खेडवळ माणसांनी मला छोटे मालक म्हटले नाही. नाना दरवर्षी गावाला जात. कधीतरी धोतराच्या गाठोड्यातून हुरडा आणत, शेंगा आणत, वीरभद्राची जत्रा असली तर गुळाचा मेवा आणत. तो जिभेवर ठेवला की हळूहळू विरघळत असे. तो मेवा खात असता मला वाटे, 'आम्हांला कधी जायला मिळणार तिथे? काळ्या लोण्यासारखी जमीन कधी पाहायला मिळणार?'

सुट्टीबिट्टी काही नसता त्या दिवशी दादा अचानकच आला. कुण्णाशी बोलला नाही की आईने दिलेला चहा त्याने घेतला नाही. तो नानांची वाट पाहत सोप्यावरच

बसून राहिला. नाना आले. त्यांनी रुमाल काढून खुंटीवर ठेवला व त्याच्याकडे पाहत म्हटले, ''तू आलास होय?''

''नाना, हे पत्र खरं का अगदी? तुम्ही सुम्मीचं लग्न ठरवलंय?'' दादाने विचारले.

नाना म्हणाले, ''होय, तिचं लग्नाचं वय झालंय.''

''पण तुम्ही तिला या म्हाताऱ्याच्या गळ्यात बांधणार? स्वत:च्या हातानं तुम्ही तिला त्या तसल्या घरात ढकलणार?'' पत्र खाली आपटत दादा म्हणाला.

''अरे माधव, तो म्हातारा कुठं आहे? तो फक्त बिजवर आहे. तुझ्या आईच्या लग्नात मी त्याच्यापेक्षा मोठा होतो! काय राहून गेलं आमच्या संसारात?''

''पण ती माणसं कसली आहेत हे साऱ्या जगाला माहीत आहे, नाना. ती पहिली मुलगी जळून मेली! लोक खूप बोलतात. तुम्ही दरवर्षी गावाकडे जाता, तिथं-देखील माणसं कुजबुजतात. जाणूनबुजून नाना हे कसं करता तुम्ही?'' दादा मोठ्या आवाजात म्हणाला.

तक्क्याला टेकून बसत विडी पेटवत नाना शांतपणे म्हणाले, ''अरे, अपघात होतात, त्याला कोण काय करणार? माझं पहिलं लग्न झालं, त्याची तुला माहिती नाही. माहेराला जायचं म्हणून नवं लुगडं नेसून ती पुऱ्या करायला बसली होती. मी बाहेर गेलो होतो. त्या वेळी पदर पेटून ती भाजली. मी येऊन बघतो तो नुसता श्वास राहिला होता! आता बघ, मी तिला जाळलं का? उगाच उचलली जीभ लावली टाळ्याला करू नको.''

''नाही नाना, हे लग्न मी होऊ देणार नाही. ती राहील दोन वर्षे तशीच. तोपर्यंत माझं शिक्षण संपेल, नोकरी लागेल. मग मी देईन तिला दुसरा कोणीतरी शोधून. सुम्मी आहे बावळट, पण शंभरांत उठून दिसेल ती.''

नाना उठून ताठ बसले. ''मी अगदी खाटीक आहे असं वाटतं नाही तुला?'' ते म्हणाले. त्यांचाही आवाज आता मोठा झाला. ''तू फार शहाणा. दोन बुकं शिकलेला. मला मन नाही, मुलीसाठी आतडं नाही, काही नाही!'' नाना एकदम थांबले, व त्यांनी कपाळावर हात मारून घेतला. ''आता माझे दिवस फार राहिले नाहीत. एकदा गावाकडे जातो, तिथलं खत तिथेच टाकतो, मग तू काय करायचं ते कर बाबा.''

''हे काय भलतंच बडबडता अपशकुनी?'' आई म्हणाली.

''मग तुलाही वाटतं ना, मी मुलगी विकली म्हणून?'' नाना आईला म्हणाले.

''तसं कुठं म्हणते मी? उगाच पानाचं रान करून वणावणा कशाला हिंडता? पण तो सुम्मीपेक्षा फार मोठा आहे. शिवाय माणसंही —'' पण आई अर्ध्यावरच गप्प बसली. सुम्मीला कोणी काही विचारले नाही. गुडघ्यावर हनुवटी टेकून ती

स्वयंपाकघरात गप्प बसली होती. तिला काही तरी झाले की ती तशी बसे. मग न्हाणीघरात किंवा अंथरुणात रडे.

''हुंडा द्यावा लागणार नाही, जमीन सोडवून घ्यायला मदत मिळेल, असल्याकरिता मी सुम्मीला त्या घरात घालणार नाही. नाना, मी लग्नाला येणार नाही, आणि हे लग्न होऊ देणार नाही.'' दादा पाय आपटत म्हणाला. ''हे लग्न कसं होत नाही हे मीही पाहतो,'' नानादेखील उठून म्हणाले. त्यांचे ओठ थरथरू लागले. ''अद्याप माझे हातपाय गेले नाहीत. तुम्हांला अद्याप एक दिडकी मिळवायची अक्कल नाही. महिना नाही पैसे गेले तर जेवण मिळणार नाही -- पण'' नाना शब्द संपल्याप्रमाणे एकदम थांबले.

दादा ताडकन् उठला. तो म्हणाला, ''मला तुमचा पैसा नको, जेवण नको. मी आता दांडेलीला जातो. तेथे कारकून होतो, मजूर होतो. पण तुमचं अन्न खाणार नाही!'' दादाने रागाने टेबलावरची दोनचार पुस्तके उचलली व सोपाभर फेकली. अंगातला सदरा ओढून ताणून फाडून टाकला, त्या वेळी जानवे बटणात अडकले, तर त्याने जानवेही टाकले, आणि दात आवळून मोठ्या डोळ्यांनी पाहत उभा राहिला. दादा संतापला म्हणजे अगदी नानांसारखा दिसे. त्याला मिश्या नव्हत्या, नाहीतर नाकडोळे तस्से. पुष्कळदा सुम्मी मक्याच्या कणसातील मिश्या घेऊन त्याच्या तोंडावर धरे व त्याला नानांचे सोंग म्हणून चिडवे. आता तो नानांसमोर अगदी नानांसारखाच उभा होता.

''घ्या तुमचे कपडे, जानवे. या घरात आता मी पाणी पिणार नाही,'' तो म्हणाला!

तो जायला निघाला, तेव्हा आई त्याला आडवी गेली, आणि म्हणाली, ''असं डोक्यात राख घालू नको. चल घरात. उद्यापर्यंत तुमची डोकी शांत होतील. मग तुला कुठं जायचं आहे तिथं जा दांडेलीला फिडेलीला.''

पण दादा काही न बोलता तिच्यासकट दरवाजाकडे गेला. इतका वेळ सुम्मी स्वयंपाकघरात गाडग्यासारखे तोंड करून बसली होती ती बाहेर आली व तिने दादाला घट्ट धरून ठेवले.

''दादा, असं एकटं टाकून जाऊ नको मला!'' ती म्हणाली, ''निदान असं उपाशी-वनवासी तरी जाऊ नको घरातून.''

''तूच आहेस आधी बावळट,'' दादा चिडून म्हणाला, ''लहानपणापासून अगदी मातीचा गोळा! तू कशाला गप्प बसलीस? तुला तुझ्या जन्माची काळजी नाही. बोल? तुला त्याच्याशी लग्न करायचं आहे?''

मग सुम्मीने त्याला सोडले, आणि ती मुळूमुळू रडू लागली. ''मग मी तरी काय करू सांग?'' ती म्हणाली.

'म्यी त्यरी क्याय करू सांग!'' दादा वेडावत म्हणाला, ''मग बस रडत!''

त्याने मग दरवाजा उघडला, आणि अंगावर धोतराखेरीज काही नसलेला दादा घराबाहेर पडून निघून गेला.

''त्याला पैशाचं, जेवणाचं कशाला वर्म काढायचं होतं?'' आईने विचारले.

''मग त्यानं तरी कशाला 'जमिनीसाठी मी पोरगी विकली,' असं म्हणावं?'' नाना म्हणाले. अजून त्यांचे ओठ रागाने थरथरत होते. ''मी इतकं काही आतडं जाळलं नाही अद्याप! मी त्यांच्याकडून एक पै घेतली नाही, आणि यापुढे घेतली तर माझे बाप दोन! त्यानं तरी मग का म्हणावं असं मला?''

सुम्मी आणि आई आत गेल्या, आणि कितीतरी वेळ रडत बसल्या. रात्र तर बरीच झाली आणि माझ्या पोटात वखवखू लागले. शिवाय झोपेने डोळे जड झाले. मी सुम्मीला हळूच म्हणालो, ''सुम्मी, आज जेवण नाही, होय ग? मला तर फार भूक लागली आहे.'' मग आईने पदराने डोळे कोरडे केले व तीन ताटल्या मांडल्या. ''जारे कारट्या बाहेर,'' ती म्हणाली, ''त्यांनाही बोलाव.'' मी नानांजवळ आलो. ते हातावर कपाळ टेकून बसले होते, पण त्यांना बोलवायची मला फार भीती वाटली. मी आत येऊन आईला म्हटले, ''ते जेवत नाही म्हणाले. मग मला तरी घाल.'' ''मग तू तरी जेऊन घे ग,'' आई सुम्मीला म्हणाली. नुसते जेव म्हणताच सुम्मी पुन्हा हुमरून रडू लागली. ''तो गेला, ते जेवत नाहीत, तूही खात नाहीस, मग हे सारं अन्न बांधा माझ्या डोक्यावर!'' आई चिडून म्हणाली, आणि मला वाढून आपण कोपऱ्यात जाऊन बसली. मी जेवून घेतले, पण आईने दुपारची उरलेली बटाट्याची भाजी मला वाढली नाही, आणि भाताला ताक वाढायचे ती विसरूनच गेली! मी अंथरुणावर पडल्यानंतर सुम्मी आई बाहेर आल्या व अंथरूण न घालताच चटईवर आडव्या झाल्या. माझ्या चादरींपैकी एक मी हळूच सुम्मीच्या अंगावर घातली, तेव्हा तिने माझा हात गच्च धरला, आणि ती आवाज न करता रडू लागली. माझा हात अगदी ओलसर झाला. आत सगळे शांत झाल्यावर मग नाना आत आले, पण आपल्या खोलीकडे जाण्यापूर्वी ते थोडे घोटाळले. ''अग ए सुम्मा,'' त्यांनी हाक मारताच आई उठून बसली, व तिने दिवा मोठा केला. ''मला एक अर्धा पेला चहा करून देशील?'' ते म्हणाले व तेथेच चटईवर बसले. मघाचे उग्र नाना आता संपले होते. आताचे नाना हातातून गवताच्या पाच पेंड्या आणणारे, अंकलिपी शिवणारे नाना होते. डोळ्यांत बुब्बुळांभोवती पांढरी कड आलेले नाना!

आठ दिवसांनी आम्ही उत्तूरला सुम्मीच्या लग्नाला गेलो. आमच्याबरोबर फक्त श्रीपूमामा मात्र आला होता. श्रीपूमामा दूरचा जरी असला तरी आमचा एकच मामा होता. त्याच्या उजव्या हाताच्या अंगठ्याला आणखी एक लहान अंगठा होता, त्याची दाढी नेहमी थोडी वाढल्यासारखी दिसे व तो आमच्या आईशी बोलताना कमळी म्हटल्याखेरीज बोलत नसे. घरी काही फराळाचे केले नाही, मला काही नवीन कपडे शिवले नाहीत. सुम्मीदेखील मळक्या कपड्यांतच आमच्याबरोबर आली. आईने एक ट्रंक, नाना व श्रीपूमामाने एकेक वळकटी, माझ्या हातात एक पिशवी, एवढेच आमचे सामान होते. कृष्णीला चार दिवस आम्ही बंडूच्या घरी ठेवले. ते गाव कसले होते कुणास ठाऊक, मोटारीतून उतरल्यावर आम्हांला खूप चालावे लागले. हातात पिशवी घेऊन जाताना मी फार दमलो. श्रीपूमामाने तीन फेऱ्या घालून सगळे सामान आणले. आम्ही येऊन पोचल्यावर आम्हांला कुणी खायला दिले नाही की काही नाही. सारे अगदी शांत होते. तेथे परसात एक मोठी विहीर होती व तिला नळ बसवला होता. एक चक्र फिरवले की, त्या नळातून पाणी येत असे. मी तसले चक्र कधी पाहिले नव्हते, आणि त्यामुळे मी सारा वेळ ते चक्रच फिरवीत होतो. लग्न संपले. सगळे लोक जेवायला बसले असता आई राबराब राबली. एकदा रेशमी लुगडी नेसलेल्या दोन बायका आल्या आणि तिला वाटेल तसे ताडताड बोलल्या. आईचे डोळे लालसर झाले, पण साऱ्या लग्नात आई एकदाही रडली नाही. मला वरातीत मात्र जायला मिळाले नाही. त्या दिवशी सकाळी फार जोरात पाऊस पडला होता. चक्र फिरवायला पळत जात असता माझा पाय घसरला व माझा आवडता पांढरा सदरा आणि निळी चड्डी चिखलाने भरली. मला वाटले, आई आता चांगला रपाटा घालणार, पण तिला काय झाले होते कुणास ठाऊक! काही न बोलता तिने ते कपडे पिळले व वाळत घातले. पण संध्याकाळपर्यंत ते वाळले नाहीत. त्यामुळे वरातीत घालायला मला अगदी मळक्या कपड्यांखेरीज कपडेच नव्हते. माझे कपडे वाळले ते दुसऱ्या दिवशी दुपारी आम्ही निघण्याच्या वेळी. आम्ही निघालो त्या वेळीही सगळे सामान आम्हांलाच आणावे लागले. जाण्यापूर्वी मी हळूच एकदा शेवटचे चक्र फिरवून घेतले. निघताना सुम्मी भेटली. नव्या लुगड्यात ती फार मोठी दिसू लागली होती. ती आईच्या पाया पडली आणि आईच नव्हे तर नानाही उपरण्याने डोळे पुसू लागले. नानांनी सुम्मीला जवळ घेतले आणि ते म्हणाले, ''पोरी, रागावू नको. माझ्या हाताला यश दे आणि सुखी हो.'' सुम्मीने मला जवळ घेतले आणि ती हळूच म्हणाली, ''मला विसरायचं नाही हं आणि दादा भेटला तर सांग त्यालाही.'' त्या वेळी सुम्मी मला फार आवडली. तिच्या अंगाला नव्या कपड्यांचा वास होता, तिच्या नव्या बांगड्यांचा आवाज फार सुरेख होत होता आणि ती सगळीच नव्या समईप्रमाणे

चमकत होती. मी विचारले, ''सुम्मी, तू आता आमच्याकडे कधी येणार?'' तर ती म्हणाली, ''तुम्ही बोलवाल ना भाऊसाहेब त्या वेळी!'' ती इतकी मोठी दिसत होती तरी तिच्या डोळ्यांत पाणी होते. तिने मला पूर्वीसारखे गालाला चिमटले. आम्ही पुढे निघून वळणाला आलो. त्या वेळी सुम्मी विहिरीच्या कट्ट्यावर चक्रावर एक हात ठेवून उभी होती. तिने हात हलवताच मीही हलवला. आई थांबून तिच्याकडे पाहत राहिली. नंतर झटकन वळून झपाझपा पावले उचलत ती आमच्याबरोबर चालू लागली आणि आम्ही रस्त्यावर मोटरीसाठी आलो. श्रीपूमामा सामान घेऊन दमला होता, त्याने ट्रंक खाली ठेवली व घाम पुसला. त्याची आम्हांला कुणालाच आठवण झाली नाही. ''ती सगळी माणसं उर्मट, रानवट आहेत ग कमळी,'' तो म्हणाला, ''तुझी भोळी पोरगी तेथे कशी काय तगणार देव जाणे!''

कृष्णी गाय पुन्हा घरी आली. माझी शाळा सुरू झाली. पण सुम्मीशिवाय घरी गंमत वाटेना. पूर्वी आमच्या घरी राजा नावाचा पोपट होता. तो दिवसभर काही ना काही बोलत असायचा. पुष्कळदा तो सरळ पिंजऱ्याबाहेर येत असे व दादा, सुम्मीच्या हातावर बसत असे. पण माझ्यावर मात्र त्याचा फार राग होता. एकदा दोनदा मी हात पुढे करताच टचदिशी त्याने आपली चोच मारली होती. त्या पोपटाला एक दिवस शेजारच्या मांजराने मारले. त्या दिवशी सगळ्यांनाच फार ओके ओके रिकामे वाटले. मग दादाने तो पिंजरा रागाने शेण भरून शेजारच्यांच्या विहिरीत टाकला होता. सुम्मी गेल्यापासून आम्हांला तसे वाटायला लागले होते! नाना हाक मारताना पुष्कळदा चुकून 'सुम्मे' म्हणत. आई तर तिचे जुने कपडे काढून घड्या घालून ठेवत म्हणे, ''पाहिजेत हे कपडे उद्या दुपट्यांना!' असली तीन गाठोडी करून तिने ती तीन खुंट्यांना अडकवून ठेवली होती. सुम्मी गेल्यावर तिचे मध्ये स्वस्तिक असलेले ताट मला जेवायला मिळाले. रात्री तिचा रगही मीच वापरू लागलो. तो माझ्या रगापेक्षा मोठा होता, व त्यावर निळे निळे कमळ होते.

एक दिवस नाना सुम्मीकडे जायला निघाले. रात्रीची कामे झाल्यावर आईने बऱ्याच उशिरापर्यंत जागून परातीत खोबऱ्याच्या वड्या केल्या. नानांनी तो डबा घेतला. सुम्मी आणि आपण परतायला पैसे आहेत की नाहीत ते पाहून घेतले. पण ऐनवेळी त्यांची एक वहाणच मिळेना. पण निघायला मुहूर्त चांगला होता म्हणून ते अनावाणीच मोटर स्टँडकडे गेले.

''येताना घेऊनच या हं सुम्मीला!'' आई दारातून म्हणाली. मग मीही ओरडलो, ''सुम्मीला घेऊनच या, नाना.''

दुसऱ्याच दिवशी संध्याकाळी नाना एकटेच आले. त्यांनी रुमाल काढून ठेवला, व पायदेखील न धुता ते सोप्यावरच बसून राहिले. ''सुम्मी आली नाही?'' आईने

विचारले, व त्यांच्याजवळचा डबा उचलला. तो जड लागताच ती म्हणाली, "परत पुन्हा काय घालून पाठविलं आहे पोरीनं? वेडंच आहे भूत!"

"तिनं काही पाठवलं नाही," नाना म्हणाले, "मी तिथं डबाच उघडला नाही. मी जाऊन बसताच सगळ्यांनी ताडताड बोलायला सुरुवात केली. आम्ही लग्नात दोन लुगडी दिली नाहीत, म्हणून साऱ्या गावभर त्यांची नाचक्की झाली म्हणे! अशी रत्नासारखी आमची मुलगी. तिचं नख धुण्याची किंमत नाही त्या कुणाची!"

"तुम्ही काही बोलला नाहीत ना उलट?" आई काळजीच्या स्वरात म्हणाली, "आता आपला हात अडकलाय तिथं!"

"मी माझ्या प्रत्यक्ष मुलाला घरातून घालवला, त्यांचं बोलणं ऐकून गप्प बसतोय मी? 'सुम्मीचं लुगडं धुवायची तुमची लायकी नाही' असं मी स्पष्ट सांगितलं त्या बायकांना!" नाना म्हणाले.

आई एकदम गालाला हात लावून मटकन जमिनीवर बसली. "आता काय करावं तुम्हांला?" ती म्हणाली, "अहो, आपली पोरगी दिली तिथं, तिच्यासाठी जन्मभर नाक घासावं लागतं."

"तू घास जा हवं तर. मी नाही घासणार!" नाना म्हणाले.

"बरं बाई, मी जाते, त्यांची जी काही लुगडी द्यायची आहेत ती देते, अगदी मोलकरणीपर्यंत सगळ्यांच्या पाया पडते," आई कळवळून म्हणाली, आणि रडू लागली. सुम्मी आली नाही म्हणताच मलाही फार राग आला होता. असली कसली दुष्ट माणसे ती! आईने मला वड्यांचा डबा आत नेऊन ठेवायला सांगितला. आत गेल्यावर मी तो उघडून पाहिला. आईने चौकोनी, पिवळसर छान वड्या केल्या होत्या. मी त्यांतील एक घेतली. एकच, दुसरी ती काही वडी नव्हती, फक्त वडीचा तुकडा होता तो! मग मी डबा पुन्हा भरून ठेवला. त्या वड्या सुम्मीसाठी होत्या, व आई जाऊन तिला बोलावून आणणार होती.

नाना त्या दिवशी लवकर झोपले नाहीत. ते सारखे येरझारे घालून विड्या ओढत होते. सकाळपर्यंत सगळ्या सोप्यावर जळक्या विड्या पडल्या होत्या. त्या आधीच ते अंघोळ करून कपडे घालून बसले होते. त्यांनी पेलाभर चहाही घेतला नाही. आईला ते म्हणाले, "मी जरा बाहेर जाऊन येतो हं." आणि आई काही बोलायच्या आत ते बाहेर पडलेही. अकरा वाजले, बारा वाजले तरी नानांचा पत्ता नाही. आई तर कट्ट्यावर बसून राहिली. केलेला स्वयंपाक गार गारगोटी होऊन गेला. तिने मला जेवायला वाढले आणि ती म्हणाली, "जारे, श्रीपूमामाला पुढे घालून घेऊन ये." श्रीपूमामाचे घर पार दूर किल्ल्यात होते, आणि मला तर रस्ता नीट माहीत नव्हता. "जा, विचार की कुणाला तरी, कारट्या, आता तू लहान की काय?" आई खेकसून

म्हणाली, पण मी निघालो नाही. पण ती काही बोलली नाही. मग नाना दीड वाजता घरी आले. त्यांच्या हातात एक मोठा पुडा होता.

''न सांगता न बोलता जायचं, इतर माणसांचं काही आहे की नाही तुम्हांला?'' आई चिडून म्हणाली, ''आता आधी पाय धुऊन घ्या आणि जेवण आटपा.''

नाना पाटावर बसले. पण नुसता पहिला भातच खाऊन उठले. ''नाईकाकडून आणखी पैसे घेतले जमिनीवर,'' ते म्हणाले, ''ती जमीन आता गेलीच हातातून. आता गावात घर राहिलं नाही, रानात शेत राहिलं नाही, पण तीन लुगडी आणली सुम्मीसाठी.''

मग आपण न जेवताच आई लुगडी पाहू लागली. त्यांतील एक फार झगझगीत मोराच्या पिसासारखे होते. एकावर खरखरीत जर होता, आणि तिसरे अंजिरी रेशमी होते. आईने एकेक पदर हातावर घेऊन पाहिला, घड्या गालाला लावून त्यांचा स्पर्श पाहिला.

''काय तरी छान छान कपडे असतात जळ्ले!'' ती कौतुकाने म्हणाली.

आमची सुम्मी आईच्या चेहऱ्याची होती. दादा रागावला म्हणजे नानासारखा दिसे, तर आई हसली की सुम्मीसारखी वाटे! मग पुष्कळदा दादा सुम्मी दोघेही, 'हेच बघा भूत कसलं बाहेरचं आलंय.' म्हणत मला चिडवत. दादा तर म्हणे की, 'मी आई-नानांचा नव्हेच. बुट्टीभर कोंडा देऊन मला एका अस्वलवाल्याकडून विकत घेतले होते.' आता आई त्या घड्या गालाला लावून पाहत असता नवे कपडे घातलेल्या लग्नातल्या सुम्मीप्रमाणे मला लहान वाटली.

''आई, सुम्मीला ही लुगडी छान दिसतील,'' एकाला हात लावत मी म्हणालो. आईने माझा हात बाजूला काढून टाकला, व घड्या कागदात गुंडाळल्या. ''ही काही सुम्मीसाठी नाहीत, बाबा!'' ती म्हणाली, ''ती सुम्मीच्या माणसांसाठी आहेत.'' मला वाटले ते मोरपंखी तरी सुम्मीसाठी असावे, ते तिला फार शोभून दिसेल.

मग दोन दिवसांनी आई सुम्मीकडे निघाली. श्रीपूमामा तिला स्टँडपर्यंत पोचवायला गेला. नानांनी आईला नव्या वहाणा आणून दिल्या होत्या. तिला वहाणांची सवय नव्हती, त्यामुळे त्या सारख्या तिच्या पायांतून निसटू लागल्या, आणि माझे तर हसून पोट दुखू लागले. ''मला जळ्ल्या वहाणा कशाला?'' म्हणत आई तशीच फटकफटक करत चालली. नानांनी पुष्कळ पैसे तिच्या हातात घातले. पण ते मात्र हसले नाहीत. ''तू तरी सुम्मीला घेऊन ये,'' ते म्हणाले, आणि श्रीपूमामा-आई वळून जाईपर्यंत ते त्यांच्यामागे पाहतच राहिले.

आई आली. तीही एकटीच! तिने नेलेले कपड्यांचे गाठोडेही तसेच होते. ती आली त्या वेळी नाना विड्या आणण्यासाठी गेले होते. ती आली व स्वयंपाकघरात

डोळे ओले करत बसली. मी विचारले, "सुम्मी का आली नाही?" तर ती उलट मलाच जवळ घेऊन हुंदके देऊ लागली. नाना बाहेरून आले व सोप्याला कोणी नाही म्हणताच ते सरळ स्वयंपाकघरात आले. आईला पाहताच ते प्रथम थबकले. नंतर आत येऊन ते घुम्म बसले व त्यांनी विडी पेटवली.

"ते लोकच फार वाईट आहेत हो!" डोळे पुसत आई म्हणाली. त्यांनी लुगडी काढली, आणि शेजाऱ्यापाजाऱ्यांना दाखवली. 'असली लुगडी आम्ही मोलकरणींनादेखील देत नाही,' असं त्यांनी म्हणताच साऱ्या फिदीफिदी हसल्या! माझ्या अंगाला साऱ्या जन्मात असलं वस्त्र लागलं नाही. मी त्यांच्या पाया पडले, म्हणाले, "आता क्षमा करा, येऊ द्या पोरीला माझ्याबरोबर. तर काही नाहीच!"

" 'तुमची मुलगी तुम्हांला मेली' असलं अभद्रदेखील बोलले हो ते!" आई पुन्हा रडू लागली. नाना गप्प बसून विडी ओढत होते. त्यांच्या कपाळावरील शीर सुतळीप्रमाणे झाली होती.

"येताना सुम्मीशी बोलायलादेखील मिळालं नाही मला," आई पुन्हा सांगू लागली, "ती सारखी मोटेच्या बैलाप्रमाणे पाणीच ओढत होती. मी तिच्या गालावरून हात फिरवला, तर ती पुटपुटली, 'आई, ने ग इथून मला!' आणि तिनं मला हळूच आपला हात दाखवला. त्यावर डागल्याचा जांभळा डाग होता हो. कसं व्हायचं आता आपल्या पोरीचं?"

नाना चटकन् उठून आईकडे आले, व त्यांनी तिचा हात घट्ट धरला. "तू पाहिलास डाग?" त्यांनी घोगऱ्या आवाजात विचारले, "तू स्वतःच्या डोळ्यांनी प्रत्यक्ष पाहिलास तो डाग?"

ते उठून उभे राहिले, आणि हातातील विडीचे बंडल त्यांनी करकचून चिरडून जमिनीवर आपटले. "जर सुम्मीच्या जिवाला काही झालं, तर त्या सगळ्यांची नरडी चिरून टाकीन. तसं जर झालं तर तू आपल्या कपाळाचं कुंकूच पुसून बस!" ते म्हणाले. दादा घर सोडून गेला त्या वेळी मी नानांना संतापलेले पाहिले होते. पण आता त्यांच्या चेहऱ्याकडे मला पाहवेना. त्यांचा सगळा चेहरा अगदी लालबुंद, ब्रह्माप्रमाणे दिसू लागला. ब्रह्म जमिनीतून डोके वर काढून पाहत असल्याप्रमाणे वाटे. आता तो पूर्णपणे वर येऊन उभा राहिल्याप्रमाणे नाना दिसू लागले. त्यांचे डोळे मोठे झाले, व डावा हात इतका थरथरू लागला की तो त्यांनी उजव्या हाताने घट्ट धरून ठेवला. ते पाहून आई घाबरली, व मला ढकलून ती पुढे आली. तिने नानांना सावरून धरले, व माजघरात आणून अंथरुणाला टेकवून झोपवले. नाना भिंतीकडे तोंड वळवून अंग आखडून लहान मुलाप्रमाणे पडले, पण ते झोपले नाहीत. 'नरडीचा घोट घेईन, गळा चिरेन,' असेच कितीतरी वेळ बडबडत होते.

आईने श्रीपूमामाला एकदा पैसे दिले व सुम्मीकडे जायला सांगितले. ''कमळी, तू जा म्हणतेस म्हणून जातो मी बिचारा,'' श्रीपूमामा म्हणाला, ''पण मी तरी काय कोण ऐपतदार माणूस? मशिनीवर सदरे चड्ड्या शिवणारा माणूस मी. तू होतीस म्हणून मला पोट तरी भरता येतं. लग्नालाही चल म्हणालीस म्हणून मी आलो. आता जाऊन पोरीलाच कमीपणा वाटेल बघ. तिचा चुलतमामा शिंपी म्हणून हिणवतील.''

''आपली माणसं काय टाकायची असतात होय?'' आई म्हणाली, ''जाऊन तरी बघ. कुणाच्या हातून गुण येईल काही सांगता येत नाही बघ.''

श्रीपूमामा जाऊन आला. त्याला तर तेथे जेवायलाही मिळाले नाही. दादा कुठे होता कुणास ठाऊक! मध्यंतरी आईला त्याचे एक कार्ड आले होते. दांडेलीजळ तो कुठेतरी खाणीवर कारकून म्हणून काम करत होता. नानांना नकळत आईने श्रीपूमामाला तिकडे पाठवले. दादा तेथे काम करत होता. पण आता पावसाळ्यात काम बंद होते आणि तो कुठेतरी मुंबईला गेला होता. श्रीपूमामा कपाळावर हात मारून म्हणाला, ''कमळी, मुंबईला कुठं शोधू आता तुझ्या पोराला? मी तरी काय कायमचा तिथला? इथं कुणी कुत्रं विचारेना म्हणून तिथं वणावणा हिंडलो महिनाभर.'' मग आई गप्प बसली. नाना आता बाजारातून काहीच आणीत नसत, पण कृष्णीसाठी पाच पेंड्या मात्र ते विसरत नसत. कृष्णी आता लंगडू लागली होती. नाना तिला घेऊन एकदा गुरांच्या दवाखान्याकडे गेले. ती परत आली, त्या वेळी तिच्या गुडघ्यावर पांढरी पट्टी बांधली होती. ''कृष्णी आता फार दिवस टिकणार नाही!'' खाली मान घालून नाना आईला म्हणाले.

त्या दिवशी नानांचे जेवण झाले होते व मी आणि आई जेवायला बसलो होतो, तो पोस्टमन आला. त्याची वेळ बरोबर बारा. ऐन जेवण्याची. आमच्या घरी पत्रे यायची ती कसली तरी त्रासाची, दुःखाची बातमी घेऊनच. नाना पुष्कळदा त्रासून मग जेवतच नसत व आई पोस्टमनवर फार चिडायची. ''कसा यमासारखा येतो बघा ऐन जेवायच्या वेळी!'' ती म्हणे. त्याने कार्ड नानांच्या हातात दिले. त्यांनी ते वाचले व हातात घेऊन स्वयंपाकघरात आले व न बोलता आईच्या समोर टाकले.

अजून न उष्टावलेले ताट आईने पालथ्या हाताने बाजूला केले, आणि पालथी पडून ती आत काही तरी एकदम काटल्याप्रमाणेच्या आवाजात रडू लागली. 'कसं माझ्या हातानं मी त्या पोरीला त्या घरात घातलं हो!'' ती म्हणाली. नंतर तिने मला जवळ ओढले. माझ्या खरकट्या हाताने तिचे लुगडे बरबटले हे तिच्या ध्यानातच आले नाही. ''कारट्या, आमची सुम्मी गेली रे! कधी इथं इतरांसारखी आली नाही, नाचली नाही.''

चार दिवसांपूर्वी सुम्मी अपघाताने विहिरीत पडली होती. मला ती चक्राची विहीर

आठवली. तेथे उभी राहून हात हलवणारी नव्या लुगड्यातील सुम्मी; तिचा वास; 'तुम्ही बोलवाल त्या वेळी येईन हं, भाऊसाहेब — आणि दादालाही सांग' म्हणणारी. नानांच्या मागोमाग ती लग्नाला गेली, पण ती परत येथे आलीच नाही. 'मला विसरू नको' म्हणणारी, हात घट्ट धरून डोळ्यांतील पाण्याने भिजवणारी, पाठीवरून हात फिरवणारी, एकदम मला सारे आठवले. मला फार भूक लागली होती, पण एकदम वाटले, जेवण नको, काही नको, कोपऱ्यात जाऊन एकीकडे बसावे व रडावे. सुम्मी माझी लहान आई होती. ''कासव दाखवताना विहीर काय गिळतेय की काय तुला,'' असे ती म्हणाली होती!

नाना खांबाला टेकून खांबासारखे उभे होते, आणि त्यांच्या डोळ्यांत पाणी नव्हते. सुम्मी विहिरीत पडल्याचे त्यांना कसे काही काय वाटले नाही याचे मला फार आश्चर्य वाटले. आईचा चेहरा भिजला होता, तिचा आवाज न ओळखण्याइतका फाटून गेला होता. पण नाना मात्र खांबाप्रमाणे गप्पच. त्यांच्या कपाळावरची शीर मात्र ताठली होती, व डोळे दाबल्यामुळे बाहेर पडतात की काय, असे वाटण्याजोगे मोठे झाले होते. रडताना आई एकदम थांबली, व चटकन उठून ती नानांकडे गेली. ''हे काय? असं काय?'' ती भेदरून म्हणाली. तिने नानांना हात लावताच अंग झाडतच नाना खाली कोसळले; आणि बटबटीत फुटक्या कपाच्या तुकड्यासारख्या डोळ्यांनी निर्जीवपणे वर पाहू लागले.

'जारे कारट्या पळ, रामभाऊंना बोलव,'' आई ओरडली. मी शेजारी धावत जाऊन रामभाऊंना बोलावले. ते आले. शामराव आले. त्यांनी आईच्या मदतीने नानांना अंथरुणावर झोपवले. कुणीतरी जाऊन सावनूर डॉक्टरांना बोलावून आणले. त्यांचा आवाज मऊ होता, आणि तो ऐकला की, आजाराची भीती वाटत नसे. त्यांनी मान हलवली, व हलक्या आवाजात ते आईला म्हणाले, ''झटका आलाय. मी सांगतो औषधे, कुणाला तरी पाठवून द्या.''

नाना अंथरुणावरच पडून राहिले. ते सारखे पाठीवर पडून राहत, व आढ्याकडे रागीट डोळ्यांनी पाहात. त्यांना फक्त उजवा हात आणि मान चांगल्या तऱ्हेने हलवता येत होती. त्यांना काही पाहिजे असेल तर सैल पडलेले ओलसर ओठ हलवून ते निसरडे बोलत. मला तर त्यांचे बोलणे समजत नसे की त्यांच्या चेहऱ्याकडे पाहवत नसे. आई मात्र कसल्याशा तेलाच्या बाटल्या घेऊन त्यांचे हातपाय तास न् तास चोळत असे, त्यांना मधूनमधून कोमट चहा पाजवी. कुणी काही सांगितले नव्हते तर श्रीपूमामा आपल्या खर्चाने सुम्मीच्या गावी जाऊन आला, आणि येताना त्याने तिच्या चार बांगड्या आणल्या. खरे म्हणजे त्या पितळेच्या होत्या व त्या त्याने कशाला आणल्या कुणास ठाऊक!

नानांविषयी कृष्णीला कसे समजले कोण जाणे. नंतर दोनचार दिवसांत ती हबकलीच. तिच्या डोळ्यांतून सारखे पाणी पाझरू लागले. तिला आता उभे राहवेना, आणि वरून टाकल्याप्रमाणे ती जमिनीवरच पडून राहू लागली. आता ती बाहेर जात नसे; म्हणून बंडू दररोज दहा पेंड्या आणून टाकायचा, व आई तांब्याच्या पंचपात्रातील खुर्द्यामधून दोनदोनदा मोजून त्याला पैसे द्यायची. पण कृष्णी रात्री टाकलेल्या तीन पेंड्यांपैकी मूठभरदेखील गवत संपवत नसे. रात्री झोपण्यापूर्वी मी आणि आई कंदील घेऊन गेलो की ती तेथल्या तेथे मान उंचावून बघे, व पुन्हा निपचित पडे.

एक दिवस सकाळी मी तोंड धुण्यासाठी न्हाणीघरात गेलो. येताना मी पाहिले तो कृष्णी मान खाली टाकून पडली होती. अंगावर पुष्कळशा माश्या बसत, पण एकदाही तिचे अंग थरथरले नाही. मी एका काठीने तिला हळूच डिवचून पाहिले, तर एक नाही की दोन नाही! आई हातातले काम टाकून आली, चौकटीला टेकून पाहतच राहिली. ''आणखी एक संपून गेलं!'' उसासा सोडत ती म्हणाली, ''कारट्या, तुझ्या बारशाला आणली होती रे कृष्णी!'' श्रीपूमामा दररोज भेटून जात असे. त्याने कुणाला तरी सांगितले. दारात बैलगाडी येऊन उभी राहिली. मागे मला खूप वाटायचे, जोंधळ्याची पोती घेऊन बैलगाडी आमच्या दारात यावी. ज्या वेळी बैलगाडी आली, त्या वेळी असली आली! दोघांतिघांनी कृष्णीला फळ्यावरून उचलून बाहेर आणले, तर चौकटीला तिची शिंगे खटखट बडवली, मान लडबडली. नंतर त्यांनी तिला गाडीत टाकले, त्या वेळी आई बाहेरसुद्धा आली नाही. कृष्णी महिना दीन महिन्यात बाहेर पडली नव्हती. आता गेली ती गाडीत बसून. कायमची. असल्या गाईचे पुढे काय करतात ती माणसे कुणास ठाऊक!

मी नानांच्या खोलीत गेलो. तेथे जायला मला फार भीती वाटली. आता त्या खोलीला आजारी माणसाचा वास चिकटला होता. तेथे गेले की वाटे, एकदम बाहेर जावे, तुतीच्या झाडाखाली उभे राहावे, धूळ पायाने उडवावी, मोकळ्या मैदानावर खूप पळावे. मी त्यांच्याजवळ गेलो आणि म्हणालो, ''कृष्णी गाय मेली!'' नानांनी चेहरा वळवला, त्यांनी ओठ हलवले व त्यांच्या डोळ्यांत पाणी आले. त्यांनी भिंतीकडे मान वळवली व नंतर बराच वेळ त्यांची बोटे हलत होती.

नंतर ते घर देखील आम्ही बदलले. जायच्या आधी मी तुतीच्या झाडाकडे जाऊन आलो. त्यावर आता तुती नव्हत्या. मी हळूच एक लहानशी फांदी मोडून घेतली व आत आणून ठेवली. बाहेरच्या खोलीत ब्रह्म अजूनही लाल डोळ्यासारखा होता. आम्ही कधीही त्याला नारळ दिला नाही. बाहेर पडताना आई म्हणाली, ''नारळ दिला नाही, पण पुष्कळ घातलं त्याच्या मढ्यावर!'' खरंच, पुष्कळच. सुम्मीला तेथले रायआवळे आवडत. त्याच घराचे दार उघडून दादा बाहेर पडला.

नानांनी तेथेच लुगडी आणली, आईच्या हातात पत्र देऊन त्याच घरात खांबाला टेकून ते उभे राहिले, तेथेच कृष्णी खटखट आवाज करत गाडीत चढली. हे सारे ब्रह्माने पाहिले व गिळून टाकले. बाहेर पडल्यावर, 'मागे वळून पाहू नको रे, कारट्या!' आईने मला बजावले. श्रीपूमामा नानांना मोटरीत घालून पुढे गेला व मी आईबरोबर गाडीच्या मागोमाग चालू लागलो. मी तुतीची फांदी आईला नकळत सदऱ्याखाली लपवली होती, पण तिचे पान गळ्याबाहेर आले. ''ते पान कसलं रे, कारट्या?'' तिने कपाळाला आठ्या घालून विचारले. मी म्हटलं, ''कसलं नाही. ती तुतीची फांदी आहे. नव्या घरात ती लावली की झाड येईल की!'' तिने काही न बोलता ती फांदी सदऱ्याखालून ओढून काढली व गटारात टाकून दिली. आईला खरेच सामानाचा फार हव्यास. एखादी फाटकी चटई टाकायची म्हणजे तिच्या जिवावर येत असे. ती अमक्या वेळी घेतली, ती घेऊन मी विठोबाच्या देवळात कीर्तनाला जात असे, असल्या हकीकती ती सांगत बसे. मग दादा चिडत असे, व ती चटईच नव्हे तर फाटकी लुगडी, भाजीच्या जुन्या करंड्या, तुटकी शिंकी, लाह्या भाजायची भोकं पाडलेली गाडगी, सगळी गोळा करून कचऱ्याच्या कुंडात फेकून देत असे. पण आता कितीतरी सामान आम्ही जुन्या घरातच सोडले. त्यात कृष्णीची दावी, खरारे होते, पाण्याचा जुना गंजलेला हौद, झाडण्या, जुना पाटा, दुपट्याची गाठोडी, मोडक्या खुर्च्या, सारे तस्से टाकून दिले. तरी सामानाच्या गाडीमागून जाताना मला लाज वाटली. आमच्या पेट्या धुरकटलेल्या, जुन्या होत्या, वळकटीवरील जमखान्यांना ठिगळे लावली होती. त्यातही आईने रंग गेलेला मोडका पाळणा कशाला घेतला कुणास ठाऊक! सुम्मीच्या खेळण्यांची करंडी तशीच. तिच्यातील एक बाहुली काही धड नव्हती. मी खाली मान घालून चाललो होतो. रस्त्यात आपल्या वर्गातील कुणी पोरे भेटतील की काय अशी मला फार भीती वाटत होती. पण कुणी भेटले नाही. गाडी वळताना खेळण्याच्या करंडीतील दोन बाहुल्या आणि तीनचार लोटकी गटरात पडली, पण रस्त्यातच वेळ फार लागू नये म्हणून, हे मी आईला सांगितलेसुद्धा नाही.

हे घर मला बिलकूल आवडले नाही. आधी घर म्हणजे दोन अंधाऱ्या खोल्या होत्या. त्यांच्यात पाऊल ठेवताच एकदम कुबट वास आला. तेथे जायचे म्हणजे दुसऱ्यांच्या दोन सोप्यांवरून जावे लागे. आणि परसात पाण्याला जाताना आईला दुसऱ्या बिऱ्हाडावरून जावे लागे. आम्हांला परसू नाही की अंगण नाही. मी आईला म्हटले, ''आई, असलं कसलं ग घर हे? माझ्या वर्गातील मुलं हसतील की!'' तर आई हसली नाही की रागावली नाही. ती म्हणाली, ''तू मोठा झालास की तुला पाहिजे तसलं तीन माड्यांचं घर बांध.'' तिने सामान लावले. नानांना एक स्वतंत्र खोली दिली, पेट्या आणि कपाट त्याच खोलीत ठेवले. दुसऱ्या खोलीत मी आणि

आई झोपत असू, पण सकाळी उठून आईने चूल पेटवली की धुरामुळे मला तेथे बसवत नसे. त्या घरात मला एकच गोष्ट आवडली. अंधाऱ्या स्वयंपाकघरात दुपारी सूर्याचा एक कवडसा येत असे आणि त्या निळ्या पट्ट्यात उडत असलेले बारीक कण पाहताना तास न् तास निघून जात. काही वेळा तो जमिनीवर जेथे पडत असे तेथे आरसा ठेवला, की चटदिशी दुसरा एक तसलाच किरण वर उडत असे, आणि त्या कमानीतून इकडून तिकडे जाताना फार गंमत वाटे. आई हल्ली स्वयंपाक फारच लौकर करून बाहेर जात असे. जेवण माझे मलाच वाढून घ्यावे लागे. मी संध्याकाळी शाळेतून आलो की, ती लगेच बाहेर पडत असे, ती आठ-साडे आठला परत येत असे मी विचारले, तर मी जांभेकरांच्या घरी बसायला जाते असे म्हणाली. संध्याकाळी नानांच्या खोलीत मीच दिवा लावत असे; पण तो लावून ठेवताना त्यांच्या तोंडाकडे पाहायला मला भीती वाटत असे. डोळे मिटून ते गप्प पडलेले असत, काही वेळा त्यांचे ओठ हलत. एकदा त्यांनी चुकून मलाच सुम्मा, म्हणून हाक मारली! अनेकदा ते तसे पडले असता त्यांच्या डोळ्यांतून पाणी पाझरत असे. त्या वेळी मला कृष्णीची आठवण होत असे. तीदेखील अशीच एकटी डोळे ओले घेऊन, गवताची काडी न विसकटता रात्रभर गप्प पडून असायची. त्या वेळी मला वाटे, 'कृष्णी का रडते? तिला कसल्या आठवणी येतात?' जनावरांनाही घरदार, आईबाप यांच्या आठवणी येतात? आई कधीतरी नानांना अंथरुणातच उठवून तक्क्याला टेकवून बसवे, व बाजूची लहान खिडकी उघडत असे. त्यातून नानांना समोरच्या घराची खिडकी, तिच्यातील तुळशीची कुंडी दिसे, केव्हा केव्हा मधल्या रस्त्याने गुरे जात, पोरे गोट्या खेळत, हे सारे दिसे. सुम्मीच्या लग्नानंतर आईने तिचा रग मला दिला होता, तो तिने काढून घेतला. दादाची निळी पाने असलेल्या कापडाची गादीदेखील तिने गुंडाळून ठेवली. माझ्याकरिता तिने एका चादरीला आपले लुगडे शिवून एक गरम रजई शिवून दिली. तीदेखील छान होती. शिवाय तिच्यात मला आईजवळच झोपल्यासारखे वाटे, कारण तिला आईचा वास होता. हल्ली आई मला लौकर उठवायची, व अंघोळ झाल्यावर बारा नमस्कार घालून घ्यायची. प्रथम माझे हात दुखले, पण नंतर सवय करावी लागली; कारण त्याशिवाय चहाच मिळत नसे. केव्हा एकदा बारावा नमस्कार येतो, असे मला होऊन जात असे. पण मोजताना चुकणेदेखील शक्य नव्हते, कारण सगळे नमस्कार होईपर्यंत आई समोर पोलिसासारखी उभी असे.

त्या दिवशी संध्याकाळी श्रीपूमामा आला, त्या वेळी त्याच्या हातात एक पत्र होते. त्याने विचारले, ''कुठाय रे तुझी आई?'' मी म्हणालो, ''जांभेकरांकडे बसायला गेली आहे.'' ''जा, बोलावून आण तिला पाच मिनिटं,'' तो म्हणाला आणि चटईवर बसला.

मी जांभेकरांकडे कधीच गेलो नव्हतो, आणि त्यांच्यातल्या कुणाचीच मला ओळख नव्हती, आणि आई त्यांच्यातच कशाला बसायला जाते, हेही मला माहीत नव्हते. मी आत गेलो, पण सोप्यावर माणसे आहेत म्हणताच मला थोडी भीती वाटली. ''कोण हवं रे तुला?'' चाळशी घातलेल्या एका माणसाने मला विचारले. मी म्हटले, ''आमची आई आलीय इथं बसायला.'' ''वा! आमची आई काय! छान, कोण हो तुम्ही?'' तो माणूस हसून म्हणाला व इतरही हसले. मी कोण हे त्यांना काय सांगणार? तोच अगदी आत दारात आई दिसली. तेथूनच ती मला आत यायला खूण करत होती. तिने हळूच मला चिमटा काढला व ती पुटपुटली, ''कारट्या, इथं कशाला आलास? मला न विचारता इथं यायचं नाही म्हणून सांगितलं होतं ना?'' ''अग पण श्रीपूमामा आला आहे,'' मी म्हटले, ''त्यानं बोलावलंय तुला.'' ''तो थांबेल रे दहा मिनिटे,'' ती म्हणाली व कामाला लागली.

मी तेथेच रेंगाळलो. माझ्या पोटात वखवखू लागले होते, आणि स्वयंपाकघरात छान वास सुटला होता. आईच स्वयंपाक करत होती, तिच्यासमोर पोळ्या पडल्या होत्या. मला वाटले एक तरी पोळी मिळावी आपणाला, थोडे तूप घालून. ''आई, मला एक पोळी पाहिजे त्यांतली खायला,'' मी म्हणालो तोच रेशमी लुगड्यातील एक बाई आली, तिच्या हातात सोन्याची खूपशी कांकणे होती. ती हसून म्हणाली, ''तुलाही द्यायची की पोळी! सगळ्यांची जेवणं झाली की, तुला पाठवून देते हं दोन पोळ्या कमळाबाईबरोबर.'' आईने ओठ घट्ट दाबून धरले व तिने माझ्याकडे पाहिलेसुद्धा नाही. पंधरावीस मिनिटांनी ती माझ्याबरोबर आली; पण घरापर्यंत येईतो एक नाही दोन नाही. श्रीपूमामाने आईला पत्र दाखवले. दोघेही प्रथम काही बोलले नाहीत.

''कसली जळ्ळी मिरवणूक ती?'' पत्र परत करत आईने विचारले.

''कसली कुणास ठाऊक, कमळी, मला तरी काय ठाऊक?'' श्रीपूमामा म्हणाला, ''सहा महिने?'' आईने विचारले, ''दंड दिला तर. नाहीतर आठ महिने!'' श्रीपूमामा म्हणाला ''कमळी, तू काही काळजी करू नकोस. लागलं-सवरलं तर सांगत जा. काय करायचं? नशिबाचे भोग म्हणायचे झालं. जातो. आता, बाजारात जायचं आहे अजून.'' आईने मान हलवली. श्रीपूमामा उठला व माझ्या डोक्यावर चापट मारून निघून गेला. आई नानांकडे गेली, व तिने चहा पाहिजे काय, म्हणून विचारले. नानांनी मान हलवली. पांघरूण सावरताना नानांनी आईच्या बोटांवर हात ठेवला, व तिच्या कांकणांवरून बोटे फिरवली. आई झटदिशी वळून बाहेर आली, व पुन्हा जांभेकरांकडे गेली. माझ्याकडे तिने पाहिलेसुद्धा नाही. त्यापेक्षा तिने मला मारले असते तर बरे झाले असते असे मला वाटले, व एकदम रडू आले. मी धावत

तिच्यामागे गेलो आणि म्हणालो, ''आई, मला पोळी नको, दूधसाखर नको, काही नको.'' ती म्हणाली, ''जा घरात, आणि घर सोडून जाऊ नको कुठं!''

त्या रात्री आई नेहमीपेक्षाही उशिरा आली, व एका पिशवीत पुष्कळसे सामान घेऊन आली. आल्याबरोबर तिने नानांसाठी आटवल केले व त्यांना तक्क्याला टेकवून चमच्याने भरवले. तोपर्यंत मलाही अतिशय भूक लागली होती. त्यातले थोडे आटवल उरावे व ते आपण लिंबाच्या लोणच्याबरोबर खावे असे मला फार वाटले. पण तिने ते वाटीभरच केले होते. पण मी बोललो नाही की खायला मागितले नाही. मी तस्सा चटईवर पडून राहिलो. मी किती वेळ झोपून राहिलो होतो कुणास ठाऊक, कारण आईनेच मला बकोटीला धरून उठवून बसवले. ''जा तोंड धुऊन ये,'' ती म्हणाली. ती मला या वेळी कारट्या म्हणाली नाही म्हणून मी घाबरलो. कशीबशी चूळ भरून आत आलो व पानावर बसलो. आज आईने खूप खायला केले होते व चुलीसमोर चार जाड पोळ्याही होत्या. त्यांना अगदी जांभेकरांच्या घरातल्याप्रमाणे वास होता. मी स् स् करत ओठ हलवले व टाळी वाजवली. ''जांभेकरांनी पोळ्या दिल्या?'' मी विचारले. आईने बसल्या बसल्याच हात लांब केला, आणि काडकन मुस्कटात दिली. ''का ग? का ग?'' मी कळवळत म्हणालो. ''कारट्या, आजपासून लक्षात ठेव, तू भिकारड्याचा मुलगा नाहीस,'' ती म्हणाली, ''असं लोकांच्या घरी खायला मागशील तर जीभ डागून देईन. माझे हातपाय उरावर आले नाहीत अजून. असलं भिकारड्यासारखं जगायला शिकू नको. खा, गीळ ती पोळी, ती आपलीच आहे.'' तिने पोळीवर तूप घातले. थोडी दुधातदेखील भिजवून दिली. पण फारच रात्र झाल्यामुळे माझी भूकच गेली. मी कसेबसे दोन घास घेतले तो डोळे पेंगू लागले. मी हात धुऊन पुन्हा चटईवर जाऊन पडलो. आई आली व तिने लुगड्याची रजई माझ्या अंगावर घातली, ''त्या सगळ्या ठेवते. उद्या खा रे त्या कारट्या!'' जाता जाता ती म्हणाली.

पूर्वीच्या शाळेत महिना तीन आणे फी सुरू केली म्हणून श्रीपूमामाने मला देवळातल्या शाळेत घातले. ती शाळा बसवाण्णाच्या देवळात भरे. तिला खोल्या नव्हत्या की, बसायला फळ्या नव्हत्या आणि सगळी मुले एकत्रच बसायची. मास्तरांना मास्तर म्हटले की फार राग यायचा. त्यांना म्हणे 'गुरुजी' म्हणायचे. मी एकदा चुकून मास्तर म्हणालो व एक सणसणीत छडी खाल्ली. त्या शाळेत माझी कुणाची ओळख नव्हती की, मला कुणी खेळायला घेत नसत. मधुकर म्हणून एक घाऱ्या डोळ्यांचा मुलगा होता, तो चित्रे फार गमतीची काढत असे व तो मला फार आवडे. पण तोदेखील माझ्याशी कधी बोलत नसे. पोरे मात्र सगळी मळकट आणि अगदी ढ होती. कुण्णाला शेंडीचा श आणि पोट फोडायचा ष बरोबर काढता येत

नव्हता. मला तर बाराचा पाढा येत होता. मग परीक्षा आली. गुरुजींनी टेबलावर तीनदा छडी आपटून सांगितले, सगळ्यांनी चांगले कपडे घालून या. दिपोटी येणार आहेत परीक्षेला! त्या संध्याकाळी मी श्रीपूमामाला म्हटले, ''मला एक नवीन सदरा पाहिजे. उद्या आमची परीक्षा आहे रे, आणि मी सदरा मागितला म्हणून आईला सांगू नको. ती संतापेल.'' ''आधी तर सांगायचं नाही?'' तो म्हणाला, ''रात्री कापड आणून सकाळपर्यंत कसा होईल सदरा? बराय बघू.'' दुसऱ्या दिवशी अगदी पहाटेलाच तो आला. आईने विचारले, ''का रे, एवढ्या सकाळी आलास?'' तर श्रीपूमामा म्हणाला, ''कमळी, तुझ्या पोराची आज परीक्षा आहे. म्हटलं त्याला एक नवा सदरा द्यावा. पण ऐनवेळी कापडच कमी पडलं बघ.'' ''अरे कशाला उगाच?'' आई म्हणाली, ''त्याला आहेत मस्त दोन-चार सदरे!'' पण तिने तो सदरा मला घालायला दिला. कापड कमी पडले म्हणून कापडाच्या रेघा हातावर गोल गोल कांकणासारख्या आल्या होत्या. वर्गात गुरुजींनी विचारले, ''हा नवा सदरा कोणत्या सुताराने शिवला हो?'' आणि सारी पोरे हसली. मला त्या सगळ्यांचा फार राग आला. मला तो सदरा फार आवडला होता. शिवाय श्रीपूमामाने रात्रभर बसून माझ्यासाठी शिवून आणला होता तो. आणि रेघा सरळच पाहिजेत असे कुणी तुम्हांला सांगितले? होय, आमच्या रेघा गोल येतात. तुम्हांला काय करायची पंचाईत?

दिपोटींनी प्रश्न घातले, तोंडचे हिशेब घातले. मी 'देवाजीने करुणा केली, भाते पिकुनी पिवळी झाली' ही कविता म्हटली. परीक्षेनंतर दोन दिवस सुट्टी होती, व शनिवारी पास-नापास होते. त्या दिवशी सकाळी मी अगदी लौकर तयार होऊन बसलो. 'कारट्या, मग लगेच घरी ये हं' म्हणून सांगून आई जांभेकराच्या घरी गेली. गुरुजींनी मी पास झाल्याचे सांगितले, व वर्गात पहिला आल्याबद्दल मला 'नीतिबोध' पुस्तक बक्षीस मिळाले. मधुकरचा नंबर दुसरा आला होता व त्याला 'जिंजीवास' हे पुस्तक बक्षीस मिळाले. त्याचे पुस्तक माझ्यापेक्षा जाड होते. पण त्यात गोष्टी नव्हत्या, आणि चित्रेही नव्हती. मधुकर माझ्याकडे आला, व माझ्या शेजारी बसला. ''तू पहिला नंबर मिळवलास, आज आमच्या घरी चल शाळा सुटल्यावर,'' तो म्हणाला. शाळा सुटेपर्यंत आम्ही माझ्या पुस्तकातून दोन गोष्टी वाचल्या. एका गोष्टीत नारळ, शंकरपाळे असली नावे असलेली मुले होती. दुसऱ्या गोष्टीत एका आईचा मुलगा हरवतो, मग ती आपले केस देते, डोळे देते, त्याला परत घेऊन येते, असली हकीकत होती. शिवाय 'जीमूतवाहन' म्हणून कुणाचीतरी गोष्ट होती, पण आम्ही ती वाचली नाही. पण मधुकरने शिसपेन्सिलीने चित्रातल्या एका बाईला मिश्या काढल्या व आम्ही खूप हसलो. शाळा संपली. ''चल आता आमच्या घरी,'' मधुकर म्हणाला, ''सुट्टीनंतर मी मग सांगलीला शिकायला जाणार.'' तो जाणार म्हणून मला

एकदम वाईट वाटले. आपणही नंतर या शाळेत येऊ नये, असे मला तेव्हाच वाटू लागले. एकदा मी म्हणालो, ''मी घरी जातो रे, आई वाट बघेल. तिला पुस्तक दाखवायचं आहे.'' तर तो म्हणाला, ''आमच्या घरी येऊनच जा, मी सांगलीला जाणार, मग भेटणार नाही पुन्हा.'' म्हणून मी त्याच्याबरोबर गेलो.

आम्ही देसाई गल्लीत आलो, तेव्हा मी मधुकरला विचारले, ''अरे, तुमचं घर कोणतं?'' तर त्याने घर दाखवले ते आमचेच! मी म्हणालो, ''अरे, आम्ही इथं राहत होतो पूर्वी. परसात तुतीचं झाड आहे.'' मग तो टाळी वाजवून म्हणाला, ''होय रे होय, बरोबर!''

मग आम्ही परसात गेलो. सुम्मीला आवडणारे रायआवळ्याचे झाड कुणीतरी तोडून टाकले होते; पण तुतीचे झाड मात्र होते. त्यावर आता हिरवट लाल, अगदी पिकून जांभळ्या झालेल्या तुती अंग भरून लागल्या होत्या. मी अर्धा खिसा भरून तुती काढून घेतल्या. त्या वेळी मला सुम्मीची फार आठवण झाली. कृष्णीच्या गोठ्यात त्यांनी आता लाकडे रचून ठेवली होती. मी यायला निघालो, त्या वेळी मधुकरच्या आईने मला एक करंजी खायला दिली. त्यांच्या घरी मधुकरच्या बहिणींचे लग्न होते. मधुकरला पुष्कळ कपडे शिवायला टाकले होते. त्याचा दादा येणार होता. सगळीकडे अगदी गडबड होती. मी मधुकरच्या आईला म्हणालो, ''आम्ही पूर्वी याच घरात राहत होतो. इथं बाहेरच्या खोलीत ब्रह्म आहे.'' ''ब्रह्म असला तर असला!'' मधुकरची आई हसून म्हणाली, ''तो काय आम्हांला खातोय की काय! पंधरवड्याला एक नारळ त्याच्यापुढे फोडला की काम झालं!''

मला एकदा वाटले, डोळ्यासारखा दिसणारा हा ब्रह्म पुन्हा एकदा हळूच बघावा. पण मग आई रागावते म्हणून मी तिकडे गेलो नाही. मी बाहेर पडलो, आणि मधुकरने दारातूनच हात हलवला. तो नंतर सांगलीला जाणार, कुणास ठाऊक, नंतर तो मला भेटणारही नाही. आमची मैत्री एक दिवसात सुरू झाली, एक दिवसात संपून गेली! त्याची एकच आठवण राहिली, ती म्हणजे चित्रातील बाईला काढलेल्या मिश्या!

घरी आलो, त्या वेळी आई अद्याप आली नव्हती. हळूच दरवाजा उघडून मी आत नानांकडे गेलो. जाताना आईने तेथे उदबत्ती लावून ठेवली असावी, कारण अजूनही तिचा थोडा वास उरला होता. मी नानांना पुस्तक दाखवले, आणि म्हणालो, ''नाना, मी पास झालो. पहिला नंबर. हे बघा पुस्तक!'' त्यांनी हात उचलल्यावर मी पुस्तक देऊ लागलो, पण त्यांनी पुस्तक घेतले नाही, त्यांनी माझ्या तोंडावरून हात फिरवला, व ते भिंतीकडे पाहू लागले.

आई घरी आल्याबरोबर मी तिच्यासमोर 'पास! पास!' म्हणून ओरडलो. श्रीपूमामाही तिच्याबरोबर आला होता. तो काही न बोलता बाजूला बसला. आईने

मला जवळ बोलावले, आणि खिशांतील तुती चिरडून जातील की काय, असे घट्ट मला जवळ घेतले. आई किती बदलून गेली आहे हे तेव्हा मी अगदी जवळून पाहिले. तिचा चेहरा चेपल्यासारखा झाला होता, व हाडे खूप वर आली होती. सुम्मीने कासव दाखवताना विहीर दाखवली होती; आईचे डोळे बघताना मला त्या आत खोल गेलेल्या विहिरीची आठवण झाली. श्रीपूमामाने पुस्तक उचलले, व तो त्यातील चित्रे पाहू लागला.

"कारट्या, कोणती परीक्षा पास झालास रे तू?" तिने विचारले. मी म्हणालो, "पहिली!"

"म्हणजे अजून मॅट्रिक झाला नाहीस? बी. ए. झाला नाहीस?" ती म्हणाली आमची आई कित्येकदा अगदी खुळ्यासारखी बोलते. मॅट्रिकला कितीतरी अभ्यास करायचा असतो. आणि पहिलीच्या परीक्षेला बसून कोण मॅट्रिक होते?

"आई, तुला तुती पाहिजे? आपण मागं राहत होतो ना, त्या घरात मधुकर राहतो, तो आता सांगलीला जाणार आहे." मी सांगू लागलो खरा, पण आईचे तिकडे लक्षच नव्हते. ती मला म्हणाली, "कारट्या, तू बी. ए. हो अगर होऊ नकोस. पण आतून बाहेरून मात्र, अगदी दगड हो!" तिने माझ्या छातीवर टिचकी मारली, व ती पुन्हा म्हणाली, "अगदी घट्ट, डोंगरी दगड हो बघ!"

मी नमस्कार घालायला लागल्यापासून माझे दंड घट्ट होऊ लागले होते. मी म्हणालो, "बराय आई!"

पण आईला तुती आवडतच नव्हत्या. त्या घरात असताना एकदाही तिने तुती खाल्ल्या नाहीत. "श्रीपूमामा, तुला तुती पाहिजेत?" मी विचारले. त्याने हात पुढे केला. "कसली देऊ सांग?" मी म्हणालो. त्याने हात मागे घेतला, व म्हटले, "आण कसली तरी." म्हणजे त्याला तुतीविषयी काहीच माहिती नव्हती. आणि मी त्याला तुती दिली नाही तर त्याने पुन्हा मागितलीही नाही. सुम्मीने मला घट्ट धरून ठेवून बळजबरीने माझ्या खिशातून हव्या त्याच तुती काढून घेतल्या असत्या!

"पण मी म्हणतो, कमळी," श्रीपूमामा म्हणाला, "जरूर असेल तर दवाखान्यात नको ठेवायला? त्या गावात जाऊन राहावं लागेल इतकंच ना? चल, मीही येतो तुझ्याबरोबर. तुझं तरी काय, आणि माझं तरी काय, काय आहे या गावात आपलं? कुठंही काम करायचं, जगायचं. मग हॉस्पिटलमध्ये ठेवून तरी बघू."

आई भिंतीला टेकून बसली, आणि अगदी दमल्याप्रमाणे उसासा सोडून तिने पाय लांब सोडले आणि त्यावर हात बांधल्याप्रमाणे ठेवले. "तू म्हणतोस तेही खरंच म्हणा," ती श्रीपूमामाकडे न पाहता म्हणाली, "पण या गावाचं आतडं तुटत नाही बघ."

आमचे तुतीचे गुपित सुम्मी-दादाला माहीत होते. तुती खाताना अगदी पिकून मऊ जांभळी झालेली असते ना, ती खाऊ नये. ती टचदिशी खाल्ली की, तोंड गोड होते हे खरे, पण जीभ ओठावर पुसली की सारे संपले! तुती थोडी कच्चीच असावी. म्हणजे अगदी कच्ची नव्हे तर थोडी पिकलेली, अगदी पिकलेली नव्हे तर थोडी कच्ची म्हणजे गोडही लागते आणि आंबटही लागते. जीभ रवरवते, आणि गोडही लागते. मग तुती बराच वेळ ध्यानात राहते. हे सुम्मी-दादाला माहीत होते, पण ते आता इथे नाहीत. आई-श्रीपूमामाला ते काही माहीत नाही. श्रीपूमामाला तर कशाचेच काही माहीत नाही. आता या घरात ते गुपित फक्त एकाच माणसाला माहीत आहे.

मला!

साधना : दिवाळी १९६१

शि क्षा

वास्तविक शोभाने आता घरी जायला काहीच हरकत नव्हती. तिचे काम संपले होते. परंतु शाळा सुटायला अद्याप एक तास होता व नियमाप्रमाणे तिला थांबणे जरूर होते. छत्री आणि पर्स अगदी जवळ घेऊन ती ऑफिसात थांबली, व त्या एक तासाची शिक्षा भोगू लागली.

ऑफिस म्हणजे तीनचार कपाटे व टाइपरायटर असलेले टेबल यांनी भरून गेलेली एक कोंदट खोली होती. त्यांच्या सांदरीत बसून जाळे विणत असल्याप्रमाणे कारकून सतत काहीतरी लिहीतच असे. खिडकीवर बाहेरून कसलातरी रानवट वेल हिरव्या सापाप्रमाणे वाढला होता. कारकुनाच्या गळ्याची गाठ सारखी वरखाली होत होती, त्याच्याकडे पाहताना तिला एकदम आठवले, खरेच, आपण या कारकुनाला कधी कुणाशी बोलताना कधीच पाहिले नाही. सहा महिन्यांपूर्वी तो आला, तेव्हापासून सगळेजण त्याला हिडीसफिडीस करत, व त्याच्यापुढे काम आणून टाकताना त्याच्याकडे सरळ पाहतही नसत. गेल्या गॅदरिंगच्या वेळी त्याने मोठ्या उत्साहाने आपल्या बायकोला शाळेत आणले. (ठेंगणी, भांबावलेली, नव्या पातळाचा बोंगा.) पण तिच्यासमोरच हेडमास्तरांनी, चहाची व्यवस्था बरोबर झाली नाही म्हणून त्याच्यावर तोंडसुख घेतले आणि तिला कुठे बसायला जागा मिळाली नाही ती नाहीच. हा कारकून कोण आहे? घरी तरी तो गाठ उकलल्याप्रमाणे कधी हसतो का? शोभाला उगाचच उत्सुकता वाटली, पण ती फार वेळ टिकली नाही. त्याने मान वर करून एकदादोनदा तिच्याकडे पाहिले, पण तो बोलला नाही. एकदा तर तो थोडा हसल्यासारखा वाटला. ती किंचित शरमली, व तिला त्याचा थोडा रागही आला. तिला वाटले, मला माहीत आहे तुझ्या मनात काय चालले आहे ते! तिने मान वळवली, व समोरच्या नकाशाकडे नेटाने लक्ष लावले. बाजूला लहान वर्तुळे

असलेली, मोठ्या अक्षरांत छापलेली शहरे, गावे अंगावर घेऊन गोमेच्या पायाची रेल्वे साऱ्या नकाशाभर हिंडत होती. त्यातील एकेका आडव्या रेषेवर पावले टाकत शोभा वरवर चालू लागली, आणि पायांना वेग येताच तिला मोकळे मोकळे वाटू लागले. खूपशी गावे, नवख्या चेहऱ्यांच्या माणसांची ढवळाढवळ यांत ती हरवून गेली. मध्येच पुणे लागले. ती गोंधळून थबकली. पुण्याला नको. आता पुणे कायमचे वर्ज्य झाले. लीला आता तेथे राहत होती. कॉलेजमध्ये आपण चार वर्षे एकत्र काढली. ती मराठी छान लिहीत असे, पण ट आणि र ही अक्षरे ती सारखीच लिहीत असे. तिने एकदा बालकवींची 'मरणाचे काढुनी घ्या मरण' ही ओळ लिहिली, आणि प्रोफेसरांनी (मध्ये भांग, मुलींच्या अस्तित्वाची दखल नाही, उर्मट, चित्रकला, काव्य, बाग या स्वत:च्याच जगात सदा मशगूल. त्यांना पेनमध्ये शाई तरी भरता येत होती की नाही कुणास ठाऊक! पण मग बूट इतके झगझगीत कसे? आपणा दोघींनाही त्यांच्याविषयी वाटणारी जीवघेणी ओढ...) ती ओळ 'मटणाचे काढुनी घ्या मटण' अशी वाचून तिची खूप थट्टा केली. अरूशी लग्न होऊन गेल्यावर तिने एकही पत्र पाठवले नाही. परंतु आपले अर्धे जीवन तिच्यापाशी ओलीस आहे. आपल्या पुष्कळशा भावना तिच्यापुढे भोळेपणाने मांडल्या, दु:ख दाखवले. दादांना दंड झाला त्या वेळी तिच्या शेजारी बसून तासभर लहान मुलाप्रमाणे रडलो. नाही. — पुणे आता कायमचे बंद झाले. ती जर नुसती समोर दिसली तर आपण शरमेने वितळून जाऊ! शोभा घाईघाईने वर गेली. मुंबई व तेथल्या परक्या अजस्र घोळक्यात आयुष्याचा चेहरा पुसून निर्विकार हिंडू लागली. नंतरदेखील फाटे वर गेले. आडवे तिडवे पसरले. प्रत्येकाला बारीक फळांप्रमाणे गावे चिकटलेली. एवढे जग मोठे आहे, आणि आपण मात्र या लहानशा कोंदट खोलीत, या असह्य झालेल्या गावात शिक्षा भोगत जगत आहोत. आणि त्या तुरुंगातून सुटका नाही.

"आजही तुम्ही बसनंच जाणार?" मध्येच मान वर करून कारकुनाने विचारले व उत्सुकतेने तो उत्तरासाठी थांबला. त्याच्या त्या चोंबडेपणाची शोभाला फार राग आला. तिच्या कपाळावर एक आठी चढली, व ती तुटकपणे म्हणाली, "मी दररोज बसनंच जाते की!"

तो वरमला, व काही न बोलता खाली मान घालून पुन्हा लिहू लागला.

शाळेत येत असलेले वर्तमानपत्र संध्याकाळी हेडमास्तरांच्या घरी जात असे. ते घेऊन जाण्यासाठी ते ऑफिसमध्ये आले. कारकून चटकन अवघडल्या अंगाने उभा राहिला. शोभाने उगाचच छत्री सावरली. तिला पाहताच आठवल्यासारखे करून ते म्हणाले, "मिस नाईक, त्या सावदेने फी आणून दिली का? नाहीतर त्याला उद्या वर्गात बसू देऊ नका."

सावदे? हो. तो दहावीमधला नवा विद्यार्थी. कपाळावर केसांचा घाणेरडा झुबका, निबर कातडे, रोगट कातड्यासारखे दिसणारे चित्राचित्राचे बुशशर्ट. सावदे का नाव त्याचे? त्याचा चेहरा समोर येताच तिला वाटले, याची फी घेऊ नये. तो शाळेतून जावा. त्याच्याविषयी मत का वाईट झाले हे तिला सांगता आले नसते; पण तो दररोज नजरेसमोर असावा असे मात्र तिला वाटेना. ''सावदे नव्हे साबणे,'' कारकुनाने मध्येच दबलेल्या आवाजात सांगितले.

साबणे? शोभा एकदम दचकली, व तिचा चेहरा पडला. तिची बोटे किंचित कापू लागली व तिने छत्री घट्ट धरली. ''साबणे नसेल, सावदेच आहे वाटतं त्याचं नाव,'' ती कोरड्या, धडपडणाऱ्या आवाजात म्हणाली. कारकुनाने टेबलावरील कागदांची चाळवाचाळव केली. नको, त्याचे नाव साबणे नको! ती सारखी स्वत:शीच म्हणू लागली. कारकुनाने एक कागद काढला, व तो वाचत तिला म्हणाला, ''हे पाहा, त्याचं सर्टिफिकेट आहे इथं.''

तिच्या चेहऱ्याभोवती एकदम चिकट कोळीष्टके गुंडाळल्यासारखी झाली व ती गुदमरू लागली. असहाय चिडीने, त्याच्या डोक्यावर एकदम छत्री घालावी, असा विचार तिच्या मनात येऊन गेला. पण ती खाली मान घालून बसली. तिच्याभोवती आणखी काही शब्दांची गिचमिड झाली. ती तिच्या कानावर पडली, पण तिला समजली नाही. तिने मोठ्या प्रयत्नाने स्वत:ला भानावर आणले. हेडमास्तरांना आपण काहीच उत्तर दिले नाही याची तिला आठवण झाली. एकेक अक्षराचा टाईप उचलावा, त्याप्रमाणे तिने शब्द गोळा केले, व वर पाहिले. पण वर्तमानपत्र घेऊन हेडमास्तर जात होते, व कारकून पुन्हा टेबलावर कायम प्रश्नचिन्हाप्रमाणे वाकला होता, आणि घड्याळ अविरत सोशीकपणाने टिंबे ठेवत टिकटिकत होते.

''होय. साबणेच. त्याचा बाप इथं सबजज्ज बदलून आला आहे,'' कारकून म्हणाला. तसे म्हटल्याने जणू त्या सबजज्जाशी त्याचे नाते प्रस्थापित झाल्याप्रमाणे त्याच्या चेहऱ्यावर पुसट समाधान दिसले.

शोभाला आता तेथे राहवेना. दोन डोळ्यांमध्ये टचटच टोचणाऱ्या वेदनेचे वर्तुळ निर्माण झाले होते, आणि ती घड्याळाच्या ठिपक्याबरोबर वाढत होती. एका झटक्यात पर्स, छत्री घेऊन ती उठली व रस्त्यावर आली. अनेक वास, अनेक आवाज यांची गुंतवळच घेऊन रस्ता तिच्यावर आदळला. पण त्या गर्दीत तिला बरे वाटले. शाळेच्या कोपऱ्याजवळच बसस्टॉप होता, व तेथे वाट पाहत असलेल्या लोकांच्या रांगेचा तुकडा होता. ती जाऊन उभी राहताच सगळ्यांच्या नजरा तिच्याकडे वळल्या. तिला वाटले, तो टक्कल पडलेला जाड माणूस तर आपल्याकडे विशेषच रोखून पाहत आहे. आपल्याविषयी त्याला खास माहिती आहे. तिने

आपली नजर दुसरीकडे वळवली. पण तेथे उभ्या असलेल्या पांढऱ्या केसांच्या बाईच्या डोळ्यांत, केसाळ हातावर छोटे घड्याळ बांधलेल्या मुलीच्या डोळ्यांतही तिला तीच सलगी दिसली. ती एकदम स्वस्थ झाली. तिने उगाचच पर्स उघडली व मिटली. त्या बाईने मध्येच विचारले, ''किती वाजता बस आहे ही?''

आता बस नको, काही नको. आपण आता इथे थांबूच नये, असे शोभाला वाटू लागले. शब्द सारख्या टोचा मारत आहेत. आता ही बाई बोलणे सुरू करणार, नंतर, ''तुम्ही शोभा नाईकच ना?'' म्हणून छद्मीपणाने हसणार, याची तिला खात्री वाटली.

''कुणास ठाऊक! मलाही माहिती नाही,'' ती म्हणाली, व गळून गेलेल्या शरीराने चालू लागली.

हल्ली बरेच दिवस तिला गळून गेल्यासारखे वाटत होते. दुखणारे पाय व तापलेला घसा यांचे ओझे टाकून देऊन नायलॉन वस्त्राप्रमाणे वाऱ्यावर तलम तरंगत घरी जावे, किंवा आता घर यावे म्हणताच आपण घरी खुर्चीवर बसलेले असावे, असे तिला पुष्कळदा वाटे. निवळ दिवसाच्या मापाने मोजलेला आंधळ्या तासांचा ढिगारा, एवढेच चालू आहे. नामवाक्ये, नागरिकशास्त्र, घरून पिशवीभर आणलेली निबंधांची धुणावळ; हाडांचे निरनिराळे सांधे, त्यांना दु:ख नाही, अवघडल्याची कळ नाही. फक्त खोबणी व सांधा. आणि नकाशात रेल्वेची रेषा लांबलचक पसरली आहे. शेकडो गावे आहेत. मात्र पुणे सोडून. पुणे नाहीच.

डाव्या बाजूच्या सोडावॉटरच्या दुकानासमोर आज नवे चित्र होते. एक बांधेसूद गुलाबी बाई हातात व्हिम्टोचा ग्लास घेऊन हसत समोर पाहत होती. शोभाला त्या गडद लालसर पेयाचा रंग आवडला — फारच. नाडी असलेल्या शब्दांची एखादी सुंदर कविता वाचावी, चांगला इंग्रजी चित्रपट आठवावा, व ते पेय जिभेवर खेळवावे. त्या स्त्रीकडे पाहूनही तिला प्रसन्न वाटले. तुझे बरे आहे बाई. नाव नाही, गाव नाही, भूतकाळ नाही. सारखे हसायचे, व व्हिम्टो प्यायचा, आणि तोही वाटेल त्या वेळी. आणि ती गुलाबी कांती, तिच्यावर तर सुरकुती दिसणार नाही. तुला रेल्वे तर कशाला पाहिजे. आणि पुण्याला तर बिचकायला कशाला पाहिजे?

समोरून कुणीतरी आले, तिच्याकडे पाहून हसले. आपणही रीतरिवाज म्हणून हसलो हे नंतर तिच्या ध्यानात आले. पण समोर मालती आहे हे पाहताच ती आकसली. अनेक वर्षे शेजारी राहिलेली ही मैत्रीण, लग्नानंतर आजच भेटते आहे. आता ती थोडी स्थूल झाली होती, व लग्न झाल्यावर कृतकृत्य झाल्याचे चीड आणणारे चिकट सुख तिच्या चेहऱ्यावर होते.

''शोभा, अग कित्ती दिवसांनी भेटतेस. ठीक आहे ना?'' मालती म्हणाली.

''ठीक आहे की!'' शोभा म्हणाली. तिने मालतीच्या हातातील नव्या पातळाची उगाचच किंमत विचारली. ''केव्हा आलीस?'' तिला प्रश्न केला. पण आता ही जाईल तर बरे असे शोभाला वाटू लागले. कपाळातील कळ पुन्हा पेटू लागली. मालतीच्या कडेवर मोठ्या ॲस्प्रोच्या गोळीसारखे गोल पांढरे मूल होते. आता ती ''मावशीकडे जातोस?'' म्हणत ते पोर आपल्यावर आदळणार अशी तिला भीती वाटली, व प्रतिकारासाठी ती तयारी करू लागली.

साबणे? नसेल, तो सावदेच असावा. मालती सारखी बडबडत होती. काहीतरी खूप सांगत होती. तीनशे रुपये पगार, त्याशिवाय कामाला गडी मिळतो. मुलाचे नाव राजीव. वाक्यामधील खळग्यात शोभा ठेचाळत होती. पुढच्या शब्दांना धरून वर येत होती. पहिल्यांदा चेहऱ्यावर टांगलेले हसणे तसेच होते. तिला एकदम मोकळ्या हवेत सरळ रस्त्यावर आल्यासारखे वाटले, कारण ती वाट पाहत असलेले शब्द आले. ''बराय ग, उशीर होतो. चलते मी. शिवाय ते वाट पाहतात पुढे.'' मालती म्हणाली, ''ये कधी तरी. मी आहे आठवडाभर.''

''येईन की मग या रविवारी,'' शोभा म्हणाली.

ती तेथून निसटली. त्या वेळी तिला फार बरे वाटले, पण थोडी हुरहुरही मनाला चिकटली. मालती तशी वाईट नव्हती. पाच-पाच मिनिटाला दारातून पळत येऊन दूध उतू गेले, भात करपला असे सांगायची. ते शोभाला सांगितल्याखेरीज तिला बरेच वाटत नसे. दोऱ्याने विणायला ती हजार नमुने घ्यायची, पण त्यांत कधी एक सुबक नीटनेटका झाला नाही. पण तिचे आयुष्य झेंडूच्या झाडाप्रमाणे वाढले, त्याला टमाम तरारलेली फुलं आली. तिच्याशी दोनचार शब्द बोलायला हरकत नव्हती. पण मग मालती आपणाविषयी विचारील. मग तिच्यासमोर आपल्या आयुष्याची हाडे चिवडावी लागणार या कल्पनेने ती शरमली होती. पण कधी तरी जावे तिच्याकडे, त्या संजीवला काही तरी खेळणे घेऊन द्यावे. पण ती राहते कुठे हे तिने सांगितले नव्हते, शोभाने विचारले नव्हते. ये की कधीतरी, येईन की रविवारी! आणि त्या मुलाचे नाव संजीव नव्हे, राजीव. साबणे खात्रीने नव्हे, सावदेच असले पाहिजे. त्या कारकुनाने दुसऱ्या कुणाचे तरी नाव पाहिले असले पाहिजे — सावदेच.

आपण आज फार दमलो आहो हे तिला एकदम जाणवले, व बसनेच गेलो असतो तर बरे झाले असते असे तिला वाटू लागले. समोर फोटोच्या दुकानातील, हात उच करून चंद्राच्या कोरीला स्पर्श करणाऱ्या सुरेख स्त्रीचे चित्र तिला आवडले. मागे आकाश गडद निळे आहे व पुढे ज्योतीप्रमाणे स्त्री उभी आहे. ते निळे आकाश स्पर्शाला अगदी थंड असावे. तोच तिला दुकानातून मालकाने हाक मारली. ती

एखाद्या गुन्हेगाराप्रमाणे दचकली. तेथे फ्रेम घालावयाला दिलेला फोटो नेण्याचे तिने दोनचार दिवस उगाचच टाळले होते. पण आता सुटका नव्हती. ती निमूटपणे पायऱ्या चढून आली. ''तुमचा फोटो तर दोन दिवसांपूर्वीच तयार झाला!'' तो म्हणाला, व त्याने सुबक पांढरी फ्रेम घातलेला फोटो तिला दिला.

''मला काम होतं दोन-चार दिवस, यायलाच मिळालं नाही,'' ती म्हणाली, व हसली. पुन्हा तेच हसणे, मालतीपुढे वापरलेले. जुन्या फरफऱ्या पुन्हा लावल्याप्रमाणे ते तिने सराईतपणे धारण केले. ''आमच्या घरीही असला एक फोटो आहे. आमची चंद्रासुद्धा तुमच्याबरोबर होती वाटतं?'' फोटोतील एका मुलीकडे बोट दाखवत मालक म्हणाला, ''लग्नानंतर एक आठवड्यातच मेली, तुम्हांला माहीत आहे ना? आमचं नशीब म्हणायचं.''

चंद्रा? हो चंद्रा जाधव, टेबल-टेनिस बरी खेळायची, कानाजवळ त्रिकोणी डाग. लीलामुळे ती फोटोत आली.

तिने तो फोटो पाहिला. कॉलेजमध्ये चारपाच जणांबरोबर काढलेला. पिवळसर पडलेला फोटो. तिच्या मनात तो बाहेर काढण्याचे नव्हते. त्या आठवणींपैकी आता तिला काही नको होते. पण जुन्या कपाटात काहीतरी करत असता तिच्या आईला तो दिसला, व तिने तो चौकटीत बसवून आणण्याचा आग्रह धरला. हल्ली तिच्या मनाविरुद्ध काहीही करण्याचे शोभाच्या जिवावर येत असे. त्या फोटोत लीला आहे, तिचे अरविंदशी लग्न झाले, हे सांगायचे तरी कसे तिला? आपल्याबरोबर तिच्याही मनाला एक मूक जखम, हल्ली ती चक्क विरतच चालली होती. झाड मुळातच मरत असले की त्याच्या वरील पानांवर जी कळा पसरत जात असते, तसा तिचा चेहरा दिसत होता. त्यातच तिचे केस पातळ झाले होते, व तिने दात काढून घेतले होते. तिच्याकडे पाहिले की शोभाला वाटे, आपण तिच्याशी बोलतो, ती आपल्याला स्पर्श करते, पण तिच्या मनात अगदी खोल चाललेल्या खळबळींची आपल्याला काय कल्पना आहे? ती काय, दादा काय, आपण काय, आपापल्या लहान तुरुंगात बसून आपली शिक्षा भोगतो. काही वेळा फक्त एकेमकांकडे पाहत गजांमधून हात हलवतो इतकेच! संध्याकाळी ती पायावर पाय टाकून ते लांब पसरून पूर्वीच्या आठवणी सांगत बसे. कित्येकदा तिचे डोळे भरत. शोभाचे आपल्याकडे लक्ष नाही हे देखील तिच्या ध्यानात येत नसे. फोटो मिळताच त्या आईने उत्साहाने म्हटले होते, ''अग, घरी तुझा एकही फोटो नाही. हा राहू दे एवढा.''

शोभाने फोटो हातात घेतला, ती हालचाल दुकानाच्या भिंतीवर लावलेल्या अनेक मोठ्या आरशांत एकदम उमटली. शेकडो हात पुढे येऊन त्यांनी आपणाला गोल फिरवले व भूतकाळात ढकलून दिले असे तिला वाटले. तिने चमकून पाहिले.

तिची पाठ किंचित वाकली होती, व गालाची हाडे थोडी वर आल्याने डोळ्यांखाली काळवंडल्यासारखे दिसत होते. स्वतःला प्रथमच पाहिल्याप्रमाणे ती दचकली. तिने घाईघाईने पैसे दिले, व जाताना पुन्हा एकदा ते हसणे वापरून ती खाली उतरली.

तीच का ही मी? आणि अरविंद तर तिला जाई म्हणायचा. किंचित जोराने स्पर्श करताच सुगंधी सूर्यप्रकाश बाहेर यावा अशी तिची कांती. अरविंद गेला आणि तिचे जाईपण घेऊन गेला. शोभाचे नाव वर्तमानपत्रांत आले. लोक कुजबुजू लागले होते. पण कोर्टात खटल्याचा निकाल लागण्याआधीच सारे संपून गेले होते. तो आधी महिनाभर भेटलाच नाही. ती एकदा आपण होऊन त्याच्याकडे गेली असता तो एकदम घाईत दिसला, व 'काम आहे' म्हणत बाहेर जाण्याची तयारी करू लागला. नंतर दुसऱ्याच दिवशी त्याने तिची सारी पत्रे रजिस्टर्ड पोस्टाने पाठवून दिली होती. तो हिशेबाला अगदी चोख. त्याने व्यवस्थितपणे परतपावतीदेखील ठेवली होती. सोबत निरोपाचा एक शब्द नाही. त्याने चुटकी वाजवली व सारे संपवून टाकले. पण तेही शोभाला तितके बोचले नाही. निदान त्याने स्वतःची पत्रे तरी रागारागाने मागायची होती. जिव्हारी लागेल असे काही तरी क्रूर, अन्यायाचे लिहायचे होते. त्या जखमेवर ती जगली असती. पण नाही. त्याने टिचकीने तिचे नाव आयुष्यातून काढून टाकले होते. शेवटी त्याने लीलाशी लग्न केले. शोभाने आपले मन तपासून पाहिले. लीलाविषयी तिच्या मनात बिलकूल राग नव्हता, पण त्या नावामुळे तिच्या अंगावर शरमेचा काटा उमटून जात असे. शोभाने आपली अनेक स्वप्ने भाबडेपणाने तिच्यापुढे मांडली होती, अरूचे वर्णन केले होते, टेबलक्लॉथवर त्याला आवडणारी कोणती डिझाईन्स घालावयाची तीदेखील तिने लीलाला दाखवली होती. आता अरूचा हात तिच्या खांद्याभोवती असता ती कदाचित हे सारे त्याच्याजवळ कुजबुजत असेल आणि ती हसत असेल का आपणाला?

त्याला एकदम काटे फुटू लागल्याप्रमाणे तो विचार तिला नकोसा वाटू लागला. हे सारे कसे सांगायचे आईला? आता तो फोटो घरी सारखा भिंतीवर राहणार, आणि ती आपल्यासमोर आतल्या आत सारखी हसत राहणार.

साबणे म्हणताच तो कारकून हसला, त्याप्रमाणे.

शोभा शाळेत कामाला लागली, त्या वेळी शाळेसमोरच साबणेचे पानपट्टीचे दुकान होते. दोनचार बरण्या, पानांचा ढीग, सिनेमाच्या गाण्यांची पुस्तके, आणि वर चिमटा लावून लोंबकळत सोडलेली कार्डेपाकिटे. लहानशा काऊंटरवर कोपर रोवून तो नेहमी ओलसर, लाल ओठांनी रस्त्याकडे पाहत बसे. अनेकदा मास्तर तेथूनच

पान, चारमिनार पाकिटे मागवत. पुष्कळशी पोरे मधल्या सुट्टीत तेथे रेंगाळत.

पहिले थोडे दिवस नव्या उत्साहात तिचे त्याच्याकडे लक्ष गेले नाही. एकदा ती शाळेला येत असता ती गेटजवळ येताच त्याने शुकशुक केले. तिने चमकून मागे पाहताच त्याने डोळ्यांची हालचाल केली, व कुत्र्याप्रमाणे ओठ मागे ओढून निर्लज्ज दात दाखवले. ती एकदम गोरीमोरी झाली. आजच नव्याने नेसलेल्या, निळ्या पडद्यावर जाईची फुले उधळल्याप्रमाणे दिसणाऱ्या पातळाचा उत्साह कमी झाला. सारा दिवस ती शरमेने चिंब होऊन वावरत होती. शाळा सुटल्यावर बाहेर पडताना तर तिचे पायच गेले. ती जवळजवळ धावतच दुकानासमोरून गेली व गिऱ्हाइकाला पान द्यायचे थांबून साबणे तिला ऐकू जाईल अशा तऱ्हेने हसला.

शाळेला जायचे म्हणजे आता तिला शिक्षाच वाटू लागली. साबणे नेहमी फोडाफोडांचा, लाल हसण्याने चिरलेला चेहरा घेऊन दुकानात बसलेला असे. तो एकदा तरी शुकशुक करावयाचा, व मनावर पडलेली ती घाण घेऊन शोभा सारा दिवस मन कुरतडत वर्गावर्गात हिंडत दिवस संपवायची. शाळेतून बाहेर पडताना ती पुष्कळदा कुठल्यातरी मुलीबरोबर येऊ लागली. पण त्यातही एकदा धक्का बसला. दहावीमधल्या कुमुद देशपांडेबरोबर ती बाहेर पडत असता एकदा शुकशुक ऐकू आली. प्रथमच तो प्रकार घडत असल्याप्रमाणे शोभा शरमली. कुमुदच्या ध्यानात तर ती गोष्ट आली नाही ना हे पाहण्यासाठी तिने हळूच तिच्याकडे पाहिले. पण त्याच्याकडे पाहत ती जुने सलगीचे हसत होती. त्या दिवशी बसची वाट न पाहता तिने टांगा केला, व कारण नसता रुपया खर्च केला म्हणून दादांची बोलणी खाल्ली.

आणि मग ती पत्रे यायला सुरुवात झाली. साधी, एक्स्प्रेस, रजिस्टर एकदोन पत्रे तर घरीसुद्धा आली. ती महत्त्वाची असतील म्हणून आईने जपून ठेवली, व ती घरी आल्यावर तिला कौतुकाने दिली. एकदोन पत्रे शोभाने वाचून पाहिली, व त्यांतील ओंगळपणाने ती खचून गेली. नंतर ते हस्ताक्षर दिसले की ती पत्रे ती फाडून तरी टाकू लागली, किंवा तशीच ठेवू लागली. दररोज येणाऱ्या पत्रांबद्दल शाळेत कुजबूज सुरू झाली होती. प्रत्येक पत्रात तिला खिजवण्यासाठी साबणे आपले पूर्ण नाव पत्ता देत असे. एकदा तर तो तिच्या मागोमाग बसस्टॉपपर्यंत आला, व तेथे हसत उभा राहिला. बस येत असलेली दिसताच तो तिच्या अगदी जवळ आला व म्हणाला, "वास छान आहे तुझा. पत्रे मिळाली की काय वाटते वाचून?"

त्या रात्री ती जेवली नाही. सारे अंग कुरतडून जळत असल्यासारखे तिला वाटत होते, व ती टेबलाजवळ डोके धरून बसली होती. दादांना घरी यायला नऊ वाजत. दुकानात फारसा व्यापार नसे. पण पूर्वीच्या जीवनाची सवय गेली नव्हती.

ते आले त्या वेळी त्यांनी नेहमीप्रमाणे 'शोभा' म्हणून उगाच हाक मारली. कोटटोपी खुंटीवर ठेवली व ते पाय धुवायला गेले. पोटदुखीमुळे ते रात्री जेवत नसत. त्यांनी कपभर दूध घेतले, व ते शोभाच्या खोलीत आले. ''शोभा, आज जेवली नाहीस?'' त्यांनी विचारले. तिने मुकाट्याने मान हलवली, व काहीतरी वाचण्याचे ढोंग केले. दादाही थोडा वेळ गप्पच होते.

''दादा, मी फार दिवस विचार करते आहे,'' ती मोठ्या प्रयत्नाने म्हणाली, ''मी दुसऱ्या एखाद्या गावात नोकरी करू का! मला आता इथं राहणं नको वाटतं.''

दादांनी तिच्याकडे पाहिले. किंचित रोखून ते खिन्नपणे हसले, पण त्यांच्या आवाजात कडवटपणा होता. ''तुला इथं स्वातंत्र्य मिळत नाही मनाजोगतं आमच्याजवळ? खरंच, आता तुझं सुख तुलाच पाहायला पहिजे. दुसऱ्या कोणत्या गावी जाणार तू?''

शोभाने हताशपणाने आईकडे पाहिले. पण ती काही न बोलता मिंध्या डोळ्यांनी तिच्याकडे पाहत होती. याच तिच्या नजरेचा शोभाला अनेकदा संताप येत असे. ती नोकरी करून थोडे पैसे मिळवत होती हे खरे. पण त्यामुळे आईने मिंधे का असावे? गेल्याच आठवड्यातील गोष्ट. शोभाने एका कुंडीत पांढऱ्या शेवंतीचे झाड लावले हाते. त्याला पुष्कळ कळ्या आल्या. पण अनेक दिवस त्या फुलेचनात. काही कळ्या गारठून गेल्या व पाने काळवंडू लागली. तिने फुलांची जवळजवळ आशाच सोडून दिली आणि एका सकाळी पाहते तो बशीएवढे पांढरेशुभ्र फूल तयार झाले होते. कौतुकाने आईदेखील बराच वेळ पाहत उभी होती. पण नंतर कुंडी उचलून बाजूला ठेवत असता तिचा एक मोठा तुकडाच आईच्या हातात आला. कुणाच्याही हातून तसे घडले असते. शिवाय झाडाला तर धक्कासुद्धा लागला नव्हता. पण सारा दिवसभर तिने शोभाकडे अशा कुत्र्यासारख्या दीन ओलसर डोळ्यांनी पाहिले की शोभाला भडभडून आले, व ती कुंडी तिच्या वाटेत ठेवल्याबद्दल स्वतःच्याच तोंडात मारून घ्यावे असे तिला वाटले. निव्वळ कपडे धुण्यासाठी परटाला दोन काळीभोर नदीकाठ राने देऊन टाकणाऱ्या देसाई घराण्यातील आपली आई. पण चारपाच वर्षे घरचे सारे काम स्वतः करू लागली होती. पहिली घागर ओढली त्या वेळी ती एकटीच तासभर हातांवर फुंकर घालीत बसली होती. पण आता झगडण्याची तिची सारी इच्छाच गेली होती. शेवटी शांतपणे पसरण्यापूर्वी तिचे आयुष्य बसकू लागले होते.

''पण दादा, मी काही फक्त स्वतःसाठीच म्हणत नाही,'' किंचित चिडून पण रडव्या आवाजात शोभा म्हणाली, ''आपण सगळीच जाऊ कुठे तरी. तुम्हांलाही नवी सुरुवात करता येईल. माझीही सुटका होईल —''

दादांनी मान हलवली. ''नाही ग, आता व्हायचं नाही ते. या घराचं काय करायचं? या घरात मी जन्मलो. आता इथून जायचं ते आडवं होऊन. शिवाय माझा धंदा आहे इथं.''

हा त्यांचा तुरुंग. त्यांनी हात हलवला. शोभाने तो पाहिला. पण त्याचा पूर्ण अर्थ तिला समजला नाही. तिने स्थिरपणे तक्क्याला टेकून बसलेल्या अशक्त अंगाच्या दादांकडे पाहिले. त्यांच्यावर संतापण्याऐवजी तिच्या मनात कारुण्य भरून आले, व क्षणभर तिला स्वत:च्या जळत्या तापाचा विसर पडला.

धंदा? होय. भेंडीबाजारात दुकानांच्या फळ्यांवर खण आणि पंचे घेऊन बसणाऱ्या किरकोळ व्यापाऱ्यांबरोबर दादा एकखणी दुकानात मांजरपाट, खाकीचे दोनचार तागे घेऊन बसत. गावातील सर्वांत मोठे, वैभवशाली कापड दुकानदार दादा, एक आणा दोन आण्यांसाठी खेडुतांबरोबर बोलू लागले; व आयुष्यात प्रथमच वारकाठी उचलू लागले. लक्ष्मीपूजनाच्या दिवशी पूजेसमोर एके काळी ढीगभर रुपये असत, आणि पंधरा खणी दुमजली दुकान गावातील लोकांनी भरून जात असे. शालूंच्या रंगाच्या झगझगाटाला उंची अत्तरांचा वास असे. गेल्या वर्षी दादांनी एक समई लावून एकट्यानेच पूजा केली, व झोपेपर्यंत आई-शोभाशी ते एक शब्दही बोलले नाहीत.

त्यांचा पाय एकदा घसरला. युद्धकाळात चांगल्या कापडाची दुर्मीळता होती. दादांकडे तलम अशा धोतरांचा खूप साठा होता. पण तो ते ओळखीच्या लोकांसाठीच वापरत. त्यांनी माल नाही म्हणून कुणाला तरी सांगितले, व नंतर एका नोकराने आठ रुपये जादा घेऊन एक धोतरजोडी विकली. ताबडतोब पोलिसांची धाड आली व त्यांना दीड हजार रुपये दंड झाला. साऱ्या आयुष्यभर मिळवलेली पत नोकराने आठ रुपयांना विकून टाकली. ते दुकानात बसायलाच शरमू लागले. पंधरा खणांचे दुकान पाचावर आले. उंची सणंग जाऊन हातमागाचा माल पडू लागला. तेथेही भाडे तुंबले, व ते दुकान त्यांनी रिकामे केले. नंतर त्यांनी चहा विकण्याचा धंदा केला. पत्र्याच्या मोठमोठ्या बरण्या त्यांनी लाल रंगवल्या, आईचे दागिने त्यात गेले, व त्यांनी ते सारे फुंकून टाकले. त्यांना दोन बिस्किटांमधला फरक माहीत नाही; पण त्यांनी बेकरी उघडली. दुकानात एकदा काय झाले कुणास ठाऊक, त्यांनी काचेचे डबे फोडून टाकले, व पोतेभर बिस्किटे सरळ कचऱ्याच्या कुंडात ओतली. त्या रात्रीही 'शोभा!' अशी हाक मारतच घरात आले, व सरळ तिच्यासमोर उभे राहून म्हणाले, ''नाही ग पोरी, हे मला जमायचं नाही. मला फक्त कापडाचा धंदा माहीत आहे. त्याशिवाय मला आधार नाही; त्या शिक्षेपासून सुटका नाही.''

शोभाला आता काय बोलावे हे समजेना, पण साबणे आत्ताच अगदी जवळ उभा असल्याप्रमाणे तिला मलिन वाटत होते. तिला वाटले, आता जर आपण बोललो नाही तर लहान मुलासारखे रडू लागणार.

''मग मी जाऊ एक वर्षभर कुठंतरी? एकच वर्ष!'' तिने विचारले. पण लगेच आईदादांकडे पाहून, आपण तसे विचारायला नको होते, असे तिला वाटले. दादांना कापडाच्या धंद्याखेरीज आसरा नाही, या गावाशिवाय आयुष्य नाही आणि आपणाला जाण्याची सुटका नाही. ही प्रत्येकाची जन्मठेप. मग ती उठली व आईच्या अगदी जवळ जाऊन बसली आणि कुणाकडे न पाहता तिने साबणेची सारी हकीकत सांगितली.

''किती दिवस चाललंय हे?'' एकदम उठून संतापाने इकडेतिकडे फेऱ्या घालत दादांनी विचारले. अशा वेळी त्यांच्या पोटातील कळ जागी होत असे. तिच्यावर त्यांनी हात दाबून धरला. ''वर्षभर? आणि तू आज मला सांगतेस? का, कशासाठी हे सारं सहन केलंस? उद्याच सकाळी जाऊन मी पोलिसात तक्रार देऊन येतो. मी पूर्ण खलास झालो आहे खरा, पण अजूनही आहेत माझ्या काही ओळखी.''

शोभाचा घसा भीतीने कोरडा झाला. हीच गोष्ट नेमकी तिला नको होती. फक्त दुसऱ्या गावी जायला दादांचे मन वळवण्यासाठी तिने ही हकिकत सांगितली होती. पण दादा संतापाने थरथरत होते. त्यांनी दहाबारा पत्रे गोळा केली व हातरुमालात बांधून ठेवली. रात्रभर ते तसेच भिंतीला टेकून बसले होते. मोटरखेरीज दिसू नये अशी ही मुलगी आणि हा दाढीला महाग पानपट्टीवाला तिच्यावर पचापचा थुंकतोय! माझ्या दुकानात नोकराने गुन्हा केला, व त्याची शिक्षा झाली मला. पण माझ्या मुलीचा हा छळ? छट्. आईने त्यांना दोनतीनदा झोपण्याची विनंती केली व नंतर देवघरात जाऊन ती निमूटपणे डोळ्यांतून पाणी काढू लागली. पोलिसांपर्यंत न जाण्याबाबत विनवण्यात शोभाने एक तास खर्च केला. पण दगडी नजरेने दादा तिच्याकडे पाहतच राहिले.

''माझ्या नोकराने गुन्हा केला, तर मी चिरडला गेलो,'' ते म्हणाले, ''आता माझ्या बाबतीत गुन्हा घडतोय, आणि मी गप्प बसू? गाव सोडून जाऊ? छट्. त्या मांगाला तुरुंग दाखविल्याखेरीज राहणार नाही. पण तुला कसली भीती आहे? तुला लाज वाटण्याजोगं तू काही केलं नाहीस ना?''

खटला पंधरावीस दिवस चालू राहिला. तिच्या मनाची तळमळ वाढू लागली. वर्तमानपत्रात एकदा तिचे नाव येताच पाचसहा दिवस ती बाहेर पडली नाही. अरूही भेटला नव्हता; नंतर त्याच्याकडून पत्रेही आली. दादा दररोज कोर्टातून येऊन सारी

हकिकत सांगत, चिडून हातवारे करत. साबणेने आपणच सारी पत्रे लिहिली हे कबूलच केले होते. पण तिच्याकडूनही आपणाला पत्रे येत, ती आपणाला भेटत असे, असे सांगितले होते. शिवाय आपल्या पत्रातील मजकूर खरा होता, आपण वर्णन केलेले सारे खरे आहे, आणि संधी मिळताच त्या साऱ्या गोष्टी तो पुन्हा करणार होता...

तिला देखील एक दिवस कोर्टात जावे लागले. आजूबाजूला अनेक निर्लज्ज, उत्सुक चेहरे. तिला धड उभे राहता येईना. तिने शपथ घेतली. होय, नाही, उत्तरे दिली.

समोर काळ्या कोटातील वकील उभा होता. त्याचे नाक रॉकेलच्या शिशाप्रमाणे चमकत होते, आणि तो हसला की ते वर चढून बाकदार होत असे. त्याने एक पत्र उचलले व वाचले. "तू मला तुझ्या घराशेजारील आंबराईत भेटायला आलीस, त्या वेळी मी तुला पांढऱ्या फुलांचे निळे पातळ दिले. ते तुला आवडले आणि हे पाहा, पुढल्या खेपेला दहा चुंबनांनी भागायचे नाही..."

"हे खरे आहे? तुम्ही भेटायला जात होता?" कुणी तरी विचारले, तिने मान हलवली. "कशावरून? हल्लीच्या मुलींचं सांगू नका काही. माझा अशील पानपट्टीवाला आहे म्हणून त्याच्यावर अन्याय नको." नाक बाकदार झाले. काही तरंगत्या चेहऱ्यांवर हसू दिसले. आणखी तीनचार पत्रे वाचली गेली. सारे शरीर जळत असल्याप्रमाणे शोभा थरथरू लागली. अंगावरील एकेक कपडा काढला जावा त्याप्रमाणे ती व्याकूळ झाली. आपण फळ्यावरचे चित्र आहो, व तो काळा कोटवाला पत्रे वाचून आपल्या अंगप्रत्यंगाचे वर्णन ऐकणाऱ्याच्या मनोरंजनासाठी करत आहे असे तिला वाटू लागले. कुणीही यावे. पोलीस, पट्टेवाला, बाहेर झाडाखाली बसलेले रुमालवाले. त्यांनी पाहावे. ही शोभा नाईक, हिचे ओठ रेशमासारखे आहेत, ती समोरून चालत गेली की असे वाटते, मागून तिला पाहिले की अशी इच्छा होते. जर जास्त बारीकसारीक माहिती पाहिजे असेल तर तो काळा कोटवाला अगदी आनंदाने देईल.

साबणे निगरगट्टपणे बसला होता. ती गुन्हेगाराप्रमाणे आकसून गेली होती. तिचे हात घामाने ओलसर झाले होते. तिला वाटले आपण दादांना ओरडून सांगावे, न्या मला येथून. आपण जाऊ दुसरीकडे. पण हे पुरे.

प्रथम तिला तो प्रश्न समजला नाही. नंतर डोक्यावर काही तरी आदळल्याप्रमाणे ती चमकली, आणि भेदरून सगळीकडे पाहू लागली. त्या भिरभिरणाऱ्या वर्तुळात तिला दादांचा चेहरा दिसला. तिने कठड्यावर हात घट्ट धरला व जणू त्या चेहऱ्याच्या आधारे ती कशीबशी उभी राहिली.

''तुम्हांला अरविंद चिटणीस हे नाव माहीत आहे? तुमची ओळख आहे?''

शोभाने बधिरपणे मान हलवली. लगेच चाबकाच्या फटकाऱ्याप्रमाणे प्रश्न आला ''यांना तुम्ही पत्रे लिहीत होता!''

शब्दांचा धुरळा उडला. दोघातिघांचे शब्द कानावर पडले. दादांचा चेहरा लालसर होऊन ताणल्यासारखा झाला, व कपाळावरील शीर उठावदार झाली. त्या साऱ्यात ती भ्रमिष्टासारखी उभी राहिली. हेदेखील इथं यायचं! गुन्हा कुणी केला, मी की त्या साबणेने? अरूची पत्रे? ती आली परत. तिने निबरपणे ती जखम चर्रदिशी जाळून बुजवली होती. पण त्याने काही तरी लिहायचे होते. रागाने, उपहासाने...

ती कशीबशी घरी आली. घर येईपर्यंत दादा काही बोलले नाहीत. थोडे अंतर ठेवूनच ती घरात आली. त्यांचा चेहरा एकदम जुनाट झाला होता व डोळे विरजल्यासारखे दिसत होते. ते इतके दिवस तिच्या सावलीप्रमाणे वावरत होते. पण आता त्यांनी त्या निर्विकार डोळ्यांनी सुरीप्रमाणे ती सावली तिच्यापासून कापून टाकली.

''तू त्याला पत्रं लिहीत होतीस?'' त्यांनी विचारले. पण उत्तराची वाट न पाहता चिरडून गेल्याप्रमाणे ते आत गेले, व कपड्यानिशी चटईवर पसरले. हुंदके देत शोभा सांगत होती, ''पण दादा, मी तुम्हांला सारं सांगणार होते. आम्ही लग्न करणार होतो. पण आता ते सारं विस्कटूनच गेलंय.''

''तू जा आत आता,'' ते म्हणाले.

ते नेहमीप्रमाणे कोर्टात जात होते. पण घरी येताना 'शोभा' अशी हाक मारत येत नसत. साबणेने असले धंदे आणखी दोन ठिकाणी यापूर्वी केले होते, व त्याला पूर्वी एकदा शिक्षा झाली होती. त्याला पुन्हा शिक्षा झाली व शाळेसमोरचे पानपट्टी दुकान बंद झाले. पण घरी कुणाच्या चेहऱ्यावर समाधान दिसले नाही. शोभा तर बधिर झाल्याप्रमाणे हिंडत होती. दादा खाली मान घालून बसले होते. तिच्याकडे पाहायचे टाळीत. ते कोरड्या, तुटक शब्दांत म्हणाले, ''माझंच चुकलं. आपण कोर्टात जायला नको होतं.''

त्या शब्दांनी त्यांनी आपले आयुष्य तिच्यापासून सोडवून घेतले.

एवढ्या गवगव्यानंतर पंधरा रुपये कमी पगारावर का होईना, हेडमास्तरांनी नोकरीवर ठेवले हेच आश्चर्य. पण कधी चुकून तिचे लक्ष त्या बंद दुकानाकडे गेले की काडकन् मुस्कटात मारल्याप्रमाणे तिला होत असे. तिच्या तासाच्या आधी मुले कित्येकदा अचकट विचकट लिहीत. एकाने तर म्हणे 'आंबराईतील भेट' नावाची कविता केली होती. रस्त्यावर बाहेर पडली की पुष्कळ डोळे तिच्या अदृश्य जखमांवर माश्यांप्रमाणे उतरत. पावले कैद्याप्रमाणे दररोज तीच वाट चालत. पण

एकदा मुक्त क्षण मिळाला की वेड्यावाकड्या रेल्वेवरून बेभान पळत जाऊन माणसांच्या समुद्रात नाहीसे होण्याचा प्रयत्न करीत.

आजचा दिवस मुळी भूतकाळाच्या धुळीने भरून आला. ती मालती भेटली. फोटो मागून घेऊन लीला घरात येऊन बसली. अरूने पत्रे पुन्हा परत पाठवली. दरवेळी तोच मूक तिरस्कार, निरोपाचा एकही शब्द नाही. कोर्टात अंगाचे सारे वस्त्रहीन वर्णन झाले. आणि सगळी सुरीने चिरल्याप्रमाणे दिसणारी दातांच्या बियांची हसणी दिसू लागली. त्या कारकुनाने सावदे असे सांगितले असते तर काय बिघडले असते? पण तसे कसे घडणार? कडवटपणे तिला वाटले, या क्रूर सामर्थ्यशाली रांगोळीतील एक तरी टिकली पुसणे आपणाला शक्य झाले असते? धोतरजोडी विकली नसती? शाळेत गेलो नसतो? अरूची ओळख झाली नसती? एवढे कशाला, त्या कुंडीचा तुकडा फुटण्याचे आपण थांबवू शकलो नाही. मालतीचे विणकाम वेंधळे, सैल. पण या विणकामात जेथला टाका तेथे. जीवघेणा ताण, आणि असहाय करणारी अनिवार्यता. प्रत्येकाची शिक्षा वेगळी. आणि अपील नाही. त्या साऱ्यांतून दोनच व्यक्ती मुक्त. रात्रंदिवस व्हिम्टो पिणारी गुलाबी तरुणी व फोटोच्या दुकानदाराची मुलगी चंद्रा जाधव. एक जन्मालाच न आल्यामुळे व दुसरी मेल्यामुळे.

अद्याप रस्ता पुष्कळच लांब होता. आता कोठे वीणापाणी देवळाजवळचा बाजार सुरू झाला होता. हातातील फोटोचे ओझे वाढल्यासारखे झाले होते आणि हात अवघडला होता. रस्त्याच्या दोन्ही बाजूंनी खेडूत बाया भाजी मांडून बसल्या होत्या. एकीपुढे कडू कारल्याचे ढीग मांडले होते. ती कोवळी, फिकट हिरवी कारली पाहताच थांबली. तिला आईची आठवण झाली. कारण तिला ती भाजी फार आवडायची. पुष्कळदा शोभा म्हणेदेखील, तू एवढी गोड, पण तुला कशी ग आवडतात कडू कारली? त्या भाजीची तयारी करण्यात, व ती खाण्यास इतरांचे मन वळवण्यात ती आनंदाने रमून जात असे. शोभाने पाचसहा निवडली तोच तिला परिचित आवाज ऐकू आला, व तिने बाजूला वळून पाहिले. शेजारच्या घोळक्यात मालती भाजी घेत होती, व तिने राजीवला सोबत असलेल्या एका माणसाकडे दिले होते. केळीच्या सोपटासारखा तो माणूस शर्टपँटमध्ये. त्याला अंगच नव्हते, व तो पुस्तकात घालून बरेच दिवस दडपून ठेवल्याप्रमाणे वाळका, दाबलेला दिसत होता. मालती बोलत असलेले वाक्य अर्धेच तुटले, व तिचा चेहरा शरमला. तिने शोभाला पाहिले होते. तिने भाजी देऊन राजीवला पुन्हा कडेवर घेतले व शोभा भेटेल, बोलेल म्हणून ती घाईने निघून गेली.

आपण तिला पाहिलेच नाही असे शोभाने दाखवले. कारण तिने मालतीचा पडलेला चेहरा पाहिला होता. अशा वेळी बोलणे क्रूरपणाचे ठरले असते. तीनशे

रुपये पगार, कामाला गडी, या तिच्या बोलण्याचा सारा अर्थ शोभाला आता समजला. ती मघा बोलत होती ते शोभाबरोबर नव्हेच. तर स्वत:चे समाधान करण्यासाठी तिचे आयुष्यही तिच्या विणकामासारखेच झाले होते. त्या तुरुंगात ती अडकून पडली होती, आणि दूध उतू गेले म्हणून शोभाला सांगणाऱ्या त्याच पूर्वीच्या मालतीने तिच्याकडे पाहून गजांतून हात हलवला होता. शोभा खिन्न झाली. आपण बोलायला हवे होते. ही हुरहुर जास्तच तीव्र झाली. पण नाही, तो क्षण गेला. त्याची खूण मात्र राहिली.

तिने कारली उचलली व फोटो, छत्री संभाळत ती निघाली. आता संध्याकाळही बरीच झाली होती; आणि तिचे सारे अंग पिळल्यासारखे झाले होते. आता मात्र आपण बसनेच जावे असे तिने ठरविले. घर. घर. चार भिंतींत बांधून टाकले की त्या कोषात शरीर रात्रभर टिकटिकत राहील.

तिने सावकाश आपले अंग पुढे ओढले. चटचट पावलांनी रस्ता गुंडाळत इकडे-तिकडे जाणाऱ्या लोकांचा तिला फार हेवा वाटला.

ती समोर वेड्यासारखी पाहतच राहिली व आता हातातील सामान गळून पडते की काय असे तिला वाटले. पायांची एकदम वारुळे झाल्याप्रमाणे तिचे पाय बधिर झाले. ती गर्दीतून आंधळेपणाने चाचपडत बाजूला सरकली, व एका घराच्या कट्ट्यावर बसून तिने कपाळ दाबून धरले. आपण कुणाकुणालासुद्धा दिसू नये म्हणून ती अंग अगदी चुरगळून घेऊ लागली.

कोपऱ्यावरील दुकानात साबणे उभा होता. त्याने थोडी दाढी वाढवली होती, व गळ्याभोवती ठिपक्याठिपक्यांचा लाल हातरुमाल गुंडाळला हाता. सुटून आल्यावर त्याच्या अंगावर मांस चढल्यासारखे दिसत होते. सिगरेटचा धूर ऐटीत नाकातून सोडत त्याने समोरून चाललेल्या, रेशमी पातळातील डौलदार वळशांच्या एका देखण्या मुलीला शुकशुक केले, व तेच लालसर ओले हसणे पिचकारीसारखे फेकले. ती मुलगी शरमेने वितळल्यासारखी झाली, व गुन्हेगाराप्रमाणे खालच्या मानेने निघून गेली.

शोभाच्या कपाळातील वेदना एकदम लाल फुलून गरगर फिरू लागली, व आता आपण घरी असावे, असे ठोके तिच्यात ऐकू येऊ लागले.

''तुम्हांला बरं वाटत नाही की काय? आणि तुम्ही बसने जाणार होता ना?'' कुणीतरी विचारले. हा कोण? याला कुठेतरी पाहिल्यासारखे वाटते. आवाज माहीत आहे. तो शाळेतील कारकून आहे हे तिच्या ध्यानात नंतर आले. तो म्हणत होता, ''मी इथंच राहतो, दोन घरं सोडून. आज मी तुम्हांला मुद्दाम घरी बोलावणार होतो. माझ्या मुलीचा आज तिसरा वाढदिवस आहे आणि अद्याप आमच्या कुठं

ओळखी झाल्या नाहीत.'' ती सुन्न मनाने उठली. त्याने फोटो उचलून हातात घेतला, व तो चालू लागला. ''हो, आणखी एक,'' तो उत्साहाने म्हणाला, ''तो साबणे विद्यार्थी आहे ना, तो आत्ताच मला भेटला होता देवाजवळ. मी त्याला बजावलं आहे फीबद्दल. नाहीतर, म्हटलं, शिक्षा होईल तुला.''

शोभाने निर्जीव डोळे हलविले. तिने निर्विकारपणे ते शब्द झेलले, तसेच शून्यपणे ओघळू दिले. तिला वाटले, साबणेला कसली आली आहे शिक्षा? शिक्षा मला, मघाच्या त्या देखण्या मुलीला, आणि शिक्षा त्या तिसऱ्या वाढदिवसाच्या मुलीला...

रहस्यरंजन दिवाळी १९६०

बा धा

आतापर्यंत अर्धे स्वयंपाकघर ओलसर होऊन गेले होते, आणि भिंतीच्या कडेने मांडलेली सारी भांडी पाण्याने भरली होती. भरून आणलेली कळशी रमाने तशीच जमिनीवर ठेवली, आणि आता हे पाणी कुठे ओतावे याचा ती विचार करू लागली. मोठी पातेली, तपेली तर राहू द्याच, पण लहान वाट्या, तामली, वापरात नसलेला एक काळामिट्ट तांब्यादेखील तिने पाण्याने भरला होता, आणि चुलीभोवतालची थोडी जागा सोडली तर आता तेथे तीळ ठेवायला कोरडी जागा नव्हती. इकडे तिकडे पाहत असतानाच तिला जाणवले की, आपले अंग सारे भिजले आहे. तिला आता काकडल्यासारखे वाटू लागले होते. तिने घाईघाईने कोंचण पिळले. शेवटी तिने फळीवरील पितळी डबा काढला, व त्यातील साखर सुपात ओतली. डबा रिकामा करताना तिचे लक्ष त्यावरील नावाकडे गेले. 'रमेश-शांतूकडून भेट.' रमा उगाचच हसली, व डब्यात पाणी ओतू लागली. तो भरून वाहू लागला तरी तिने कळशी तशीच ओतली, कारण पाणी ओतत असता ती शांतूच्या पाठीवर थाप मारून हसत होती, तिची वेणी ओढत होती, आणि तिच्या हिरव्या कांकणाचे कौतुक करत होती...

''रमे, अग दहा वाजायला आले, पाणी संपले की नाही अजून?'' किंचित त्रस्त आवाजात म्हणत आई आत आल्या, पण पाण्याने भरलेली भांडी, सर्वत्र झालेली ओल, आणि मध्यभागी राहून स्वत:शी हरवलेली रमा, हे सारे पाहून ''हे काय विलक्षण!'' म्हणत त्यांनी ओठावर हात ठेवला व त्या पाहतच राहिल्या. रमाने भानावर येऊन वेंधळेपणाने पदर पिळला, व किंचित शरमून ती त्यांच्याकडे पाहू लागली.

''बावळट! हज्जार खेपा घातल्या असशील तळ्याकडे! जळ्लं ते तरी जवळ

आहे?'' हताशपणे आई म्हणाल्या, ''जा आता, लुगडं तरी बदल. परवा खांद्यापर्यंत भिजलीस, आता अगदी न्हाऊनच आलीस. कसलं व्रतबीत घेतलं आहेस की काय? आणि हे इतकं पाणी कशाला आणलंस? काय गावजेवण घालणार आहेस की तळं आटणार आहे उद्या? गाढव!''

रमाचे लक्ष त्यांच्या शब्दांकडे नव्हतेच. ती त्यांच्याकडे निरखून पाहत होती. त्यांची चेहरा वाळल्यासारखा होता, व धुण्याचा पिळा चुकून वाळत घालायचा राहून जाऊन सारा दिवस तसाच राहावा त्याप्रमाणे त्या कुसकरल्यासारख्या दिसत होत्या. आता जणू दुसऱ्याच क्षणी त्या जमिनीवर आडव्या होणार व प्राण सोडणार असल्याप्रमाणे रमाच्या मनात कालवाकालव झाली.

''तुम्हांला सोवळ्याचं पाणी लागतंय पुष्कळ,'' ती म्हणाली, ''संध्याकाळी थेंब उरत नाही काही वेळा. ते काय तुम्ही आणणार? चार पावलं टाकली की तुम्हांला धाप लागते. मग माझ्याशिवाय कोण आणणार बरं? आता चार दिवस पाण्याची काळजी नाही बघा तुम्हांला!''

डोळे मोठे करून आई गप्प राहिल्या, कारण काय बोलावे हे त्यांना समजेना. हे सारे पाणी उद्या का वापरायला येईल, म्हणून विचारावे असे त्यांना वाटले, पण रमाच्या चेहऱ्याकडे पाहून त्यांना एक शब्द हलेना. त्या एकदम संतापल्या, व त्यांनी तिच्याकडे पाठ वळवली.

''बरं जा आता. पाणी पुरे आज. पान घाल,'' त्या म्हणाल्या, ''त्याची जायची वेळ झाली.'' रमा लुगडे बदलण्यासाठी आत आली त्या वेळी त्यांना वाटले, कसली बाधा झालेय कारटीला कुणास ठाऊक!

त्या गावात कुठेही बाधा होऊ शकली असती, अशी जुनाट कळा त्यावर होती. भूतकाळाचा पिंजर चिकटल्यामुळे सारे गावच भुताप्रमाणे वाटे, आणि लग्न झाल्यापासून रमाने ते कधीच जिवंत झालेले पाहिले नव्हते. गावाच्या एका बाजूला मोठे पोपडे उठल्याप्रमाणे डोंगर होते, व त्यांवर शेकडो वर्षांपूर्वीचे एक देऊळ, किल्ल्याचा पडका तट, आणि एका वाड्याचे अवशेष होते. कुणी अज्ञात शिल्पकारांनी रात्रीचा दिवस करून तेथले काळे खडक माणसाळले होते. त्यांनी त्यांत अखंड खांब कोरून त्यांवर नाजूक दगडी साखळ्या निर्माण केल्या. त्यांवर लवचिक कमरेच्या, पुष्ट नितंबांच्या देवतांना एक विशिष्ट नृत्यरीतीने उभे राहायला लावले, व ते सारे स्वत:ची मुद्रादेखील कुठे न ठेवता नाहीसे झाले. ते खांब व त्या स्तब्ध कोरीव देवता जणू त्यांच्या येण्याची वाट पाहत विंध्याप्रमाणे तशाच उभ्या राहिल्या. देवळात मूर्तीच नाहीत, व गाभारा आंधळ्या खोबणीप्रमाणे आहे. त्यामुळे हे सारे शिलामय रेषाधुंद जग सुटकेच्या क्षणाची वाट पाहत बंदीवासात असल्याप्रमाणे

अतृप्त, असहाय वाटे. वाड्याचे आता समोरील बत्तीस खांब मात्र आहेत, व त्यांमधून अरुंद पायऱ्यांचा उंच जिना खालच्या तलावातील अगदी निळसर पाण्यापर्यंत उतरला आहे.त्यावरून एके काळी खांबावरील देवतांप्रमाणे वाटणाऱ्या स्त्रिया लचकत डौलाने लाटेप्रमाणे हलत जलक्रीडेसाठी खाली उतरल्या. पण आता तिकडे कुणी क्वचितच जाते. बाहेरून आलेला एखादा प्रवासी वणवण करीत त्या थडग्यांभोवती फिरतो. काही वेळा मोजमाप, फोटो घेऊन वहीत नोंद करतो व जातो, परंतु पुन्हा तोच प्रवासी परत येत नाही. पाचदहा वर्षांत भिंतीचा एखादा भाग कोसळे. लोक तेथील दगड आणून पाटे-उखळ करत, पायऱ्या म्हणून वापरत. खाली गावात दोन रस्त्यांवर चौकोनी दगड बसवले होते. हजार वर्षे त्यावरून चालत गेल्यामुळे ते झिजून गुळगुळीत झाले होते. त्यांवरून नालाच्या जाड वहाणा घालून लोक चालले की, खणखणाट होत असे. रात्र झाली की, धूर सोडणारे दिवे लावून दहाबारा दुकाने उघडी राहत, आणि साडेआठला सारे गाव विझल्याप्रमाणे होऊन अंधारात रुतून बसे. परंतु सूर्यास्ताच्या वेळी देऊळ, पायऱ्या, बत्तीस खांब यांचे प्रतिबिंब खालच्या पंपासरोवरात पडले, की पाण्यातून एखादे तंतुवाद्य वर आल्याप्रमाणे वाटे, आणि त्या उदास सोनेरी क्षणी नृत्यमग्न आकृतींना देखील बाधा झाल्याप्रमाणे होत असे.

चारचौघींसारखेच रमाचे लग्न झाले. चारसहा ठिकाणी कुंडली, हुंडा यांसाठी मोडल्यावर ती गोपाळरावांच्या घरी आली. तिला त्याबद्दल कुणीसुद्धा विचारले नाही. तिला शाळेत दोनच मैत्रिणी : शांतू आणि अंबू. पण त्यांच्यापैकी कुणीसुद्धा लग्नाला आले नाही, कारण त्यांना कुणी बोलावलेच नाही. रमाने सारे संस्कार मूकपणे सहन केले. गौरीहरापुढे स्तब्ध बसायला तिला फारसा त्रास पडला नाही. पूर्वीचे नाव कमला गेले त्या वेळी मात्र तिच्यात असहाय हुरहुर निर्माण झाली, पण तीदेखील नंतर विरून गेली. शेवटी ती त्या मरगळलेल्या, म्हाताऱ्याच्या पाठीवरील आवाळूप्रमाणे वाटणाऱ्या गावात आली. प्रथम तर तिला आपले कान एकदम गच्च झाले की काय असा संशय येई. पण तीही शांतता तिने पचवली. आल्या दिवसापासूनच खांद्यावर पिळे घेऊन धुणे वाळत घालायला सुरुवात केली. तिने कामाचा रगाडा मानेवर घेतला आणि आपल्या कण्याभोवती ती गोपाळरावांचा उग्र, केसाळ वासाचा संसार बिनतक्रार फिरवू लागली.

इतक्या वर्षांत रमा एकदाच माहेरी आली होती. त्या स्तब्धतेतून शहरात आल्यावर आवाजाचा एक फटकाराच तिच्यावर आदळला. रस्त्यातून बँड गेला तर रमा लहान मुलीप्रमाणे धावली, आणि काडीचे आईस्क्रीम घेऊन ती अर्धा तास चघळत बसली. दादाचा संसार वाढला होता, पण तो अगदी एकाकी, त्रस्त झाला होता. त्याने एक सुरेख, वीतभर काठाचे रेशमी लुगडे आणून दिले. अंबू भेटली व

तिच्याकडून बरीच माहिती समजली. शांतूला बाळंतपण मानवले नाही. ती कोळ्याच्या जाळ्याप्रमाणे झाली व ती निघून गेली. रमाच्या लग्नानंतर तिची एकदाही भेट झाली नव्हती. ती कमरेवर गोऱ्यापान पोटाचा बारीकसा पट्टा दाखवायची, आणि रमाने तेथे हळूच बोट लावले की, हुळहुळून खूप हसायची. गप्पा मारता मारता रमाचे शब्दच संपले. तिला दिवाकराविषयी बोलायचे होते, पण शब्दच येईनात. अंबू झाली तरी आपल्याच नादात बडबडणारी मुलगी. इतके तिने सांगितले, पण दिवाकराविषयी एक शब्द त्यात नव्हता. रमा दिवाकराशी कधी एक शब्दही बोलली नव्हती. परंतु अंबूच्या घरी गेले की, ती त्याची ओळख करून देईल असे तिला वाटे, व त्या कल्पनेने तिचे अंग थरथरत असे; पण ते कधी झाले नाही. पण तो नेहमी भोवताली, कुठे ना कुठे असायचाच. हो, ते चित्र दिवाकराने काढलंय, हे त्याचे कपड्यांचे कपाट. छे ग, मी काय वाचते इंग्रजी कप्पाळ! ही सारी त्याची पुस्तके... पुष्कळदा एकटी असताना रमाला वाटे, दादाने तेथे एकदा विचारून पाहावे, फार तर नाही म्हणतील. त्याची तिला सवयच झाली होती. शाळिग्रामसारख्या एका रेव्हेन्यू कारकुनाने तिला नकार दिला होता. एका सिमेंटचुनावाल्या ओव्हरसियरने पाच हजार हुंडा मागितला होता! पण तेही झाले नाहीच. अखेर अंबूच्या साऱ्या जंजाळात तो मुंबईला गेला. तेथे त्याला बऱ्यापैकी नोकरी आहे एवढीच माहिती मिळाली. नंतर संभाषण संपले. शब्दांची पावले जड झाली, व ते मागे आले. अंबूने चहा घेतला, कुंकू लावून घेतले, आणि ती निघून गेली. ती गेल्यावर रमामधील कमला नाहीशी झाली. रमा परत त्या गावात आली आणि तेथल्या कुंद वातावरणाच्या बुरशीत गुरफटली.

त्या बुरशीने कदाचित रमाला कायम गिळून टाकले असते, पण तिचे वागणे बदलून हे असे झाले, आणि ते कितीतरी दिवस चालू होते. शेजारीपाजारी कुजबुजू लागले होते. तोंडाळ, गोचिडीप्रमाणे चावरी रखमाकाकू तर मुद्दाम वेळ काढून यायची, कुत्सित प्रश्न विचारायची व नंतर गावभर खाजुर्ली वाटत हिंडायची. "काय हो लक्षुंबाई, पाहावं ते एकेक अरिष्टच तुमच्या रमेचं! पिंपळाला महिन्याच्या प्रदक्षिणा एकाच दिवशी घालतेय काय, भिकारणीला पातेल्यासकट भात देऊन टाकते काय! अहो, तुम्ही आमच्या गौरीला नाक मुरडलंत, आणि असलं अर्धवट पदरात घेतलंत! दाखवा तरी कुणा देवरशाला! बनशंकरीला एक माणूस आहे, चांगला सांगतोय. मागं एकदा माझ्या नणंदेला..."

त्या बडबडीत आई गप्प बसत. त्यांनी कुणाला नकळत दोघा जंगमांना विचारलेही होते, पण कुठे काही गुण नाही. त्यांनी एकदा ताईत करून आणला, तर राघूने सदऱ्याचे एक झगझगीत लाल बटण घेऊन तो कुणाला तरी देऊन

टाकला. आईंनादेखील हे सारे कसे समजले नाही. खरे म्हणजे ओबडधोबड, झाडाच्या बुंध्यासारख्या गौरीपुढे रमा केळीच्या सालीसारखी होती. ती दिसायला केवड्याच्या कणसासारखी, वागायला इरकली लुगड्यासारखी कुलवंत. पाचसहा वर्षे संसार कसा देवीच्या आरतीसारखा झाला. पण दोनचार महिन्यांपासून हे सारे सुरू झाले. त्या दिवशी संध्याकाळी एक कळशी तळ्यावरून आणली, आणि अगदी करकरीत संध्याकाळी अर्धा तासभर उंबऱ्यावर पाय सोडून भ्रमिष्टासारखी बसली. खरे म्हणजे लक्ष्मी यायच्या वेळी रमा अंगण झाडून उंबऱ्यावर रांगोळी घालून आत असायची. पण हे सारे विपरीत पाहून आई तिला ताडताड बोलल्या.तिच्या लहानपणीच वारलेल्या आईचादेखील त्यांनी उद्धार केला. एकदम गोठून गेल्याप्रमाणे रमा सुन्न झाली. तिने थिजलेल्या चेहऱ्याने रात्रीच्या भांड्यांचा ढिगारा संपवला. अंथरुणे घातली, धुतलेल्या कपड्यांच्या घड्या घातल्या आणि सगळ्यांमागून अंथरुणावर पडून ती तासभर हुमसत राहिली. केंबळा लोंबणारे वाशांचे छप्पर, जाड काळवंडलेले दरवाजे, आईंच्या पार फुटक्या फुटक्या टाचा, गोपाळरावांच्या अंगाचा कपाळात तिडीक आणणारा उग्र वास, राघूचे वेडेवाकडे दात–ही सारीच तिच्या मनाचे लचके लचके तोडू लागली, आणि रमा त्या लहानपणीच वारलेल्या आईच्या पदराखाली लहानपणीप्रमाणेच रडली.

त्या दिवशी पाण्याला गेली असताना ती प्रथमच वरच्या देवळात गेली होती. त्या गावात आल्यापासून तिला ते देऊळ जणू बोटाने खूण करून आपल्याकडे बोलावत होते, व तिलाही तिकडे एकदा जाऊन येण्याची भीतियुक्त उत्सुकता होती. उंचउंच शेदीडशे पायऱ्या चढून ती जेडाच्या सईबरोबर वर आली, व बावरलेल्या मुलीप्रमाणे थोडा वेळ भटकली. अनेक वर्षांच्या कोंदलेल्या शांततेने ओलसर झालेल्या फरशीवर तिची पावले उमटली. खांबांवरील देवतांना तिच्या बोटांचा हलकाच स्पर्श झाला. तिच्या दुप्पट उंचीच्या दोन अजस्र द्वारपालांचे हात तुटले होते. त्यांच्यापुढे उभी राहताच तिचे अंग थरथरू लागले. डोक्यात वारा घुमू लागल्याप्रमाणे चमत्कारिक आवाज होऊ लागला, आणि डोळ्यांवर पातळ, लालसर पापुद्रा चढल्याप्रमाणे सारेच लालसर दिसू लागले. सई बाहेर पडली होती. दुबळे पाय ओढत, तिला हाक मारण्याचा प्रयत्न करत रमा तेथून भेदरून निघाली. परंतु तिला कोणीतरी उभ्या जागी कायमची शिलाकृती केल्याप्रमाणे ती खिळली. कोपऱ्यातील अंधाऱ्या खांबाकडे कुणीतरी उभे होते. तो त्या अर्धवट अंधारातच थोडा बाजूला झाला. त्याला पाहताच रमाला आपल्या भीतीचा क्षणभर विसर पडला, व ती एकदम ओठांवर बोट ठेवून विस्मयाने म्हणाली, ‘‘तू इथं रे कसा? इथं कसा आलास दिवाकर!’’ परंतु दिवाकर काही न बोलता फक्त तिच्याकडे पाहून हसला.

बाहेरून सईची हाक ऐकू आली, आणि रमाच्या हाताचे थरथरणे थांबले, डोक्यातील सुसाट आवाजही बंद झाला. रमाने शून्य नजरेने समोरच्या खांबाकडे पाहिले, आणि ती निमूटपणे बाहेर पडली. वाटेत सई वर गजगे उडवल्याप्रमाणे खूप बडबडली, परंतु रमाचे ओठ मात्र हलले नाहीत. आपणाला न सांगता सईने रमाला त्या भयाण ठिकाणी नेले म्हणून आई फार रागावल्या. त्यांच्या पुढ्यातले मूठभर शेंगदाणे घेऊन तोंडात टाकत सई कोडगेपणाने हसली आणि निघून गेली. पण रमा मात्र तेव्हापासून बदलली.

गेल्या महिन्यात तर फारच. ती जणू वरचे टरफल काढून टाकूनच जगत होती. संध्याकाळी पाण्याला गेली की, तिला फारच उशीर लागू लागला. सूर्य मावळू लागला की, त्या देवळातून सोनेरी प्रवाह पायऱ्यांवरून खाली आल्याप्रमाणे तलावाचे पाणी पिवळसर होऊन जात असे. साऱ्या पायऱ्या पाण्यात उतरत, व त्यांच्याकडे पाहत राहता रमाचे मन भरल्या सुपाप्रमाणे होत होते. नंतर एक दिवस अगदी वरच्या पायरीवर तो दिसला. हळूहळू पायऱ्या उतरून तो तिच्याकडे येत होता. परवा तो अगदी दांडीभर अंतरावर आला होता. रमा छातीभर पाण्यात उभी होती. तेच हसणे, तेच मूक आमंत्रण. पण अगदी ऐनवेळी धागा तुटला, आणि पाण्याचा सोनेरी रंग नासल्याप्रमाणे विटून गेला. तिला एकदम राघूची आठवण झाली. आपण येण्याची वाट पाहत पोर भुकेजून राहिले होते; आणि भोळ्या कांबळ्यासारख्या खेडवळ पण उबदार मनाचे, आपणाला बसळीची भाजी आवडते म्हणून कुठे कुठे तरी हिंडून खिसाभर पाला आणणारे गोपाळराव! त्यांचीही यायची वेळ झालीच. या साऱ्या आतड्याच्या वेटोळ्यांनी तिचे पाय गुरफटले. अर्धीच कळशी डचमळत ती वात झाल्याप्रमाणे घरी आली, आणि सगळेजण आपली वाट पाहत काळजी करत आहेत हे पाहून तिचा जीवही अगदी डचमळून गेला.

दुसऱ्या दिवशी रमा पाचच्याऐवजी चारलाच उठली, व झपाटल्याप्रमाणे अंधारातच अंगण झाडू लागली. हे काम प्रथम आईच करत. त्यांना झोपच येत नसे. कुठे टप् झाले की विरत चाललेली, कशीबशी जगत असलेली झोप नाहीशी होत असे. पण त्यांना हल्ली धुळीचा फार त्रास होऊ लागला, म्हणून रमानेच त्यांच्या हातातील झाडणी हट्टाने हिसकावून घेतली होती. रमाने आता स्वत:चे अंगण झाडता झाडता शेजाऱ्याचेही अंगण लख्ख करून टाकले. आत येऊन झाडणी ठेवता ठेवता ती म्हणाली, ''बघा तरी, आज मी असं झाडलं आहे की तुम्हांला आता महिनाभर पाहायला नको.'' तिचे हसणे पाहून आईचा त्रस्तपणा पुसला व त्यांना भडभडून आले. अशा सोन्यासारख्या संसाराला कुणी चेटूक केले हे त्यांना समजेना. त्यांनी रमाला, ''तुला काय होतंय? आईप्रमाणे सांग मला मोकळेपणानं,'' म्हणून

पुष्कळदा विचारले. पण दर खेपेला ती ''छे! मला काय होतंय?'' म्हणून हसायची. पण त्या वेळी तिच्या गळ्याची शीर ताटायची, डोळे आत ओढल्यासारखे दिसायचे. आणि मग हताशपणे ''कारटीला कसली बाधा झालेय कुणास ठाऊक!'' असे म्हणून आई गप्प बसत असत.

रमाने घाईघाईने लुगड्याचे पोतेरे बदलले, व चटकन पान वाढले. पण बाजूलाच एक छोटे, जेवलेले स्टेनलेसचे ताट होते. राघूस त्याच्या मामाने दिलेले. साऱ्या गल्लीत तसले एकच ताट होते. जेडाची सई कधी तरी टेकायला आली की त्यात आरशाप्रमाणे चेहरा पाहायची, आणि नाकातील मुगबट उगाचच सावरायची.

''म्हणजे राघू जेवून गेला की काय?'' रमाने आश्चर्याने, किंचित रागाने विचारले.

''त्याला तर आज घाईच झाली होती जायची,'' हात झिडकारत आई म्हणाल्या, ''वचावचा दोन शितं चघळली झालं कशीतरी.''

''पण त्याला मी वाढल्याखेरीज चालत नाही.''

''मी वाढलं म्हणून बिघडलं कुठं? मी काही वाटेवरची नाही,'' चिडून आई म्हणाल्या, ''तू कुठं गेलीस हेदेखील त्यानं विचारलं नाही.''

रमा चिडल्यासारखी झाली. खरंच? मग इतके दिवस तो हट्ट धरून बसायचा तो, ते सारे खोटेच? तिने ताट उचलून न्हाणीत ठेवले. तेथूनच तिनं मोठ्या विजयी आवाजात विचारले, ''मग तुम्ही त्याला लिंबाचं लोणचं घातलंय? त्याला फार आवडतं ते.'' आईकडून काही उत्तर न आल्याने तिला हायसे वाटले; लिंबाच्या लोणच्याच्या गुपिताचा एक धागा अद्यापही तिच्या हातात राहिला होता.

गोपाळराव माडीवरून खाली आले, आणि खाली मान घालून पानावर बसले. हातात कांकणे असली तर बायको, नाही तर आई वाढत आहे एवढे त्यांना समजे. भात, भाकरी, भात या तीन अवस्था झाल्या, की त्यांचे जेवण आपोआप संपत असे. मध्ये भाकरी न वाढता पुन्हा भात वाढला, तर आपण आज भाकरी खाल्ली नाही हे त्यांच्या ध्यानात आलेच असते असे नाही. ते शेवटचा एक घास बाजूला पानात ठेवत. पाणी पिताना भांड्याला उजव्या पालथ्या हाताने आधार देत, व दात घासण्यासाठी मीठ घेऊन हात धुण्यासाठी उठत. आज कांकणाचे हात भाकरी वाढत असता त्या गोऱ्या अशक्त हाताकडे त्यांचे लक्ष गेले. त्यावर रुंद, जांभळसर रंगाचा भाजलेला डाग होता.

''हे काय करून घेतलं आहेस आज आणखी?'' त्यांनी विचारले.

रमा एकदम दचकली त्यांच्या बोलण्याने. जेवताना बोलण्याचा प्रसंग हा अगदी आकस्मिक. तिने गोंधळून हाताकडे पाहिले, व पदराने तो डाग पुसण्याचा प्रयत्न

केला. तो न जाता आतली आग मात्र किंचित उजळली, व तिने बोट मागे घेतले.

‘‘काही नाही. मला वाटतं काल इस्त्री लागली,’’ ती शरमून म्हणाली.

गोपाळराव खाली मान घालून जेवू लागले. आई काही बोलल्या नाहीत. पण एकमेकांच्या मनात काय चालले होते ते दोघांनाही माहीत होते. आता साडेदहा वाजून गेले होते. रमाने मागला भात वाढला, व ती लगबगीने माडीवर गेली.

तेथे तिने काल रात्र जागून इस्त्री करून ठेवलेल्या कपड्यांचा ढिगारा होता. शर्ट–कोटापासून चादरीपर्यंत तिने सगळ्या कपड्यांना वेडीवाकडी इस्त्री केली होती. इस्त्री नंतर विझत गेल्यामुळे नंतरचे काही कपडे कुमट झाले होते. आपल्या या कामाकडे पाहून तिला फार अभिमान वाटला. आपण जर हरघडी मदत केली नसती तर गोपाळरावांना दररोज धुतलेला शर्ट तरी मिळाला असता की नाही कुणास ठाऊक! अगदीच भाबडा सरळ स्वभाव आहे त्यांचा! थोडा वेंधळाही. टोपी तेलकट झाली आहे, व खिशात हातरुमाल मिळायचा नाही. कधी त्यातून भाजी, फुले आली की तो हरवलाच. मग तो कधी तरी कपाटाखाली दिसायचा किंवा उंदराने पळवलेला असायचा! तिने त्यांचा एक शर्ट काढला, व त्याला बटणे लावली. पण हाती दोनच बटणे लागताच ती बावरली. कालच्या घाईत ते कुठे घरंगळले कुणास ठाऊक! तिने जमिनीवर हात टेकून टेबलाखाली कोपऱ्यातदेखील शोधून पाहिले. पण नाही. तिने घाईघाईने सुई–दोरा घेतला, व खालच्या काजाला एक टाका घातला. शर्टाला तिच्या मळकट हातची धूळ लागली, व त्या कुमट कपड्याला चिकटून बसली. बरं झालं बाई आधी पाहिलं ते, नाही तर ऐनवेळी गडबड झाली असती.

ती खाली परत आली, त्या वेळी आई हलक्या आवाजात गोपाळरावांशी बोलत होत्या, म्हणून रमा तेथेच रेंगाळली.

‘‘अरे गोपाळ, असं किती दिवस चालायचं रे? माहेरी तरी पाठवतोस का बघ तिला चार–सहा महिने.’’

‘‘होय, मी तरी त्याचाच विचार करतोय. पण इथं तुझं कसं होणार? तुला तर तांब्यादेखील उचलत नाही.’’

रमाचे मन ताणल्यासारखे झाले. साऱ्या संसाराचा भार आपल्यावर आहे हे पाहून ती हसली, तिने उगाचच पदर खोचून घेतला.

‘‘माझं काय, मी सांभाळेन कसंतरी!’’ आई म्हणाल्या, ‘‘लग्नाआधी तीच होती की काय? नशिबात असेल ते काही चुकत नाही हेच खरं.’’

रमा सैलावली. तिला एकदम पोकळ वाटले. मनाचा एक पीळ सुटून गेला. पण तिला ते खरे वाटले नाही. आई सगळं सांभाळतील आपलं? उपास, सोवळओवळं यांतूनच त्यांना वर येता येणार नाही. मग बाकी काय जमणार,

कपाळ? छट्‌ नाही म्हटलं तरी सारा आटाला आपणच सांभाळला पाहिजे. आपले हात आता कायमचे गुंतून गेले आहेत!

ती आत येताच आईंनी विषय थांबवला, व गोपाळराव हात धुवायला गेले.

''म्हणजे तुम्ही सगळं सांभाळाल, सोवळं, उपासतापास?'' रुखरुखीने रमाने विचारले.

आपले शब्द तिने ऐकले, म्हणून आई किंचित शरमल्या. पण लगेच हसल्याही.

''मग काय करणार बरं सांग? तुलाच थोडी विश्रांती मिळेल. चार महिने राहा, सहा महिने राहा. बरं वाटलं की तुझा दादा तुला आणून पोहोचवीलच की!''

रमाने एक निःश्वास सोडला, व उष्टे काढण्यास सुरुवात केली. फार दिवस असलेली एखादी जुनी पेटी कायमची फेकून द्यावी त्याप्रमाणे तिच्या आयुष्यातील एक कोपरा सुना झाला : म्हणजे आई आता स्वतंत्रपणे राहू शकतील तर! तिला थोडे हायसे वाटले. पण हुरहुर देखील. काही तरी कायमचे संपले अशी विषण्णता तिच्यात निर्माण झाली. लग्न झाल्यापासून तिने आईंना अंगावर तोलून धरले होते. आता त्या आपल्या मदतीशिवाय राहू शकतील. एका ऋणानुबंधाची गाठ सुटली.

आई मात्र स्वतःशी विचार करत होत्या. रमाने आपले शब्द ऐकले हे एका दृष्टीने बरेच झाले म्हणायचे. नाही तरी आज ना उद्या तिला सांगावे लागलेच असते म्हणा! आता या रविवारी तिला माहेरी पाठवून द्यायला हरकत नाही. राहील बिचारी तिथे! नाही तरी गोपाळच्या संसाराकडे पाहायला नको का? असल्या बाईशी कसला संसार नि काय! सीताबाई कालच सांगत होत्या, कुठल्या तरी वेड्या बाईने म्हणे नवऱ्याच्या डोक्यात वरवंटाच घातला. तेव्हा आता गोपाळाने दुसरा मार्ग पाहावा हेच बरे. सीताबाईंचीच एक भाची होती लग्नाची. फारशी शिकलेली नाही, पण कामाला कशी खणखणीत, वीस जणांचा आटाला रेटून नेईल! रमाच्या लग्नात पैचाही हुंडा मिळाला नव्हता. आता तोही मिळेल, साऱ्या घराला फरशी करता येईल... ओलसर भुईवर पावले उमटत हिंडणाऱ्या रमाकडे पाहून आईंना आपल्या विचारांची भीती वाटली, पण हट्टाने त्यांनी तिच्याकडे रोखून पाहिले, व त्या म्हणाल्या, ''मग काय झालं? गोपाळच्या संसाराकडे पाहायला नको का मला?''

हात धुऊन गोपाळराव माडीवर आले. त्यांना नेहमीप्रमाणे वेळ झालाच होता. त्यांनी लगबगीने शर्ट उचलला, व अंगावर पसरला. तिसऱ्या काजाला टाका असल्याने तो अडकल्यासारखा झाला, व त्यांनी चिडून हिसका देऊन तो तोडून टाकला; परंतु शर्टाच्या कुबट वासाने त्यांची चीड वाढलीच.

''काल तुमच्या सगळ्या कपड्यांना इस्त्री केली मी,'' रमा उंबऱ्यावरून भीत भीत म्हणाली.

“हो. ते दिसतंच आहे,” गोपाळराव तुटकपणे म्हणाले, “याचं आणखी एक बटण कुठं आहे?” ज्या प्रश्नाला रमा घाबरत होती तो प्रश्न अखेर आलाच. “मी सारं शोधून पाहिलं, पण कुठं मिळालं नाही. म्हणून टाका घालून ठेवला मी.” ती म्हणाली. तिचे डोळे कुत्र्याप्रमाणे ओलसर दीन होते.

त्यांच्याकडे पाहून तर गोपाळरावांचा संताप फार वाढला. तिचे तोंड असले दीन नसते तर तिला केव्हाच हाकून देता आले असते. पण आता ही तात गळ्याला कायमची बसली. त्यांनी बोलण्याकरिता तोंड उघडले, पण त्यांनी तो प्रयत्न सोडला. थोड्या वेळाने ते शांतपणे म्हणाले, “हे बघ, तू कपड्यांना इस्त्रीबिस्त्री करू नको. कशाला उगाच त्रास घेतेस? मला नुसती धुतलेली शर्ट चालतील! नाही तर पंधरवडा महिन्याने देऊ लक्ष्मणकडे.”

“ते घरच्यासारखे कसे होतील?” रमा उतावीळपणे म्हणाली, ‘गेल्या खेपेला त्याने एका कोटाची कशी चाळण करून टाकली होती.” तिने पुन्हा साऱ्या घराची जबाबदारी तळहातावर घेतली.,

“मग फक्त घरी धूत जा,” गोपाळराव म्हणाले. त्यांनी कपडे संपवले व ते खाली आले. चीड व असहायता यांनी त्यांचे मन ओरबडून टाकले होते. रमाने जर सरळ आपल्या डोळ्यांकडे पाहिले तर आपला गुन्हा उघडकीला येईल, म्हणून त्यांनी तिच्याकडे पाहायचे टाळले होते. दोन दिवसांपूर्वी ते कुणाला न कळत देशपांड्यांची मुलगी पाहून आले होते. पण या ओलसर डोळ्यांच्या रमाला कसे झिडकारून टाकावे हे त्यांना समजेना. कुबट वासाने भरलेली माडी, वेड्यावाकड्या घड्यांच्या कपड्यांचा ढिगारा, अंगातील शर्टावरचे बोटांचे मळकट डाग! त्यांना एकदम फार शरम वाटली. ऑफिसमध्ये त्यांना तोंड वर करायला जागा नव्हती. रमाने आईचा फार जुना पीतांबर साबण लावून बडवून बडवून कसा धुऊन काढला होता, हे सगळ्यांना माहीत होते. राघूला कुत्री आवडतात, म्हणून तिने मुरलीधराच्या देवळाजवळ पडलेले कुत्र्याचे पिलू उचलले, व तलावावर त्याला धुऊन मुलाप्रमाणे कडेवरून घरी आणले, ही हकीकतही कानोकानी झाली होती. रमा स्वत:च हट्टाने पाण्यासाठी तलावावर जात असे. तिला पाहताच बायका गुबूगुबू एका बाजूला जात, लगबगीने नाहीशा होत. पण आता गोपाळरावांनादेखील बाहेर कुचमल्यासारखे होऊ लागले. कुणी तरी भेटून ‘काय कसं काय?’ म्हणून कुत्सिततेने विचारतील म्हणून ते त्या गांवढ्या गावातही आडवळणाने कचेरीत जात, व तेथे इतरांशी बोलण्याचे टाळत. ते उकिरड्यासारखे गाव, घाण्याच्या बैलासारखे काम, आणि वेड लागलेले घर! यांच्या आठवणीने त्यांच्यात त्रासिक वैराग्य निर्माण झाले. त्यांना वाटले, जावे हे सारे सोडून कुठे तरी! नाही तर मेल्याखेरीज सुटका नाही यामधून.

आपण मेल्याखेरीज — अगर रमा!

त्या बेबंद विचाराने त्यांना उधळल्यासारखे झाले व त्यांनी तो विचार झटकला. पण देशपांडेकडे पाहिलेल्या मुलीचे चित्र जास्त रेखीव झाले, व गोपाळराव वासनेने आसुसले. ते गडबडीने बाहेर पडू लागले. रमा तेथेच उभी होती. आयुष्य हातून निसटू लागताना डोळ्यांत येणारा भाबडा विसराळूपणा तिच्यात होता.

''हे बघ, माझ्या कपड्यांचं मी पाहीन उद्यापासून! तुला झेपत नाही काम आताशा,'' गोपाळराव म्हणाले, व ती बोलण्याच्या आत लगबगीने बाहेर पडून मोकळ्या हवेत आले.

रमा आता आली आणि चुलीपुढे गप्प बसली. आई माजघरात जाऊन चटईवर पसरल्या होत्या. आज त्यांचा उपवास होता. निखाऱ्यावर मंद राख जमत आली होती, आणि मधूनच ओरखडल्याप्रमाणे लालसर रेषा दिसे. दूध हळूहळू वर येत होते, पण रमा गालाला हात लावून गोठल्याप्रमाणे बसली होती. तिच्यात काहीतरी उकळल्यासारखे होत होते. आणि निखाऱ्यातील लाल रेषा डोळ्यांत जाऊन बसल्याप्रमाणे किंचित लाल कडांच्या दिसू लागल्या होत्या. गोपाळराव घरातून गेल्यानंतर आयुष्याचे एक टेकण गेल्याप्रमाणे ती हादरली होती, व तिला आता स्वतःच्या घरात उपरे वाटू लागले हाते. आई स्वतंत्र झाल्या : गोपाळरावांनीदेखील स्वतःला सोडवून घेतले.

ती त्या दिवशी जेवली नाही. डोळ्यांत लालसर रेषा घेऊन ती दुपारभर राबली. स्वयंपाकघरातच पाटावर ती आडवी होते न होते, तोच संध्याकाळी राघू धावत आला. त्याने फेकलेल्या दप्तराच्या आवाजाने तिची ग्लानी गेली. तिच्या डोक्याला मुंग्या आल्यासारख्या वाटत होत्या, व तिने दोन्ही बाजूंनी थापट्या मारून त्या घालवण्याचा प्रयत्न केला. ती राघूपुढे आली, व म्हणाली, ''अरे, आत वाटीत शेंगदाणे गूळ ठेवलाय, खाऊन घे.''

पण राघूची धांदल उडाली होती. ''मला नको खायला,'' म्हणत त्याने गडबडीने सदरा चड्डीतून उपसला, तर खुंटीवरील दुसरा त्याने अंगात चढवला. ''मुरलीधराच्या देवळात आज नाटक आहे आमचं. मी जाणार!''

रमाचे अंग नव्या उत्साहाने भरले, व ती हसली. ''अरे, मग तुझ्या वर्गातली मुले येणार. कपडे चांगले घालून जा. ती नवी चड्डी शिवली आहे ना ती घाल की! आता काय, तुला वर्षभर पुरतील एवढ्या नव्या चड्ड्या शिवल्या आहेत मी.'' तिच्या शब्दांनी राघूच्या कपाळावर आठी चढली हे तिच्या ध्यानात आले नाही. तिने आपली जुनाट काळसर ट्रंक उघडली. तिच्यात ती राघूचे कपडे, त्याचे पैसे ठेवण्याचा सिगरेटचा डबा, त्याच्या रंगीत गोट्या ठेवत असे. तिने हिरवट रंगाची

एक चड्डी काढली व झटकन् ती राघूपुढे धरली. ''वा, बघ कशी छान आहे! ही चड्डी घाल की!'' स्वत: कापड निवडून अंदाजाच्या मापाने तिने ती स्वत: शिवली होती. पण राघू दणादणा पाय आपटू लागला. त्याने ती एकदा वापरली होती. त्या वेळी सगळ्या पोरांनी ''हिरवा राघू हिरवा राघू' म्हणून त्याला बेजार केले होते. शिवाय बसताना ती कमरेला ताणत असे.

''शी:! कसला रंग आहे तिचा! ती नको, आहे तीच राहू दे मला,'' तो म्हणाला. रमाने चटकन् पाठ वळवली, व घडी करून तिने चड्डी ट्रंकेत ठेवली. या मुलाला आपला चेहरा दाखवण्याची तिला लाज वाटली. तिने तो ओढून पुन्हा हसरा चेहरा केला. ''बरं राहिलं माझं,'' ती म्हणाली. ''तू शेंगदाणे खाणार नसशील तर खिशात घालून ने. मध्ये खाता येतील. मी येऊ का तुमच्याबरोबर देवळात?''

''नको, नको. मग मुले हसतात. अजून आईला बरोबर घेऊन येतो म्हणून बाबल्या म्हणतात.''

''बाबल्या!'' एकदम हसून रमा म्हणाली. ''होय रे होय, तू अजून बाबल्याच आहेस मला.'' त्याचे केस गमतीने विसकटताना कोवळ्या मक्यातील दूधदाण्याप्रमाणे तिच्या आयुष्याचा कण न् कण आनंदाने भरला. ''बरं, मी तुझ्याबरोबर देवळात येत नाही. तेथपर्यंत तुला पोहोचवते आणि येते. संध्याकाळी लांब शिंगांची गुरेढोरे येतात.''

परंतु राघूने कपडे संपवले, व तिचा हात झटकून तो पळाला देखील. ''सांभाळून रे--'' म्हणत रमा ओरडली, पण ती त्याला ऐकू गेली की नाही कुणास ठाऊक!

राघू तर आपल्या रक्तामांसाचा गोळा. तो गेल्यावर तिला एकदम हलके दुबळे वाटू लागून तिच्या आयुष्याचा सारा पीळच तुटला. तिला भयाण वाटू लागले. सारे घर टेकडीवरील एकाकी देवळाप्रमाणे अंधारे, उजाड आहे, आणि आपण बोटे लावू ती आकृती वितळून चालली आहे. तेथे आपण एकट्या हिंडत आहो. एकटी म्हणताच तिचे अंग थरूथरू लागले. डोळ्यांतील लालसर रेषा फुंकर टाकल्याप्रमाणे रेखीव झाली. अंगातील कणकण दुपारपासून वाढत होती व आता तिचे अंग तापलेल्या तव्याप्रमाणे झळ टाकू लागले.

सारे घर आता शांत होते. अंगावर शाल घेऊन आई परसात कापूस निवडीत बसल्या होत्या. त्या शालीला रमाने लावलेले ठिगळ स्पष्ट दिसत होते. कारण तिला रात्री जोड कापडाचा रंगच समजला नाही. पाण्याने भरलेली भांडी, दांडीवर वाळत घातलेले लुगडे, फणेरी पेटी, काळसर ट्रंक, धुरकटलेला लक्ष्मीचा फोटो... या साऱ्या वस्तू परिचित, परंतु प्रत्येकीपासून आतड्याचे वळसे सुटत गेल्याप्रमाणे ती

एकटी पडली होती. सगळ्यांनीच आपणाला टाकून दिले हेच खरे. आई, गोपाळराव स्वतंत्र झाले. राघूही आता मोठा झाला. त्याचे डोके आता कमरेला लागले. तो काही आता बाबल्या राहिला नाही. बाबल्या शब्द आठवताच ती खूप हसू लागली, व स्वत:चे अंग तिला आवरेना. एका कोपऱ्यात फेकल्याप्रमाणे ती अव्यवस्थित बसली, आणि समोर कुणीसुद्धा नव्हते तरी पदर तोंडापुढे धरून अंगाला हिसका देऊन खिदळू लागली, आईंनी एकदा दचकून मान वर करून पाहिले पण त्या काही बोलल्या नाहीत.

रमाचे अंग आता जळल्यासारखे होऊ लागले, आणि समोरील प्रत्येक वस्तूत लाल शीर टचटचीत दिसू लागली. एकदम आठवल्याप्रमाणे ती उठली, व स्वयंपाकघरात आली. सगळी भांडी पाण्याने भरलेली तशीच होती. तिने कळशी उचलली, तो तिच्यात थोडे पाणी अद्याप होते. ते तिने बदाबदा न्हाणीत ओतले. कळशी कमरेवर आदळत ती म्हणाली,

''एक कळशी पाणी घेऊन येते हं.'' आणि बाहेर पडली.

''रमा, ए रमा-'' म्हणत आईंनी उठण्याचा प्रयत्न केला, पण उठायला त्यांना वेळ लागला. तोपर्यंत रमा रस्त्यावर गेली होती. ''दिवेलागणीची वेळ होईल आता, आता कशाला मरायला गेली पाणी आणायला कुणास ठाऊक!'' त्या चिडून पुटपुटल्या, आणि कापूस संबळीत भरून आत आल्या.

झपझप पावले टाकत रमा पाटलाच्या पिंपळाकडून उजवीकडे वळली, त्या वेळी हातात एक बोचके घेऊन निघालेली जेडाची सई तिला भेटली.

''आमच्या जावेला ताप भरलाय,'' सई म्हणाली, ''जाऊन येतेय वाडीला. सांजचंच परतणार की! आणू का तुमची कळशी झटकन्!''

''नको ग, तू जा. मैल दोन मैल तुला चालून यायचंय. रात्र होईल तुला,'' रमा म्हणाली. सईचे डोळे शांतूप्रमाणे होते. तिचे केस अंबूसारखे. पण सईभोवती उदबत्तीने गिरवल्याप्रमाणे लाल रेघोटी होती. ''आणि हे बघ सई, तुला माझी ही सोनेरी कांकणं फार आवडली होती नव्हे? ही चार कांकणं घेऊन टाक तुला.''

ती काही बोलायच्या आत रमाने कळशी पायाशी ठेवली, व एकेक कांकण हातात ठेवून बाकीची सईच्या हातात दिली. ''हे हो काय?'' म्हणत सईने फार संकोच दाखवला. पण रमाने तिचे काही ऐकले नाही. ''तू जा आता, नाही तर अंधार होईल. माझं काय, मी नागपंचमीला नवीन भरेन की!''

ती जायला निघाली तशी सई पाहतच राहिली. मग मागून मोठ्याने म्हणाली, ''येताना पाला आणते मी मेंदीचा दुरडीभर. जावेकडे रान माजलंय. मग बोटं लाल रंगवून देते हं तुमची कुंकवासारखी.''

जाताना रमा स्वत:शी हसली. हाताची बोटे लाल कुंकवासारखी; कपाळावर कुंकू निखाऱ्यासारखे आणि समोर सगळीकडे निखाऱ्यांच्या रेषा; आज सगळीकडे आगपंचमी आहे, आगपंचमी...''

पायाखालचा दगडी चौकोनांचा रस्ता संपला, नंतर मऊ धूळ लागली, ओलसर चिखलाने पाय थंड झाले. रमा तलावाजवळ आली. तलावाच्या मागे टेकडीवर पायऱ्यांच्या उंच चढावावर वाड्याचे सुबक रेखीव खांब असहायपणे उभे होते, आणि सूर्य अद्याप त्यांच्यात अडकला नव्हता. किंचित थरथरणाऱ्या पाण्यावर सगळ्यांचेच प्रतिबिंब हुरहुरल्याप्रमाणे वाटत होते. वारा नव्हताच. पण समोरचे पाणी प्रचंड वेगाने वर चढून त्या देवळात, वाड्यात ओतत असल्याप्रमाणे रमाच्या कानांत मोठा घुमारा सुरू झाला होता, आणि देऊळ पेटू लागल्याप्रमाणे त्याच्या भिंती-खांबांतून लाल पालवीप्रमाणे आगीच्या जिभा फुटू लागल्या होत्या.

तलावावर शेवटची एकेक घागर नेण्यासाठी जमलेल्या तीनचार बायका होत्या. रमा येताच एकीने विचारले, ''काय रमाक्का, आज उशीर झाला!'' पण रमा घुम्मी राहून तिच्याकडे एकटक पाहू लागताच ती विरमली. रमाने आपली कळशी उचलली, व वरच्या बाजूला अगदी पायऱ्यांच्या कडेला जाऊन उभी राहिली. त्या बायका निघून गेल्या, व तलावावर कुणी राहिले नाही. मळक्या अंगठ्यासारखे दिसणारे गुराख्याचे एक पोर दोन गाई व एक शेळी घेऊन वरच्या पाऊलवाटेने चालले होते. त्याने एक दगड उचलला व पाण्यात फेकला. तलावाने हळूच आपले एक तोंड उघडले, व तो दगड गिळून टाकला. शेळीच्या गळ्यातील घुंगूर मधून मधून हलले आणि तिथल्या स्तब्धतेवर किणकिण टिकल्या ठेवून पोरामागे निघून गेले.

रमा दोनचार पायऱ्या उतरून पाण्यात आली. पाणी गुडघ्यापर्यंत आले आणि तेथे लोकांनी टाकलेले निर्माल्य थबकून थबकून तिच्या पायावर आपटू लागले. तिने कळशी कठड्यावर ठेवली, व ती त्याला टेकून उभी राहिली. कळशीवर सूर्यप्रकाश पुसल्यासारखा झाला, व तिच्यावर तिला स्वत:चे नाव दिसले.

''कमळीसाठी भेट–दादा.'' त्या जुन्या नावाने हाक मारणारा आता एकटाच दादा राहिला होता. पण ते नाव आता दूर राहिले, दारातल्या प्राजक्तात अडकून. अंबूजवळ देखील ते असेल — कदाचित. इथली घागर फार मोठी होते म्हणून दादाने ही कळशी तिला मुद्दाम आणून दिली. मोटार भरदुपारी रस्त्याला आली. तेथून उन्हातच हातात कळशी घेऊन तो चालत आला. पण लगेच संध्याकाळी निघून गेला. मोटारीत कशाला तरी लागून त्याचे धोतर टरकले होते, त्याची चिंधी तो जात असता वाऱ्याने हलत होती. दादाच्या आठवणीने रमाच्या मनात

सळकल्यासारखे झाले. गेला महिनाभर त्याला एक कार्ड पाठवावे, त्याला इकडे बोलवावे असे तिला फार वाटत होते; पण त्याला तरी आता आतडे उरले असेल का? की लग्नानंतर त्यालाही आपल्याशिवायचा निराळा मार्ग मिळाला असेल? तिला तो विचार नकोसा वाटला. आपण त्या गोष्टीचा तरी निर्णय लावला नाही हे बरेच झाले असे तिला वाटले. कुणास ठाऊक, फळ पिकले आहे का हे पाहण्यासाठी फोडून पाहायचे, तर आत भलतेच काही दिसायचे! पण नाहीच. त्याचे आतडे काही असे आकसाचे नाही. पुस्तकात ठेवण्यासाठी कुठून तरी मोरपीस आणून देणारा, केळीच्या पानाची पिपाणी करून देणारा, आई आजारी असता आपली वेणी घालणारा, लग्नात घायकुतीने सगळीकडे धावपळ करणारा, पाहुण्यांना बसण्यासाठी एक प्रचंड जाजम स्वतःच्या खांद्यावरून आणणारा आणि आपण इकडे येताना एकदम डोळेभर पाणी काढणारा दादा! एकाकी, संतापी, परंतु चाफ्याच्या फुलासारख्या मनाचा हा भाऊ, त्याच्या कलाने घेणारे कुणी तरी त्याला कायमचे असावे असे तिला वाटले व तिने एक निःश्वास सोडला.

ती हळूहळू नकळत आणखी दोन-चार पायऱ्या उतरली. पाणी कमरेपर्यंत आले, आणि त्याचा स्पर्शही एकदम आग्रही झाला. गुडघ्याभोवती हिंदकळणारे निर्माल्य पदरात अडकू लागले. सारा तलाव आता सोनेरी पाण्याने भरला होता, व त्यात सारे प्रतिबिंब कोरून ठेवल्याप्रमाणे स्थिर होते. पण आता वारा बेबंद झाल्याप्रमाणे तिच्या कानांतील आवाज विलक्षण घुमू लागला. पाणी अदृश्य लाटांनी तिच्यावर आदळून प्रचंड झोताने नाहीसे होत असल्याप्रमाणे त्याची गर्जना होऊ लागली. वरचे देऊळ आता सारख्या सळसळ फिरणाऱ्या, झावळ्यांसारख्या जाळाच्या तुकड्यात पुरे सापडले होते, व त्याचा गोपूर हळूहळू त्या लालभडक भोवऱ्यात खचत होता. पाण्याची एक चुणी सरकत आली, आणि तिच्यावर आदळली. तिच्या तुषारांनी तिचे केस, चेहरा भिजून चिंब झाला, कानातील आवाज एकदम थांबला, व डोळ्यांतील लाल वेदनाही थांबली. हाताने तोंड पुसून रमा समोर पाहू लागली. समोरचे देऊळ आता स्वच्छ झाले होते, व सूर्य खांबाखांबांत गुरफटून राहिला होता.

प्रतिबिंब विलक्षण रेखीव झाले होते. वाड्याच्या पायऱ्या अगदी वरपासून तिच्यापर्यंत पसरल्या होत्या, आणि त्यावरून हसऱ्या चेहऱ्याचा दिवाकर पायऱ्या उतरून तिच्याकडे येत होता. त्याने खऱ्या पायऱ्या तर ओलांडल्याच होत्या, पण प्रतिबिंबातीलही अर्ध्या पायऱ्या उतरून तो तिच्याकडे येत होता. तेच हसणे, तेच मूक आमंत्रण. सूर्य खांबांतून मोकळा होऊन खाली निसटण्याच्या आधीच तो शेवटच्या पायरीवर येणार हे रमाला माहीत होते. येथून जरा पुढे गेले की त्या

शेवटच्या पायरीजवळ सहज आता येईल असे तिला वाटले, व ती आणखी एक पायरी उतरली. आता पावले अडखळवणारी आतड्यांची बंधने नाहीत. तिला एकदम हलके हलके वाटू लागले, व स्वत:च एक लाट असल्याप्रमाणे ती तरंगू लागली.

सूर्य निसटून निघून जायला अजून वेळ आहे. पण फारच थोडा. त्यापूर्वी तो क्षण येणार आहे.

सोन्याचा. सुटकेचा.

सुटकेचाच.

दीपावली : दिवाळी १९६१

रा क्ष स

आपले गांजेकस बटबटीत डोळे ताणून शंकरू सोनार शेगडीपुढे उकिडवा बसला होता व हातातील चिमट्याने कात्रीचे एकच पाते जाळावर हळूहळू गोल फिरवीत होता. त्या शेगडीचा लालसर प्रकाश त्याच्या रुंद ओबडधोबड चेहऱ्यावर पसरला होता. त्याने आपले केस बैराग्याप्रमाणे लांब ठेवले होते. आणि तो बहुतेक सारा वेळ एक तांबूस धोतर लुंगीप्रमाणे गुंडाळून गल्लीतून भटकत असे. त्याला पाहून म्हशी बुजत, व तो समोर आला की काम होत नाही असे समजून अनेक लोक माघारी फिरत.

धंद्याने सोनार खरा, पण त्याने कितीतरी महिन्यांत आजच शेगडी पेटवली होती. दीडदोन रुपयांच्या मजुरीसाठी तास न् तास ऐरणीसमोर बसायचे या आयुष्याने त्याचा जीव काताबून गेला होता. त्याने शेवटचे सोनारकाम केले ते वर्षा-दीडवर्षांपूर्वी. श्रीपाद भटाने गुंजगुंज जमवून केलेली पुरचुंडी, आणि राधाकाकूंनी नातवाला कटदोरा करण्यासाठी आणलेली चांदी शंकरूने विकून खाल्ली, व त्याने धंदा सोडला. त्याला आता कामासाठी ताबडतोब रोख व बराच पैसा मिळण्याचा मार्ग सापडला होता. त्याने आपले सारे सामान परसातल्या खोलीत भरले, व घर रिकामे केले. अंधार पडू लागला की तेथे गर्दी दिसू लागे. आजूबाजूच्या खेड्यांतील पाचसहा काळ्या, घट्ट मळलेल्या मांसाच्या, शेळीच्या वासाच्या बायका येत, चराचरा पान खात, आणि हिस्सदिशी हसून तोंडाला पदर लावत लाजल्याचा तमाशा करत. नंतर गवंडी-मजूर यांची वर्दळ सुरू होत असे. पत्त्याचे डाव पडत, काही वेळा लखकन चाकू बाहेर पडे. मग शंकरू दादाआप्पा करून त्यांना गप्प बसवे, पहाटे पहाटे पाचसहा नोटा चुरगळून लुंगीच्या कनवटीला लावून तो बाहेर पडे, आणि आपल्या खोलीत दहाबारापर्यंत रेड्यासारखा पडे. चांगले उजडायच्या आतच बायका निघून जात, आणि शेजारी सकाळी रांगोळी घालताना राधाकाकूंना आपल्या अंगणातून विड्यासिगरेटच्या

थोटकांचा ढिगारा लोटून बाजूला करावा लागे.

हे सारे आरामात चालले होते. गणपा पोलिसाचा दर मात्र वाढला होता, पण शंकरूची त्याबद्दल तक्रार नव्हती, कारण धंदाही तसाच वाढला होता. पण दोनतीन महिन्यांपूर्वी अक्काबाईचा फेरा आला, आणि धंदा साफ मेला. त्या कारटीला कुणीतरी रिबनचा तुकडा देताच तिने वडावडा तोंड केले, आणि पोलिसांची धाड आली. आधीच गणपा पोलिसाने गुणगुण सांगितली होती म्हणून बरे, नाहीतर शंकरूच्या नशिबी पुन्हा हातोडाच आला असता. पण गिऱ्हाईक बिचकून गेले. एक महिन्यात तिकडे कुत्रे फिरकले नाही. त्या काळ्या बायका नंतर दोनचार दिवस आल्या, पण नंतर कंटाळून बंद झाल्या व पलीकडच्या गल्लीत सुणगाराकडे जमू लागल्या.

हा सारा त्या पांढऱ्या पायाच्या गुणीचा प्रताप! तिचे नाव मनात येताच शंकरूचे अंग तापल्यासारखे झाले. त्याची मुलगी पाचसहा महिन्यांपूर्वी मेली, आणि गुणीला कुणी नसल्यामुळे ती शंकरूकडे येऊन पडली. त्याने आपल्या मुलीलाही उद्देशून एक अत्यंत बीभत्स शिवी हासडली. कुणा गणागणपाचा हात धरून निघून गेली आणि लग्नानंतर दहा वर्षे तिने त्याचे नाव घेतले नाही आणि मेल्यावर सूड म्हणून या कारटीला येथे फेकून दिले. ही अवदसा घरी आल्यावर धंदा बसला आणि अन्नान्नदशा आली. पैसा हातात खेळत असता फेकलेली नाणी येशी कुत्र्याप्रमाणे गोळा करायची, पण आता नुसते जेवण पाठवायला कलकलाट करू लागली होती. महारमांग दारात पैशासाठी वचावचा ओरडू लागले आणि दररोज एक तरी भांडण घेऊन शंकरू घरी येऊ लागला.

आणि आजच सकाळी पुन्हा ही कारटी कुणा तिऱ्हाइताला घरी चिठ्या घेऊन येणाऱ्या माणसांची नावे सांगत होती! आकड्याच्या धंद्यात शंकरूला फारसे मिळत होते असे नाही. तेवढ्या पैशासाठी दरवेशाचे माकड काठीवरून उडाले नसते, पण नाही म्हटले तरी थोडा आधार होताच. तिला एकदा चांगली अद्दल घडवल्याखेरीज तिची जीभ सुधारायची नाही, असे शंकरूला वाटले, व त्याने रागाने कात्रीचे पाते पुन्हा फिरवले.

नुसतेच पुढे केलेले दार वाऱ्याने सारखे फटफटत होते. खरे म्हणजे त्याला कडी लावून ते कात्रीचे पाते अडकविल्याखेरीज ते घट्ट बसत नसे. पण त्या आवाजाने शंकरू जास्तच चिडला. पाते तसेच निखाऱ्यावर ठेवून तो उठला, व त्याने दरवाजावर धडाधडा दोन लाथा घातल्या व पुटपुटत परत येऊन तो पुन्हा शेगडीसमोर बसला. आता पाते जिभेप्रमाणे लालभडक झाले होते, व त्याची आग चिमट्यातूनही येऊन त्याची बोटे भाजू लागली होती. तो उठला, व धोतराच्या टोकाने घाम पुसत बाहेर आला.

गुणी बाहेरच घराला लागून असलेल्या देवळाच्या कट्ट्यावर बसली होती. तिच्या झिंज्या तर नेहमी सुटलेल्या असत. ती मान ताणून खाली काहीतरी उत्सुकतेने पाहत होती. तिची अशक्त, मळकट दोरीसारखी मान पाहून शंकरूची बोटे शिवशिवली. ती क्षणभर पसरली, व त्या गळ्यावर बसून अत्यंत त्वेषाने करकचू लागली. शेवटी हातांतील मांसाचा एकच चोथा झाला, त्याची बोटे चिकट झाली, आणि त्याचा रोखून धरलेला श्वास सैलावला. त्याने हलकेच पुढे येऊन किंचित वाकून पाहिले. गुणीने कुठून तरी एक झुरळ आणले होते, व ते तिने तेथे जमलेल्या लाल मुंग्यांपुढे टाकले होते. मुंग्या सगळीकडून झोंबत असता ते सारखे आपले काटेरी पाय झडझडत होते. जर ते मध्येच झटक्याने सरळ झाले तर गुणी त्याला लागलीच पालथे करत होती. शंकरूने एकदम हाक मारली. गुणी घाबरून आकसल्यासारखी झाली व वाळक्या लिंबासारखा चेहरा वळवून त्याच्याकडे पाहू लागली.

''काय गुणे, म्हटलं काय चाललंय?'' तो आणखी जवळ येत हसत म्हणाला. त्याचे ओठ ताणल्यासारखे वाटले. त्याचे पिवळसर दात घोड्याप्रमाणे रुंदट रानटी होते. इतक्या जवळ आल्यावर त्याचे अस्ताव्यस्त, केसाळ अंग कोसळून अंगावर पडते की काय असे वाटून गुणी मागे सरकली. ''गुणे, तुला बांगड्या पाहिजे म्हणत होतीस नाही? आज आणल्या आहेत बघ तुला.''

गुणी पटकन् उभी राहिली. त्याच्या बोलण्यावर तिचा विश्वास बसला नाही. तिने झिंज्या सावरत म्हटले, ''होय? कुठं आहेत बघू?''

''अग, आत आहेत कपाटावर, चल ये की देतो,'' ओठ तसेच ठेवून शंकरू म्हणाला. पण आता उतावीळपणाने त्याचा आवाज चिडल्यासारखा होऊ लागला होता.

गुणी बिचकतच आत आली. शंकरूही मागोमाग आला व आत येताना त्याने दरवाजा ओढून घेतला. गुणी कपाटाजवळ येताच त्याने तिला मागून एकदम शेगडीकडे ढकलले. गुणी ओरडताच त्याने आपल्या जुन्या सायकल सीटसारखा हात तिच्या तोंडावर ठेवला व तिला घट्ट दाबून ठेवले. नंतर बाकावर व्यवस्थित बसून त्याने चिमट्याने कात्रीचे पाते उचलले, व इकडे तिकडे वळवून पाहत, घाई न करता ते त्याने गुणीच्या मनगटावर ठेवले व जोरात दाबून धरले.

चर्रदिशी आवाज होऊन गुणी उलटल्यासारखी झाली, पण त्याने तिच्या तोंडावरील हात बाजूला केला नाही. कात्रीचे पाते काळवंडताच ते कपाटावर टाकून दिले आणि चिमटा खाली ठेवला.

''आता पुन्हा कुणाजवळ तोंड वाजवलंस तर पुढल्या खेपेला जीभच जाळून टाकीन,'' तो म्हणाला, ''कुत्र्यासारखे दोन घास खायचे, गप्प पडायचं, काय? जगात

इतक्या विहिरी आहेत, इतके रोग आहेत, कुठंतरी जाऊन पट्दिशी मरतही नाही.''

पण तेवढ्यात धडपड करून गुणीने तोंड मोकळे करून घेतले, व त्याचे एक बोट दातांत धरून तिने कडकडा चावले. शंकरू पटदिशी बाकावरून उडाला, व त्याने गुणीच्या हाडक्या चेहऱ्यावर जोराने प्रहार केला, त्यासरशी ती कोपऱ्यात जाऊन पडली. बोटावर फुंकर घालत तो खेकसला, ''आणि हे बघ, आजपासून उलथ कुठंतरी. मी आल्यावर जर तू दिसलीस इथं, तर कातडी सोलून काढीन.'' बोटावर फुंकर घालतच तो बाहेर पडला.

मोठ्या, कोरड्या डोळ्यांनी निर्जीवपणे ते सारे गुणीने ऐकले. ती जवळ जवळ बेभानच होती, कारण हातावर अद्याप शेगडी जळत होती. तिने पटकन थुंकी काढली व डागावर पसरली, पण ती आग कमी होईना. जणू कात्रीचे पाते तसेच मांसात रुतून बसल्याप्रमाणे मनगटापासून कोपरापर्यंत लालभडक वण उमटला होता. ती सारखी फुंकर घालत बधिर होऊन बसली होती; पण आग विझेना. रडून डोळेदेखील कोरडे झाले, व पाय अवघडले. ती उठली व हात दाबत दाबत बाहेर आली. बाहेर कट्ट्यावर आता त्या झुरळाचा फक्त एक तुकडा उरला होता. त्याच्या काटेरी पायांपैकी दोनच शिल्लक राहिले होते, आणि तो उरलेला भागही चार-पाच मुंग्या नेटाने ओढत ओढत घेऊन जात होत्या. गुणीने तुकडा व मुंग्या यांवर पाय चिरडला, आणि ती चालू लागली. नकळत तिची पावले गोरीकडे वळली.

तेथून डांबरी रस्ता ओलांडला की समोरच गोरी होती. रस्त्यावरूनसुद्धा आतील झाडांमधून उंच उंच जुनाट थडगी दिसत. ती अतिशय जुनी असल्याने आता उपयोगात नव्हती. परंतु भिंतीत खिंडारे पाडून पोरांनी प्रवेशाची सोय करून ठेवली होती, कारण आत आंबे व जांभळे यांची खूप झाडे होती. काही वेळा गुराखी बाजूच्या मैदानावर म्हशी सोडून दुपारच्या वेळी थडग्यांच्या चौथऱ्यावर झोपत किंवा त्यांवर चढून आंबे-जांभळे काढत. सगळ्या थडग्यांवर हिरवट कळा होती, व अनेक ठिकाणी गवत आडदांड वाढले असून भर दुपारी सुद्धा तेथे किर्र आवाज होत असे. पूर्वी शंकरू घराबाहेर गेला की पुष्कळदा त्याच्या येण्याला दिक्कत नसे. मग गुणी तेथे तासन् तास भटकत हिंडे. आत त्या निर्जन हिरवट अंधारात येताच तिचे स्वतंत्र जग निर्माण होऊन त्यास भोवतालच्या भिंतीची टीप पडे, व तिला एकदम मुक्त वाटू लागे. आता तर ती जागा तिला अगदी घरासारखी वाटू लागली होती, व तिचा कोपरा न् कोपरा तिला ठाऊक झाला होता. डावीकडील कोपऱ्यात पिवळ्या लोकरीच्या गोळ्यासारखी फुले येणारे झाड होते. त्या फुलांचा वास घेतला की गुणीला आईच्या अंगाच्या वासाची आठवण होत असे. पण त्या झाडाला बोटाएवढे खिळ्याप्रमाणे वाटणारे काटे होते. त्या बाजूला चाफ्याचे झाड होते, पण त्याची फुले तर आभाळालाच

चिकटल्यासारखी दिसत. पण तिला भयानक आकर्षण वाटे ते त्याच्या बुंध्यावरील केसुरकिड्यांचे. बोट बोटभर जाड असे काळे, लाल पट्ट्याचे, पांढरे असे शेकडो केसुरकिडे एकमेकांना अगदी चिकटून असत, व त्यामुळे बुंध्याभोवती रंगीबेरंगी कांबळ्याचा तुकडा गुंडाळल्यासारखा दिसे. मध्येच दहाबारा किडे अंग वळवत, घाईघाईने एकीकडून दुसरीकडे चालू लागत. त्या खरखरीत चित्रातील रंग बदलत, व त्या धडपडीत काही लहान केसुरकिडे खाली पडत. एकदा गुणीने मोठा काटा उचलून एका किड्यात टोचला, व तो अगदी डोळ्याजवळ धरून पाहिला. त्याचे केस टाचण्यांसारखे वाटले, व डोळे आपल्याकडेच अगदी रोखून पाहत आहेत असा तिला भास झाला. तिचे अंग एकदम शहारले, व काटा फेकून देण्यासाठी तिने हात उचलला. इतक्यात तो किडा मागचे पुढचे भाग टोचलेल्या जागेच्या दोन्ही बाजूला लयबद्ध रितीने हलवू लागला. गुणी एकदम हसली. तिने आणखी तीनचार किडे गोळा केले, व त्याच काट्यावर एकावर एक असे टोचले. थोड्याच वेळात ते सगळे एकदम त्याच पद्धतीने हलू लागले. ते पाहून तर ती एका चौथऱ्यावर लोळून खिदळू लागली होती. जांभळाच्या झाडाखाली पिकून फुटलेल्या जांभळांचा सडा असे, व त्यांत काळ्या गाठीगाठींचे डोंगळे हिंडत. गोरीच्या आतल्या बाजूला आणखी एक भाग होता व त्याचे लोखंडी गेट नेहमी कुलूप लावून बंद असे. पण बाहेरून एक खोली, एक मोडकी ढकलगाडी, आणि गडद हिरवा अंधार यांखेरीज काही दिसत नसे. पण तेथे तर राहोच पण त्या अलीकडील मनोऱ्यासारख्या थडग्याजवळ जायला तिला भीती वाटे. कारण तेथे ती एकदा गेली असता गवतातून एक लालसर निळा सरडा सुळकन् पुढे आला होता. पुढील पाय उंचावून त्याने तिच्याकडे असे पाहिले होते, की तिला वाटले, तो 'हं, तूच काय ती गुणी!' असे म्हणत होता. तिच्या पोटात भीतीने पसाभर खळगा पडला, व ती धावत भिंतीच्या खिंडाराजवळ कशी आली हे तिलाच समजले नव्हते.

गुणी हातावर सारखी जीभ फिरवत तेथे आली व भिंतीतल्या एका लहान भगदाडातून वाकून आत शिरली. एक लाल बस डांबरी रस्त्यावरून गेली आणि जाताना तिने बाहेरचे गलबल्याचे जग कातरून टाकल्याप्रमाणे आत एकदम शांत, हिरवेगार झाले. आपण आत येताच साऱ्या थडग्यांनी आपल्याकडे वळून पाहिले असे तिला वाटले. पायाखालचे गवत थंडगार वाटत होते व त्यामुळे तर हातावरील आग जास्तच भाजणारी वाटत होती. ती आंब्याच्या झाडाखाली असलेल्या चौथऱ्यासारख्या थडग्याजवळ आली, आणि तेथे तिने अंग पसरले. वरती हिरवी छत्री उघडल्याप्रमाणे फांद्या पसरल्या, व त्या हलल्या की पाने घोळक्याप्रमाणे एकत्र येऊन आपल्याला खुणावतात असे तिला वाटू लागले. त्यामधून दिसणारे आभाळ ओघळत येऊन खाली

आले. आता नुसता हात वर केला की ते हाताला लागेल असे वाटून ती हसली. पण हात अद्यापही जळत होता, व तो थोडादेखील हलवण्याची तिची इच्छा नव्हती. इतक्यात पटदिशी आवाज आला व ती उत्सुकतेने उठून बसली. कुठेतरी आंबा पडला होता. आजूबाजूचे गवत पायाने फिस्कारत तिने पाहिले, तो तो जवळच पडला होता. पण दगडावर पडल्याने तो चिरला होता. तिने तो उचलला व अधाशीपणाने त्यात दात रोवले. त्या आंबट चवीने दात रिवरिवताच तिला एकदम थरारल्यासारखे वाटले. आतली कोय अद्याप कवळीच होती. तिने ती फोडली, व हातावर डागाला लावली, आणि त्या थंड स्पर्शाने तिला थोडा वेळ बरे वाटले.

पण लगेच तिला कंटाळा आला, व काय करावे हे समजेना. तिला जाताना शंकरूने म्हटलेले शब्द आठवले. पण आता जायचे तरी कुठे? ती येसूबाई तर सारखी हिडीसफिडीसच करायची. आपल्या गावी परत जायचे म्हणजे तरी कसे? त्या गावाच्या नावाखेरीज तिला काहीच माहीत नव्हते. तिला इतकेच माहीत होते की, रुमाल बांधलेल्या रामूकाका नावाच्या माणसाने आपणाला येथे आणून टाकले व तो येथे घोटभर पाणीही न घेता निघून गेला. शिवाय आता तेथे आईही नाही. तीदेखील तिला गुरासारखी बदडत असे, पण तिने असे कधी हाकलून घातले नव्हते! गुणीला काय करायचे समजेना, व रात्री कुठे जायचे हा प्रश्न तिला इतका भेडसावू लागला की, ती जवळ जवळ रडण्याच्या बेतात आली. येथेच जर रात्री झोपले तर मात्र फार भीती वाटणार असे तिला वाटले व ती त्या कल्पनेनेच चरकली. पण निदान सध्यातरी काही भीती नाही याचे तिला हायसे वाटले. ठिकठिकाणी सूर्यप्रकाशाचे तुकडे पडले होते. गवतातून येणारा किर्र आवाज तर नेहमीचाच होता. तोच तिचे लक्ष चौथऱ्याच्या कडेला गेले व सारे भयानक विचार तिच्या मनातून नाहीसे झाले. तेथून एक गोगलगाय चिकट पांढरी रेषा ओढत पुढे चालली होती. गुणीने तिला एका काटकीने स्पर्श करताच शिंगे आत गेली, व ती शिंपल्यात नाहीशी झाली. तिने तो शिंपला ढकलत ढकलत दुसऱ्या एका गोगलगाईजवळ आणला. तिला वाटले, आता ह्या दोघींत भांडण होणार, त्या एकमेकीला फाडणार. पण बराच वेळ झाला तरी काही होईना. काही तरी व्हावे म्हणून तिने डिवचताच त्या पुन्हा शिंपल्यात जाऊन बसत. गुणी चिडून गेली. तिने एक दगड उचलला, व टचाटचा ते शिंपले ठेचून काढले. त्यांचा बुकणा झाला, व घाणेरड्या चिकचिकाटात रुतून बसला.

तिच्या बाजूलाच कुणीतरी हसले व गुणी घाबरून टुणकन उभी राहिली. तिच्या बाजूला जो माणूस उभा होता तो केव्हा आला होता हे तिला समजलेच नाही; कारण गवतात त्याच्या बुटांचा आवाज झाला नाही. त्याचा पोषाख स्वच्छ होता, व हातात वेताची छडी होती, ती तो चाळा म्हणून बुटावर आपटत होता. तेथे येऊन तो बराच

वेळ पाहत उभा असावा; कारण तो हसत होता. त्याचे पुढील दोन दात सोन्याचे होते व तो हसला की ते झक्कन् चमकत होते.

''तर काय!'' तिच्याकडे कौतुकाने पाहत तो म्हणाला, ''इतका वेळ झाला तरी भांडत नाहीत म्हणजे काय?''

आपणही त्याच्याशी बोलावे काय हे प्रथम तिला समजेना, व ती थाडा वेळ भेदरून बसली. तोच तिला हाताची आग जाणवली, व तिने त्यावर ओलसर जीभ फिरवली. ''भाजलं वाटतं तुला त्यानं?'' किंचित खाली वाकून त्याने विचारले व तो पुन्हा हसला. त्याच्या डोक्याला फार आकर्षक वास येत होता. शंकरूने तिला डागले हे त्याला आधीच माहीत असावे, कारण ती काही तरी बोलावी म्हणूनच विचारावे अशा तऱ्हेने त्याने विचारले होते. गुणीने फक्त मान हलवली. त्याने छडी उगाचच हवेत फिरवली, व झाडाच्या एका खालच्या फांदीची दोनचार पाने फाडून टाकली. नंतर त्याने लोखंडी गेटकडे बोट दाखवले, व म्हटले, ''चल, आपण तिथं जाऊ पलीकडे. तिथं जांभळाची झाडं फार छान आहेत.''

गुणी घाबरली, कारण ती त्या भागात कधीच गेली नव्हती. पण तेथल्या दाट हिरव्या अंधाराविषयी तिच्या मनात एकदम उत्सुकता निर्माण झाली. ''पण त्या दाराला कुलूप आहे की!'' ती म्हणाली. त्याने खिशातून लगेच एक जाडजूड चिपट्यासारखी किल्ली काढली व ती तिच्यापुढे हलवत तो हसला. गुणी बिचकत त्याच्या मागोमाग चालू लागली. गेटचे कुलूप काढताच दार करकरत वळले व स्वत:च्याच वजनाने मागे भिंतीवर आदळले. त्या करकरण्याबरोबर आतून कुठून तरी कुत्र्याचे ओरडणे ऐकू आले व गुणी एकदम त्या माणसाच्या जवळ येऊन चालू लागली!

''तुला पेपरमिंट पाहिजे?'' त्याने चालता चालता विचारले, व खिशात हात घालून चारसहा रंगीबेरंगी गोळ्या काढल्या. गुणीने चटकन् हात पुढे केला, पण त्यांचा स्पर्श होताच तिला पाठीत कुणी तरी लाथ हाणल्यासारखे झाले, व तिचा हात मागे आला. दोन महिन्यांपूर्वी शंकरूला विड्या आणण्यासाठी ती भैरूच्या दुकानी गेली होती. त्या वेळी त्याचे लक्ष नाहीसे पाहून तिने गप्पकन पेपरमिंटच्या बरणीत हात घातला होता. त्या वेळी भैरूने मागून अशीच करकचून लाथ घातली होती. पण नाही. तिने हात पुढे करताच त्या माणसाने गोळ्या पटकन मागे घेतल्या नव्हत्या. तिचा प्रथम विश्वास बसेना. तिने एकेक गोळी उचलून गोल फिरवून पाहिली, व शेवटी दोन हिरव्या व एक लालभडक अशा गोळ्या निवडल्या. पुन्हा विचार करून तिने मांजराच्या डोळ्यांसारखी दिसणारी आणखी एक गोळी घेतली व ती हसली.

ते आता बरेच आत आले होते. बाजूला जांभळाचे झाड होते. पण त्यावरील काळे ठिपके अगदी उंच होते. त्या माणसाने एक फांदी धरून ओढली, व सारे झाडच

ओणवे झाले. त्याने एक घोस तोडला व गुणीला दिला. ''अव्वा!'' म्हणत तिने आश्चर्याने तोंडावर हातच ठेवला. एवढे मोठे झाड पण त्याने तारेसारखे वाकवले! ती त्याच्याकडे मोठ्या डोळ्यांनी पाहू लागताच तो मोठ्याने हसू लागला.

''तुला साप बघायचा आहे?'' हसणे थांबवत तो म्हणाला, ''तो समोर दगड आहे ना? त्याखाली साप आहे. बघ, उचल तरी.''

''नको साप. चावेल की तो मला,'' पटकन एका थडग्यावर चढत गुणी म्हणाली. पण तेथे खरोखरच साप आहे की काय हे पाहण्याची शहारे आणणारी उत्सुकता तिच्या मनात आली. ''पाहिजे तर तुम्ही काढा दगड, मी साप पाहते,'' भीत भीत ती म्हणाली.

''पण तो चावणार नाही. माझी छडी आहे की,'' तो म्हणाला, परंतु तो पुढे झाला व त्याने बुटाने दगड बाजूला केला व परत गुणीजवळ येऊन उभा राहिला. किंचित मागेच राहून जांभूळ न चोखता तोंड गप्प ठेवून गुणी पाहू लागली.

दगडाखाली खरोखरच दोनतीन वेटोळ्यांचा साप होता. वरचा दगड गेल्यावर तो हळूहळू लांब होऊ लागला व त्यांच्याकडे येऊ लागला. मध्येच त्याने एकदा काळसर जीभ पटकन् काढली. तो त्या माणसाच्या बुटाजवळ आला व त्याने तोंड उचलले. तो आता चावणार असं वाटून गुणी ओरडली. पण त्याने पाऊल न हालवताच वेगाने त्याच्यावर छडी मारली. हिरवट काळ्या रंगाचा पट्टा जाऊन त्या जागी खालचे फिकट पांढरे अंग दाखवत साप उलथला. त्याचे तो छडीवर उचलला व गवतात भिरकावून दिला.

''बघ कशी आहे माझी छडी,'' तो म्हणाला, ''तू उगीच घाबरतेस. असं घाबरून चालत नाही. बराय, चला आता. त्या कोपऱ्यात डाळिंबाचं झाड आहे, त्याला डाळिंब आहे काय पाहू.''

गुणीने आपण होऊन उत्साहाने त्याचा हात धरला, व ते चालू लागले. मध्येच तिने जांभळांनी निळसर झालेली जीभ बाहेर काढली व सापाच्या जिभेप्रमाणे हलवून ती हसली. त्याचे बुटावर छडी आपटणे चालू होते व तो मधूनमधून शीळ वाजवत होता. मध्येच एका झुडपाआडून एक हडकुळे, लूत भरलेले कुत्रे एकदम पुढे आले व वस्कन् गुणीवर ओरडले. त्याने तिच्या झग्याचे टोक ओढण्याचा प्रयत्न केला. ती धावत दुसऱ्या बाजूला गेली व त्याच्या पायांना मिठी मारून उभी राहिली. तरी तिच्या झग्याचा एक तुकडा टरकावला जाऊन लांबत होता व त्याचे नख पायाला ओरबाडून दोऱ्याएवढी रेषा रक्त दाखवीत होती. त्या माणसाच्या हातातील छडी बघताच कुत्रे तेथेच दबून बसले व ओलसर जीभ दाखवू लागले.

''बघ, तुला ओरबाडून टाकणार होतं ते कुत्रं,'' तेथल्या एका चौथाऱ्यावर बसत

तो म्हणाला, ''त्यानं तुझ्या पायातून रक्त काढलं. आता तू काय करणार त्याला?''

''मी काय करणार?'' अंग चोरत गुणी म्हणाली. तिची भीती अद्याप कमी झाली नव्हती.

''पुन्हा येईल ते अंगावर. नाहीतर त्याच्या डोक्यात दगडच घातला असता.'' ती घाबरली तर होतीच. पण असल्या डाग डाग पडलेल्या घाणेरड्या कुत्र्याने आपणाला अगदी बेधडक ओरबडावे याचा तिला रागही आला होता.

''छट्, दगड घालून काय होणार?'' मान हलवत तो म्हणाला, ''मरेल झालं ते पटकन. त्यात काही विशेष नाही. आपण मरत आहो हे त्याला समजलं पाहिजे. इतकं सावकाश त्याला मारलं पाहिजे.''

''पण करणार काय मी! ते येईल की पुन्हा अंगावर,'' साऱ्या अंगभर कसेबसे पुरवलेल्या कातड्यात कुत्र्याचा हाडाचा भाता लहान मोठा होत होता, त्याकडे पाहत गुणी म्हणाली. त्याच्या वेडसर डोळ्यांत दोन मोठे काटे टचदिशी टोचावे असे तिला वाटले, पण त्याच्या दातांकडे पाहून तिचे पाय हलेनात. पण तो माणूस उठला व त्याने छडी अतिशय जोराने कुत्र्याच्या नाकावर हाणली. ते त्यामुळे आडवेच झाले, त्याच्या तोंडाला फेस आला, व ते हिसक्याहिसक्याने अंग झटकू लागले.

''मेलं नाही ते. पण थोडा वेळ ते काही करणार नाही तुला. मग आता काय करणार?'' त्या माणसाने तिला विचारले. पण ती गोंधळून नखे चावत उभी राहिली... आता आपण तेथून एकदम निघून जावे असेही तिला वाटू लागले. पण आता होणार तरी काय, हे पाहण्याची उत्सुकता तिला जाऊ देईना.

''तुम्हीच करा त्याला काही तरी,'' ती म्हणाली.

''बराय, मी तुला आधी दाखवतो, मग तू कर,'' तो हसून म्हणाला. त्याने वेताची छडी बाजूला ठेवली व शर्टाच्या आत हात घालून त्याने एक सुरी बाहेर काढली. त्याने बटन दाबताच सूर्यकिरणाप्रमाणे लखलखीत असे हातभर पाते चक्कन् पुढे आले. त्याने अभिमानाने तिच्या दोन्ही कडांवर हलकाच अंगठा फिरवला, व 'आता गंमत पाहा हं,' म्हणत तो खाली चवड्यांवर बसला.

त्याने कुत्र्याच्या जबड्याखाली चाचपून पाहिले. हाताला मऊ जागा लागताच त्याने सुरीचे पाते आत खुपसून थोडे वळवले न नंतर ते सर्रकन मागे काढून तो उभा राहिला. एकदम भीतीने गुणी गप्प झाली. सुरी शिरली त्या ठिकाणाहून रक्ताचा एक पट्टाच सुटून बाहेर आला, व खाली थोडा वेळ साचून गवतावर पसरू लागला. कुत्र्याची मान ताणल्यासारखी झाली, व आता त्याच्या पायाचे झटके मेंगुळले.

''आता तू घे ही सुरी. तुझ्या पायाचं रक्त काढलंय त्यानं. माझ्या नाही,'' किंचित हसून तो माणूस म्हणाला व त्याने सुरी गुणीपुढे केली. भीत भीतच गुणीने

सुरी हातात घेतली व ती तिच्याकडे गुंगून पाहू लागली. तिची मूठ झगझगीत असून तिच्यावर संतापलेल्या डोळ्यांप्रमाणे दोन लाल खडे बसवले होते, व त्यांमध्ये बटनासाठी एक सोनेरी चौकोन होता, तो तर त्या माणसाच्या चकाकणाऱ्या दातांप्रमाणे होता. पण सर्वांत भीषण सौंदर्य होते ते तिच्या धारदार कडांत हात जरा हलवताच त्यांच्यावर प्रकाश झर्रकन सरके, आणि दोन्ही कडा जेथे मिळाल्या होत्या त्या निमुळत्या टोकावर तर आता ठिणगीच पडते की काय असे वाटे. आता टोकावरून रक्त ठिबकत असल्यामुळे ओलसर लाल ठिणग्या निघतच आहेत असा कदाचित भास झालाही असता. तिने सुरी हातात घट्ट धरली, व त्याच्याकडे पाहिले. तो हसला नाही. त्याने मुकाट्याने कुत्र्याकडे बोट दाखविले व तो बुटावर टकटक छडी आपटू लागला.

गुणी कुत्र्याजवळ आली. पण त्याने मध्येच पाय झटकताच ती मागे सरकली. पण त्या माणसाने तिच्या खांद्याला धरून तिला पुढे ढकलले. ती खाली वाकली व तिने सुरीचे टोक कुत्र्याच्या पोटावर टेकले.

''आँ आँ, तेथे नाही. तिथं तर सारी हाडंच असतात. जरा खाली मऊ भाग दिसतो ना, तिथं,'' तो माणूस म्हणाला. आता तो किंचित हसला, व त्याचे दात चमकले. ते जणू बटनाप्रमाणे दाबल्यामुळे त्याचे सुरीसारखे हसणे बाहेर आले होते. गुणीने सुरी पोटावर ठेवली व निश्चयाने आत खुपसली. पण एवढ्या बळाची काहीसुद्धा जरुरी नव्हती. ती तीक्ष्ण धारेने अशी सहज आत शिरली की तिच्या मार्गात काहीही आड येऊ शकले नाही. आता आत्मविश्वासाने गुणी खाली बसली. तिच्या अंगात नवाच उत्साह आला. तिने आणखी एका ठिकाणी ती खुपसली; व मूठ दोन्ही हातात धरून वर्तुळाकार फिरवली. एखादा कागद कापत जावा त्याप्रमाणे सुरी हिंडली व काळसर लाल अशा मांसाचा लबेदाच बळक्न् बाहेर पडला.

लाल झालेली सुरी घेऊन गुणी उभी राहिली. बोटांमध्ये असलेल्या सुरीमुळे तिला एकदम जिवंत झाल्याप्रमाणे वाटू लागले. त्या कुत्र्याने दोराभर रक्त काढले, आणि आता बघा! त्याची आतडीच बाहेर येऊन पडली आहेत! तिला त्या नव्या सामर्थ्याच्या धुंदीत जळता हात, शंकरूने दिलेली धमकी या साऱ्या गोष्टी क्षुद्र वाटल्या व किंचित हसून तिने त्या माणसाकडे पाहिले. तोही हसला होता व सुरी परत घेण्यासाठी त्याने हात पुढे केला होता. गुणीने पुन्हा खाली बसून त्या कुत्र्याच्या अंगावर जेथे केस होते तेथे उलथीपालथी करून सुरी पुसली. पण ती सुरी मात्र परत करेना. आता तिला नवा मार्ग सापडला होता, व ती तो हातून सोडायला तयार नव्हती.

''मला देऊन टाका की सुरी,'' तिने म्हटले, ''राहू दे मला ती.''

"अगं, तुला काय करायची ती?" हात मागे न घेता तो म्हणाला, "तुला कधी लागलीच तर मिळेलच ती त्या वेळी."

"पण त्या वेळी तुम्ही कुठं भेटणार? तुमचं घर काही माहीत नाही मला," हिरमुसून हावरेपणाने त्या पात्याकडे पाहत गुणी म्हणाली. त्या माणसाने सुरी तिच्याकडून घेतली व पाते मिटवले. "घरदार कशाला माहीत पाहिजे? तुला हवी त्या वेळी ती मिळाली की झालं. चल आता, अंधार होईल. कावळ्यांना इथं चांगलं जेवण मिळणार."

ते तेथून निघाले. कुत्र्याची तडफड आता केव्हाच थांबली होती. आणि त्याचे भयानक वाटणारे दात आता निर्जीव उघडे पडले होते. भयानकता आणि ही निर्जीवता यांत फक्त सुरीच्या एका वळशाचाच फरक होता. त्याच्या गळ्याभोवती साचलेल्या काळसर वर्तुळाभोवती ओल्या कडेने पाण्यासाठी तलावावर जमलेल्या बायकांप्रमाणे मुंग्या लागल्या होत्या, आणि वर झाडात एखाददुसऱ्या कावळ्याचे काटेरी ओरडणेही ऐकू येऊ लागले होते. गुणी ऐटीत चालू लागली. जणू तिच्या आयुष्यातील हिरवाकाळा साप तिने मारून टाकला होता. डाळिंबाच्या झाडाकडे आपण चाललो होतो याचा तिला विसर पडला. जांभळे चोखून बिया थुंकत त्या माणसाबरोबर ती गेटपाशी आली. ती बाहेर आली, पण तो माणूस तेथेच आतल्या बाजूला राहिला. त्याने हिसका देऊन गेट लावून घेतले, आणि कुलूप लावत त्याने तिच्याकडे हसून पाहिले.

"म्हणजे तुम्ही येत नाही बाहेर?" गुणीने आश्चर्याने विचारले.

"छट्, माझा रस्ता इकडे. मी इकडून जातो," तो म्हणाला, "आता कधी कुठल्या कुत्र्याला घाबरू नको."

"येऊ दे तरी ते आता, त्याचे पायच कापते," गुणी जोराने म्हणाली. तिची बोटे काल्पनिक सुरीवर घट्ट झाली, व तिने दात आवळून धरले. "मला ती सुरी देऊन टाका की!"

"तुला पाहिजे त्या वेळी ती खात्रीने मिळेल. तू जा आता घरी," तो माणूस म्हणाला व जाण्यासाठी वळला. जाता जाता तो बुटावर छडी आपटत होता व आवाज थोडा वेळ गवताची सळसळ, कावळ्याचे ओरडणे यांतून ऐकू येत होता. गुणीला वाटले, एकदा जाऊन त्याला विचारावे पुन्हा केव्हा भेटणार? पुन्हा पेपरमिंटी आणणार? तिने मागे वळून पाहिले देखील. पण तो आवाज एकदम थांबला होता व जणू ते चित्र कुणीतरी स्वच्छ पुसून टाकल्याप्रमाणे तो माणूस दिसेनासा झाला होता. स्तब्ध उभी झाडे, लाटेलाटेने हलणारे गवत, व त्या साऱ्यांत कुत्र्याच्या अंगावरील काळ्याकाळ्या डागाप्रमाणे थडग्यांचे चौथरे एवढेच दिसत होते. छे,

चुकलेच आपले! आधीच विचारायला पाहिजे होते, असे तिला वाटले, व ती चालू लागली. भिंतीतील खिंडारातून बाहेर पडताच आत्तापर्यंत दूर राहिलेला बाहेरच्या जगाचा गोंधळ वाट पाहत टपूनच राहिल्याप्रमाणे तिच्यावर आदळला. पुन्हा एक लाल बस गेली. दूर निळे पांढरे दिवे पेटू लागले होते.

ती घराकडे आली त्या वेळी दरवाजा अर्धवट उघडा होता. ते पाहून क्षणभर तिचे हातपाय पिठाचे असल्याप्रमाणे झाले, व तिने गप्पकन तोंडावर हात ठेवला, पण लगेच तिची बोटे घट्ट आवळून त्यांची मूठ झाली. तिच्या मनातील भीती नाहीशी झाली, व ती धैर्याने पण हलक्या पावलांनी आत आली. शंकरू बाहेरून आला होता, व तसाच उघडाबंब खाटेवर पडून घोरत होता. त्याला रात्री दहाअकरा वाजता उठून पुन्हा भटकायचे असे, त्यामुळे तो संध्याकाळी झोपत असे. गुणी हलक्या पावलाने हिंडू लागली. तिने अल्युमिनियमच्या पातेल्यातील भाकरी ओच्यात घेतली, जाजमाचे फटकुरे व चादर यांची गुंडाळी करून दारात ठेवली. आज रात्री देवळाच्या कट्ट्यावर झोपायला तरी कुणाची भीती नाही, बाकी उद्या पाहता येईल! तिने शंकरू जागा आहे की काय हे हळूच पाहिले. तो घोरत होता, व त्याच्या नाकपुड्या सारख्या फेंदारत होत्या. त्याचे मांसाच्या करपल्या ढिगासारखे दिसणारे पोटही वरखाली हलत होते. त्या काळ्या शरीराकडे पाहताच तिच्या हातावरील आग एकदम जागी झाली. जेथून त्याचे पोट सुरू झाले होते, तेथे त्याची हाडे संपली असावी; खाली मोठ्या डेऱ्याप्रमाणे सारे बिनदिक्कत, मोकळे, लगदा भरलेले; पण तिचे लक्ष गुंतून राहिले ते गळ्याखाली असलेल्या पैशाएवढ्या खोलगट जागेकडे. मधूनमधून तेथे देखील हालचाल होती. शंकरू झोपेत मधूनमधून कुत्र्याप्रमाणे हातपाय हलवत होता. खरेच, शंकरूचा चेहरा कुत्र्यासारखा होता. त्याची वाढलेली दाढी लूत भरल्यासारखी होती! ती हलक्या पावलांनी शंकरूजवळ आली. तिची छाती धडधडू लागली, व हातावरील आग साऱ्या अंगभर पसरली. गळ्याखाली थरथरणारा भाग, हाडे संपताच दिसणारे मोठे मोकळे पोट! या साऱ्यामुळे ती खिळून गेल्याप्रमाणे शंकरूकडे पाहू लागली. त्यांच्यावरील तिचा ताबा पूर्णपणे सुटल्याप्रमाणे तिच्या हाताची बोटे उघडमीट करू लागली. कपाटावर हात ठेवून ती ताणलेल्या डोळ्यांनी त्याच्याकडे पाहतच राहिली. पण कपाटावर हात ठेवताच काहीतरी सरकले व ते खाली पडून आवाज होणार तोच घाई करून गुणीने ते आपल्या चिकट हातात धरले.

असा किती वेळ गेला कुणास ठाऊक! पण तो ताण गेल्यावर तिला दमल्यासारखे वाटले. भाकरी ओच्यात घेऊन तिने जाजमाची गुंडाळी काखेत घेतली, व देवळाच्या कट्ट्यावर येऊन तिने अंग पसरले. रात्री उघड्यावरील थंड वाऱ्याने तिला सारखे काकडल्यासारखे होत होते. थोडा डोळा लागतो न लागतो तोच तिला आपले फाटले

पोट घेऊन रस्त्यावर ओला पट्टा ओढत आपल्यामागे धावत असलेले कुत्रे दिसे, छडीचा हिरवट काळा साप झाल्यासारखे वाटे, किंवा मानेवर केसुरकिडे हुळहुळत. काही गेल्या डोळे मिटेनात, आणि शेवटी कुठे झोप लागू लागली तोच कुणी तरी तिला पायाने डिवचून उठवले.

ती घराकडे आली त्या वेळी दारात पोलीस व सातआठ लोकांचा घोळका होता. तिच्याकडे कुणी लक्षच दिले नाही. ती एकदम आत गेली व तिने पाहिले. शंकरू तसाच खाटेवर पडला होता, व खालच्या कपड्यावर रक्ताचे मोठमोठे डाग पडले होते. एका कागदावर रक्ताने माखलेले कात्रीचे पाते ठेवले होते, पाय जमिनीत रुतल्याप्रमाणे गुणी त्याच्याकडे पाहतच राहिली. तोच तिला कुणी तरी मागे दरादरा ओढून बाहेर आणले. वाकड्या भांगाची, पचकपचक लाल थुंकणारी, मागे गोंडा सोडून गळ्यात टिक्का घालणारी येसूबाई तेथे आली होती व तिनेच गुणीला बाहेर आणले होते.

लोकांच्या घोळक्यात, अड्ड्यात लाकडे फोडणारा सिद्राम होता, व तो हातवारे करकरून पोलिसांना माहिती सांगत होता. तो पैसे मागण्यासाठी अगदी सकाळीच आला होता, त्या वेळी दरवाजा उघडाच होता, व आत तसाच शंकरू पडला होता. तो ही हकिकत वरचेवर घोळून सांगत असता येसूबाई त्याच्याकडे दगडी पाट्यासारख्या चेहऱ्याने पाहत होती.

''ए बये, तुला काय माहीत आहे काय?'' पोलिसाने तिला विचारले. त्याचादेखील पुढील एक दात सोन्याचा होता, व गुणी त्याकडे रोखून पाहत होती.

''मला काय डोंबल माहीत!'' किंचित चिडून येसूबाई म्हणाली, ''आता उलथलाय, म्हणून तोंड मारायचं इतकंच. महिन्यात फुटकी पै लागली नाही हाताला. काल आला नेहमीप्रमाणे, पातेलंभर चहा प्याला, बकरीसारखं चराचरा पानतंबाखू खाल्ला त्यानं, आणि गेला.''

पोलीस दुसरीकडे वळला. कुणीतरी त्याला इन्स्पेक्टरसाहेब म्हणून हाक मारली होती, व त्यामुळे तो थोडा खुष झाला होता.

''इन्स्पेक्टरसाहेब, या पोरीचं हो काय करायचं?''

पोलिसाने थोडा विचार केला. ''आज राहील म्हणे या बाईकडे. नाहीतरी काय, आता शेगडीहातोड्याची सारी एस्टेट तिचीच होणार की!'' येसूबाईकडे पाहत तो सलगीने म्हणाला. दोनचारजण खि: खि: हसले. शंकरू आणि येसूबाई यांचे संबंध जगजाहीर होते, पण असा उल्लेख होताच ती शरमली. गुणीला जवळजवळ ओढतच ती बाहेर निघाली. पण ''हां, कुठं जायचंब्यायचं नाही. तासा दोन तासांत यावं लागेल पोलीस कचेरीवर,'' तो पोलीस म्हणाला.

''अरे जारे जा पावल्लीच्या!'' बाहेर आल्यावर येसूबाई रागाने म्हणाली, ''पै

पुढे केली तर बाळंत व्हायची तुझी तयारी, आणि मोसबा बघावा तर मामलीदाराचा!''

शंकरूच्या घरासमोर गडबड आहे म्हणताच ती आली होती, आणि शंकरूचे रक्तबंबाळ प्रेत पाहिल्यावर जरी तिला आश्चर्य वाटले होते, तरी तिला अगदी सुटकेचा आनंद झाला होता. तो अद्यापही तिच्यात उकळत होता. होती न कवडी, न कापडचोपड, बारा वर्षे त्या दैत्याच्या सहवासात काढली. ''गावबिव सोडलंस तर नाकच कापतो' हे शंकरूचे शब्द तिला सारखे ऐकावे लागत आणि दरवेळी तिच्या पोटात भीतीचा गोळा उठत असे. कुठल्या करकऱ्या वेळी त्याला आपल्या घराचा उंबरा ओलांडू दिला याचा तिला पश्चात्ताप होत असे, व अनेकदा ती सरळ फतकाला घालून एकटीच रडत बसे.

रस्त्यात मध्येच तिने गुणीचा हात धरताच ती किंचाळली, व येसूबाईने तिच्याकडे निरखून पाहिले. तिच्या हातावरील डाग लांबलचक काळपट झाला. ''डाग दिला वाटतं त्यानं?'' मध्येच थांबून येसूबाईने विचारले. गुणीकडे पाहताच तिला स्वत:च्या अंगावरील दोन डाग, अनेकदा आदळलेल्या लाथाबुक्क्या यांची आठवण झाली. तिला शंकरूचे अस्ताव्यस्त प्रेत आठवले, व तिने कडाकडा बोटे मोडली.

''म्हणून तर मी तांबड्या खड्यांची सुरी घेऊन त्याच्या गळ्यापोटात भोकं पाडली कुत्र्याप्रमाणे,'' डागावरून हलकेच बोट फिरवत गुणी म्हणाली. तिचा हात झिडकारून येसूबाई तिच्याकडे रोखून पाहत म्हणाली, ''काय म्हणालीस? भोकं पाडलीस?'' गुणीने समाधानाने मान हलवली. तिला सारी हकिकत आठवली, व तिने तशी सारी येसूबाईला सांगितली.

कपाटावरील वस्तू सरकून खाली पडायच्या आतच गुणीने ती हातात घट्ट धरली. तिच्याकडे पाहताच गुणी हर्षाने जवळजवळ ओरडलीच. तिच्या हातात तीच लखलखीत सुरी होती, व त्या जड, मंद प्रकाशात तिच्यावरील लाल खडे दोन ओलसर जखमांप्रमाणे दिसत होते. तिची बोटे मुठीभोवती घट्ट होताच जणू तिचे उपाशी दुबळे शरीर गळून पडले, व ती छपराइतकी उंच झाली. तिचा सारा राग सुरीच्या जिवंत कडांनी उफाळून आला. तिने एक पाऊल पुढे टाकले व शांतपणे स्थिर हाताने तिने सुरी शंकरूच्या गळ्याच्या त्या थरथरणाऱ्या भागात खोलवर खुपसली. शंकरूचे जाडजूड केसाळ हात खाटेवर बडवण्याप्रमाणे आपटले व लुळे पडले. ते पाहून गुणी तृप्त झाली. तिने आता स्वतंत्रपणे रक्ताचा पट्टा काढला होता. मला डागतो काय? तिने आवेशाने विचारले. तिने सुरी काढून पोटात तीनचार ठिकाणी खुपसून वर्तुळे वळवली होती. नतर मात्र झटका येऊन गेल्यावर तिला एकदम दमल्यासारखे वाटू

लागले. तिने सुरी खाटेवर टाकली व कपाटाला टेकून धापा टाकीत उभी राहिली. आणि असा किती वेळ गेला कुणास ठाऊक...''

''आत्ता काय करावं सटवीला!'' येसूबाई उद्‌गारली, ''तोंड गेलं चुलीत तुझं, काहीतरी भकत हिंडू नको. फास लावून घेशील गळ्याला!'' तिने गुणीच्या डोक्यावर चापट मारली व म्हटले, ''हं, उचल आता लवकर.''

पण तिला वाटले, ही कारटी तरी काय अवदसा आहे. भुताने तिला जन्माला घातलंय की काय कुणास ठाऊक. अभंड बोलत असतेय सदान्‌कदा. मागे एकदा तसेच झाले. काळ्या मांजरावरून मोटार जाऊन ते काकडीसारखे फुटले, हे दहाजणांनी प्रत्यक्ष पाहिले.

पण ही कारटी आपणच त्या मांजराला मारले, त्याचे पाय तोडले, असे सांगत हिंडत होती व सगळ्यांना काड्याच्या पेटीत ठेवलेला मांजराचा डोळा दाखवत होती. आताही तसंच. शंकरूला त्या कात्रीच्या पात्याने भोसकले होते हे सरळ होते. आणि ही गप्पा मारते सुरीच्या! आणि तीही साधी सुरी नव्हे तर सोन्याचा चौकोन असणारी, लाल खडे बसवलेली सुरी!

खुनाची आठवण होताच येसूबाई चरकली व तिने घाबरून इकडेतिकडे पाहिले. ते काम कुणी केले होते, हे तिला माहीत होते. जुगाराच्या पैशाबाबत शंकरू आणि सिद्रामचे भांडण तिच्याच घरी काल झाले होते. आणि सिद्रामने मिश्यांवरून हात फिरवला होता!

स्वत:चे घर दिसताच येसूबाईने इतर सारे विचार डोक्यातून काढून टाकले. आता आपण तरी मोकळे झालो, याचा आनंद पुन्हा जागा झाला, व तिचे आयुष्य आताच दुसऱ्या कुठल्यातरी गावात पायमोकळे चालू लागले. ही कारटी गेली मसणात! उद्या-पासून जाऊ दे गटारे फुंकत, आपल्याला काही त्याचे सुईरसुतक नाही! आता आपण तरी गाव सोडणार. जाताना दोनतीनशे रुपये मिळतील सिद्रामकडून! हा विचार मनात येताच येसूबाईला हाती आलेल्या या नव्या बळाची जाणीव झाली, व कुणावर तरी सत्ता, उर्मटपणा दाखविण्याची संधी कधीतरी का होईना, मिळाली म्हणून तिचे डोळे सुरीप्रमाणे चमकले. दोनचारशे! गळफास चुकवायला फक्त चारशे! पाचशे सहाशे, त्याला काय धाड झाली आहे! झक्कत देईल तो सातशे...

त्या आनंदाने ती खुलली. आपण मुक्त झालो, व त्याबरोबर ही पोरगीही मुक्त झाली या एकाच कारणावरून तिला गुणीविषयी तात्पुरती सहानुभूती वाटली. ''चल आता,'' ती म्हणाली ''मी तुला थोडा भात घालते. जावं लागेल की कचेरीवर. आणि आता कुठं गाढवासारखं बडबडू नको. काय!''

पण गुणीचे लक्ष तिच्याकडे नव्हते. ती येसूच्या मागे पाहत होती. कारण अगदी तिच्यामागेच, तिच्यावर सावली टाकत तो माणूस उभा होता. त्याने हसून गुणीकडे पाहताच त्याचे दात चमकले. लगेच तो बुटावर छडी आपटत निघून गेला. गुणीदेखील हसली.

''हसायला काय झालं हुच्चासारखं? मला काय शिंगं उगवली आहेत?'' एकदम चिडून येसूबाई म्हणाली, ''का दुसऱ्या सुद्धा हातावर पाहिजे एकाकी डागणी?''

गुणीचे डोळे घाबरे होऊन वेड्यासारखे झाले व तिने तोंडातील पेपरमिंट काडकाड फोडली. तिची मूठ घट्ट झाली, पण लगेच ताण कमी झाला व ती पुन्हा हसली.

आणि मग तिने येसूबाईच्या गळ्याखाली टिक्केच्यावर दिसणाऱ्या खोलगट जागेकडे शांत, स्थिर नज़रेने पाहिले व ती आत गेली.

दीपावली : दिवाळी १९६०

अखेरचा दिवस

वास्तविक नानांनी अंगणात काम करायला लागल्यापासून फार तर अर्धापाऊण तास झाला असेल, पण आताच त्यांचे खांदे दुखू लागले व मणक्यांची दोरी ताणून रग लागल्यासारखी झाली. त्यांनी खुरपे तसेच मातीत टाकले व ते पायरीवरच बसले. परंतु दोनचार दिवसांत कामही काही कमी झाले नाही, तेव्हा आज जास्त काही केले नाही तरी चालण्याजोगे आहे, असे त्यांनी समाधान करून घेतले. आज दुपारी आपण कपडे धुतले, शिवाय आज सकाळी वडगावला तिसरी फेरी झाली व त्यामुळे साहजिकच आता अंग पिळून गेल्यासारखे झाले, असे कारण त्यांनी प्रथम स्वत:ला सांगितले. पण मनात कुठे तरी खुद्द त्यांनाही खरे कारण माहीत होते. तू आता उताराला लागला आहेस. कीर्तन संपायला आले. आता तू चटई गुंडाळायला हवीस. त्यांच्या बरोबरीचे सारे पुढे गेले होते. परवा दिवशीच त्यांना ती बातमी समजली. एकाच वेळी, एकाच शाळेत, त्यांच्याबरोबर हजर झालेला दादा परुळेकर सुद्धा अर्धांगाने संपला होता आणि तो त्यांचा शेवटचा मित्र होता. पण हे कारण नाना शक्य तो बाजूला टाकण्याचा प्रयत्न करत. वडगावला जाऊन जायचे म्हणजे तीनसाडेतीन मैलांचा फेरा आहे, थट्टा नव्हे! त्यांनी स्वत:ला पुन्हा बजावले. त्या श्रमानेच तू दमला आहेस. बाकी काही नाही.

अंगणात तशी झाडे फारशी नव्हतीच. एका कोपऱ्यात जाळासारख्या लाल फुलांची कर्दळ होती व तिच्यावर कळ्यांचा आणखी एक झुबका अर्धवट बाहेर आला होता. नानांनी आज खालची जमीन भुसभुशीत करून तिच्यावर शेजारच्या गायरीतील बुट्टीभर ओले खत आणून ओतले होते. त्याशिवाय सोनकेळीची दोन झाडे होती व खाली त्यांच्याभोवती जमिनीतून हिरवी बोटे वर येत असल्याप्रमाणे ढेकळे आग्रहाने बाजूला करून हिरवे कोंभ वर येत होते. आता आणखी थोड्या दिवसांनी केळीला

घड येईल. आताच नानांना घरोघरी पिकल्या केळफण्या वाटत चाललो आहो असे चित्र दिसू लागले. त्यांच्या भोवतालच्या चौकोनात त्यांनी झेंडूच्या बिया टाकल्या होत्या व त्यावर दोनचार तांबे पाणी शिंपले होते! त्यांची आता सारी तयारी झाली होती. आता येऊ द्या केव्हाही पाऊस! पण या साऱ्यात आपण मात्र उपरे. आपल्या जीवनाला वाढत जाणारा धागा नाही, कोंभ नाहीत. आपल्याला एवढी माहिती आहे, पण विचारायला आपणहून कोणी उंबरा ओलांडत नाही. या विचाराने पाहता पाहता त्यांचे मन खिन्न होऊन झाकोळून गेले. कशासाठी ही धडपड? आपल्याला पट्दिशी काही तरी झाले तर या झाडांचे काय होणार? चरायला जाताना गुरे तोंड घालतील, चराचरा पाने ओरबाडतील आणि थोड्याच दिवसांत इथे अंगण होते याची खूणही राहणार नाही. मग आपले आयुष्य सारखेच होऊन जाणार. पाच-पन्नास वर्षे आयुष्याचे कोडे सोडवायचा प्रयत्न केला, पण उत्तर मिळाले नाही. उत्तरासाठी पुढील अंक पाहा.

त्या विचाराने त्यांचा कामाचा उत्साहच मावळला व आपण आतून विरजत चालल्याप्रमाणे त्यांना वाटले. खुरपे उचलून ते आत आले. एकदम झपाटून आलेल्या या उदासपणातून सुटण्यासाठी काय करावे हे त्यांना समजेना. ते खाटेवरच बसले व शून्य मनाने सगळीकडे पाहू लागले.

ते ज्या घरात राहत होते तो एक गाडीखाना होता. मागच्या देवळाचा रथ अनेक वर्षे तेथे ठेवलेला असे, पण आता तो थोरल्या देवळाकडे गेला आणि पांडू पुजाऱ्याने लगेच मध्ये पत्रा घालून दोन खोल्या केल्या व जागा भाड्याने दिली. मागचे दारदेखील पत्र्याचेच व त्याची कडी इतकी सैल होती की, बाहेरून हात घालून ती आत अडकवता येत असे. नानांनी पहिल्या सोप्यावरच आपली सारी पुस्तके, पोथ्या, जुनी वर्तमानपत्रे यांचा ढिगारा भरला होता. दर महिन्याला पैसे वाचवून घेतलेली अनेक मालांची पुस्तके व त्यांवर त्यांच्या नावाचा रबरी शिक्का; पण आता त्यांना कसर, झुरळे लागून पाने सुटू लागली होती. एकदा त्यांच्या मनात येई, कुठल्या तरी वाचनालयाला देऊन टाकावी ही सारी! पण मग अशी जतन केलेली पुस्तके सार्वजनिक करायला त्यांचे मन तयार होत नसे. शिवाय मध्येच कधी तरी एखादे जुने पुस्तक वाचण्याची त्यांना लहर येई. 'धडाड् धुडुम धाड् —' ही सावळ्या तांडेलाची सुरुवात त्यांना फार नाट्यमय वाटे. 'वैभवाच्या कोंदणात' — सगळ्या सज्जन माणसांनी भरलेले जग व शेवटी सुखीच होणारे त्यांचे जीवन ही त्यांना शुक्रवारच्या कहाणीसारखी दूरची पण पवित्र वाटत. चिपळूणकरांचे अरेबियन नाइट्सचे भव्य भाषांतर. त्याची पाने आता शिळ्या भाकरीच्या पापुद्र्यासारखी मोडू लागली होती, पण ते त्यांना फार आवडे. विशेषत:

त्यातील 'शानदार' हा शब्द. छानदारपेक्षा सुरेख आणि परका. मोरोपंतांची कविता सारी खूप जुनी, कसर लागलेली, बोंदरी. वर्तमानपत्रांच्या ढिगातील कागद धुरकटून काळेमिट्ट झाले होते व त्यांना हाताळताना कुबट वासाचा भपकारा येत असे. नानांच्या वडिलांनी पहिले साप्ताहिक काढले होते. त्यात त्यांनी अनेक भूपाळ्या, स्तोत्रे दिली. लहानांना उपदेश हे सदर चालवले, संध्या नियमित करावी, मुलींनी दररोज तुळशीला पाणी घालावे असा उपदेश केला. साप्ताहिक पाच वर्षांनी बंद पडले. पण त्या अवधीतले सारे अंक व न खपलेले अंक नानांनी अगदी जपून ठेवले होते. नंतर वडिलांनी छापखान्यात काही पोथ्या, धार्मिक कहाण्या, शिकंदराचे चरित्र, नेपोलियनची शकुनवंती इत्यादी पुस्तके छापली.

तांबूस कागदावर लठ्ठ ढोबळ्या अक्षरांत छापलेली ती पुस्तके तशीच पडून राहिली व छापखाना विकावा लागला! नाना अनेकदा 'सुबोध'चे अंक काढून पाहत व त्यातील ज्ञानाने दिपून जात. मग गल्लीतल्या कुठल्यातरी पोराला धरून आणत व त्याला मूठभर दाणे देऊन बसवून घेत. मग खूप शोधून एक मळकट अंक काढत व म्हणत, ''पाहा, यात संतांचा उपदेश आहे. प्रत्येक मुलाने तो वाचावा.'' त्यांचा खालचा ओठ सोलल्याप्रमाणे थोडा जास्तच खाली पडे व तो नेहमी ओलसर असे. त्यामुळे पोरांना त्यांची शिसारी येत असे. ते पोर दाणे संपेपर्यंत पाच-दहा मिनिटे थांबून जाऊ लागे. नाना प्रेमळपणे विचारत, ''हा अंक हवा तुला वाचायला? घेऊन जा की. पण आणून दे हो परत.'' ते पोर संकोचू लागले की, ते हसत व म्हणत, ''अरे, त्यात लाजायचं काय! घेऊन जा की.'' काही पोरे फटकळपणे म्हणत, ''ह्यः, त्यात काय वाचायचं? मला नको.'' मग कुणीतरी अकस्मात चेहऱ्यावर प्रहार केल्याप्रमाणे नानांना प्रथम खूप आश्चर्य वाटे. काय वाचायचे त्यात! रात्री डेस्कवर केरोसीनची चिमणी ठेवून वडील हे तास न् तास लिहीत असत, नंतर नानाला बोलावून वाचून दाखवत. त्यातच त्यांनी सारे आयुष्य घालवले आणि एक पैचा फायदा नसता! कृष्णा मेहेंदळे त्यांच्याच बरोबरीचा. त्याने जिरेमोहरीचे दुकान घातले व आज त्याच्या मुलाची तीन घरे गावात आहेत. उलट वडील वारले त्या वेळी त्यांचीच अंगठी विकून लाकडे घ्यावी लागली. काय वाचायचे त्यात? ही 'अजाण बालकाची गोष्ट' घरोघरी रामरक्षेप्रमाणे वाचली जावी, पण एवढ्यात ते पोर बाहेर निघून गेलेले असे! मग पुन्हा वरच्या फायली काढून नाना अंक क्रमवार ठेवत. आपल्यामागे या पोथ्या-पुस्तकांचे होणार तरी काय? वडगावच्या त्या पुस्तकात आपली एखादी कविता घ्यायला हरकत नव्हती; पण नाही, त्यांनाही वाटले असावे — काय वाचायचे त्यात? काय आहे त्या कवितांत? वडगावला आपण उगाच तीनदा धावपळ केली असे नानांना वाटले. आधीच आपणाला कळायला पाहिजे होते. त्यांनी महिन्यापूर्वी

कुठेतरी वाचले की, वडगावला कोणी गावातील कवींचा एक प्रातिनिधिक संग्रह काढणार आहे. नानांनी नियमाप्रमाणे सोबत आपल्या दोनच कविता घेतल्या. त्यांत आदल्या दिवशी लिहिलेली 'मम बागेच्या फुलाफुलांनो' ही देखील होती. तिच्यात त्यांनी एकेका फुलाला गुरू केले होते. कर्दळीपासून अल्पसंतोषीपणा, सदाफुलीपासून कर्तव्यांची जाणीव, जाईपासून मनाचा सरळपणा कविमनाने नम्रपणे शिकून घेतला होता. ती कविता लिहिल्यावर त्यांना आनंदाची हुरहुर वाटली होती. मन भुसभुशीत मातीप्रमाणे मोकळे झाले होते. त्या कविता घेऊन पत्ता शोधीत ते दोन मैल गेले. पहिल्या दिवशी भेट झाली नाही. दुसऱ्या दिवशी संपादक दोन्ही कवींशी बोलत असता भेटले. त्यांनी कविता ठेवून घेतल्या, पण नानांना बसा म्हटले नाही. वास्तविक त्या कवितांना चाल होती, नानांना त्या म्हणून दाखवायच्या होत्या. आज सकाळी ते पुन्हा गेले, तेव्हा एका कवीनेच त्या त्यांना परत दिल्या. त्या त्याला फार शालेय वाटल्या होत्या. नानांनी त्या कविता डेस्कमध्ये अगदी व्यवस्थित बांधून ठेवलेल्या कागदांत तारीखवार ठेवून दिल्या.

नाना स्वत: शाळेत काम करत असता 'मुलांचा मेवा' नावाचे साप्ताहिक काढत होते. त्यात त्यांनी कोडी दिली. तीन अक्षरी देश आहे. पहिले दुसरे घेतले तर ओझे असा अर्थ होतो. पहिले तिसरे घेतले तर जेवणातील एक पदार्थ होतो. तो देश कोणता? उत्तरासाठी पुढील अंक पाहा. काही आंबे असे वाटून द्या की, रामाला त्याच्या बहिणीपेक्षा... उदाहरणे दिली. शंभर दीडशे एकपानी प्रती ते काढून घेत, व खिशातून रोख पैसे देत. त्यांपैकी काही ते गणपाचे किराणी दुकान, पेपरमिंटी विकणाऱ्या पैचे सायकलदुकान या ठिकाणी ठेवत. मग दोनचार दिवसांनी सगळीकडे फेऱ्या टाकत. पोरे येत, रंगीत कांड्या घेत; पण मेव्याला हात लावत नसत. गणपाच्या दुकानातला ढिगारा तसाच राही, पैच्या दुकानात एखाद दुसरा अंक खपे, आणि उरलेले अंक तो रद्दी म्हणून विकत असे. नंतर गावातील वकील, डॉक्टर दर महिन्याला आठ आठ आणे द्यायला नाखुष होऊ लागला. तेव्हा नानांनी मेवा हस्तलिखित केला. कुणालाही तो दोन पैशांना घरी वाचायला न्यायला मिळे. त्यांनी चार अंक काढले व बांधून घेतले. पण आपणहून कुणीदेखील तो न्यायला आला नाही व मेवा बंद पडला! शेवटच्या अंकात 'मेवा' का बंद केला, याची त्यांनी कारणे सांगितली होती, तीदेखील कुणी पाहिली नाहीत. त्यांना वाटे, हे आपले असे का होते? आपला काहीच उपयोग नाही? दोन पैशांना घरच्या घरी एवढी माहिती कुठे मिळते? पण नंतर त्यांच्यात हताश कडवटपणा येत असे. ते म्हणत, ''कुणब्या-न्हाव्याला संसार साधतो, तो आपल्याला जमला नाही. मग हे काय साधणार आपल्या हाताला!''

परंतु विशेषत: रिटायर झाल्यावर तर अंगावर दगड कोसळल्याप्रमाणे रिकामा वेळ

त्यांच्यावर आदळला. त्यांनी पांढऱ्या कागदावर बोरूने लिहून रट्टाच्या तुकड्यावर एक बोर्ड लावला. ''सुवाच्य अक्षर आणि शुद्धलेखन शिकविले जाईल. शिवाय मोडी लिपी.'' त्यांना वाटले, हल्ली कुणाला मोरोपंतांच्या हजारो आर्या पाठ येतात? दादोबाचे व्याकरण कुणी वाचले आहे? पण कुणी शिकवणीला आले नाही. सगळ्यांचे अक्षर सुवाच्य होते, भाषा व्याकरणशुद्ध होती. मग ते रात्री एक कप दूध घेतल्यावर वडिलांप्रमाणेच त्यांच्या डेस्कवर बराच वेळ लिहीत बसू लागले. डेस्कवर कंदील ठेवून तेलाचे एक वर्तुळच झाले होते. आतापर्यंतच्या लेखनात त्यांनी खूपशा कथा, कादंबऱ्या, नाटके लिहिली होती. मागे एकदा गावात गंधर्व नाटक मंडळी एका औषधी कारखान्याच्या इमारतीत उतरली होती. तेथे त्यांनी आपले 'हाती कावडी' नाटक नेले होते. तेथल्या मंडळींना, त्यांच्या वैभवाला पाहून ते दिपून गेले होते. त्यांच्या डोळ्यांपुढे दरिद्री रंगूच्या भूमिकेत वीतभर जरीच्या पातळाऐवजी दोनच बोट जरीची पातळे नेसलेले गंधर्व दिसू लागले. पण नाटक दुसऱ्याच दिवशी परत आले. विधवा रंगू पाणी ओढल्यावर विहिरीवर गात बसते, या प्रसंगाला कुणीतरी हसले होते. नानांना वाटले, सिंधू ज्या वेळी रडत असावी त्या वेळी गात आहेच की! अगदी तासन् तास. 'एकच प्याला'ला समोर ठेवूनच त्यांनी ते नाटक जुगारावर लिहिले होते. पण त्या हसण्यामुळे त्यांच्या हृदयात सळकल्यासारखे झाले. आपले नाटक गेले खड्ड्यात! ती मंडळी रंगूला म्हणजे सुभद्रेला हसली होती. म्हणजे सुभद्रेचे अपार दु:ख आपल्याला शब्दांत पकडता आले नाही हेच खरे. त्यांची बहीण सुभद्रा विधवा होती. घरोघरचे पाणी ओढून झाले की, साखरेच्या पाकाच्या तारेसारख्या आवाजात ती गवळणी-कृष्णाची गाणी म्हणे, सूर्याची शपथ देऊन वाघाला परत येण्याचे वचन देऊन आलेल्या गाईचा वासराला उपदेश म्हणत असे. एक दिवस विरून गेलेल्या तिने, विहिरीत उडी घेतली. विहिरीने तिला जगवले होते, पण त्या पाण्यावर वाढलेले आयुष्य तिने वैतागाने परत देऊन टाकले होते! पण लोक तिला हसले, आणि तेही तिच्या मृत्यूनंतर अनेक वर्षांनी. नानांनी नाटक परत आणले व विहिरीत टाकल्याप्रमाणे डेस्कमध्ये टाकले. अनेक कविता, मुलांसाठी छोटी नाटके, मेळ्यासाठी संवाद. त्यात दोनचार कादंबऱ्याही होत्या. एक ऐतिहासिक, शिवकालीन. अंबाबाईच्या मूर्तीखाली भुयार, किल्ल्याच्या दरवाजावर हत्तीचे तोंड, ते खाली काढताच स्वराज्यस्थापनेसाठी शिवाजीला मिळालेला बहुमोल रत्नांचा खजिना - पण ही कादंबरी अर्धीच राहिली. कारण, त्यांनी त्या वेळी 'दुर्दैवी वेणू' ही सामाजिक कादंबरी लिहायला घेतली होती तिच्यात त्यांनी सासुरवासाच्या जाचाचे वर्णन केले होते. वेणूला दिवस दिवस उपवास घडतात, लाकडाने मार खावा लागतो, डागण्या मिळतात. मग तिला वेड लागते व वस्त्रांची शुद्ध न राहता ती रस्त्यातून धावत हिंडते. ती कादंबरी पण अर्धीच राहिली.

त्यांना पुढे लिहवेचना. ती मुळी कादंबरीच राहिली नाही. तिच्यातून खऱ्या जीवनाचा लांब नखांचा, केसाळ हात नाचू लागला होता. ही कुठली वेणू? ही तर शेजारच्या शालूताईंची कृष्णा! वरातीत शालीनपणे बसलेली, पण नंतर लोकांनी नाव घ्यायला सांगावे म्हणून पुढे पुढे करणारी. हुंड्याचे उरलेले पैसे आले नाहीत व ती रस्त्यावरच्या वाटसरूंना अब्रू दाखवत गाणे म्हणत हिंडू लागली.

नानांनी सारे कागद उचलले, व हाताचा फटकारा मारून झाडले. त्यांना वाटले, हे सारे आपुले आयुष्य! डेस्कवर तापलेले मन शांत केले, आठवणींचे काटे मोडले, आतले दु:ख शाईने कागदावर पसरले. पाहिले ते लिहून ठेवले, अनुभवाने जे शिकलो त्याचा उपदेश मांडला आणि शेवटी राहिले काय हातात? तर रिकामे घर, निर्जीव आयुष्य. त्या आयुष्याचे केलेले हे खूपसे कपटे!

त्या साऱ्यांत फक्त एकच घटना आली नव्हती. त्यांना तिच्याविषयी लिहावेसे वाटले नव्हते असे नाही, पण लिहायला बसले की, दर वेळी दोनचार ओळींतच आठवणींनी बांधून गेल्याप्रमाणे होऊन ते असहाय होत, शरमेने अंग चिंब होत असे. धारेचे जळते शब्द अंगावर पडत व ते त्यांना नकोनकोसे करून सोडत. मरत असलेला माणूस त्याच वेळी तो अनुभव लिहून ठेवत आहे असे त्यांना वाटे. त्या हकीकतीत लांब नखाचा केसाळ हात फक्त दिसतच असे, असे नाही, तर तो ताडकन् पुढे येऊन त्यांच्या जिवाचा कचकच खेळ करत असे. सावित्री. ते नाव त्यांना नको होते. पण ती जरी निघून गेली होती, तरी तिच्या वास्तव्याच्या खुणा त्यांनी तशाच घरी राहू दिल्या होत्या. तिचे थोडे कपडे घरात आहेत. तिच्या कुंकवाचा करंडा फणेरी पेटीत आहे. तिच्या पायांतील जोडवी फडताळातील डबीत काळवंडत आहेत. खुद्द ती, एका खुळ्या आशेला झुलवत, नानांच्या मनात अजूनही राहत आहे. त्यांच्या पहिल्या बायकोला बऱ्याच वर्षांनंतर वातीसारखे मूल झाले. नानांनी मोठ्या कौतुकाने त्याचे नाव गौतम ठेवले. गौतमासारखे शांत, खोल ज्ञान असावे, दु:खाची जाणीव असावी; पण आयुष्य मात्र खाली कमळासारखे उमलावे! पण पत्नी व गौतम दोघेही एका मागोमाग निघून गेली! जणू त्यांना एकमेकांशिवाय अर्थ नव्हता. ती पुढच्या दाराने आली व मागल्या दाराने निघून गेली. राहिली वाटेत दोनचार ओलसर पावले!

सावित्री एका खेड्यातील थोराड अंगाची मुलगी. घरात सावत्र आईने लग्नाला संमती दिली, आणि पायांत जोडवी घालून ती नानांबरोबर या घरात आली. पहिल्या दिवशी नानांनीच स्वयंपाक केला. जेवण झाल्यावर तिने सारी रात्र वळकटीला टेकून बसूनच काढली. मध्ये तासभर ती मोठमोठ्याने रडत होती. सातआठ महिन्यांच्या सहवासात नानांना तिच्याविषयी काहीसुद्धा समजले नाही. त्यांनी एकदा तिच्या खांद्याला नुसता स्पर्श केला, तर तिने रागाने हातातील कपबश्या आदळून चक्काचूर

करून टाकल्या! ती कधी घराबाहेर पडली नाही की कधी तिने त्या पुस्तकांवरील धूळ झाडली नाही. नंतर एक दिवस माहेरी जाते म्हणून ती गेली. आठवडा झाला, दोन झाले पण पत्ता नाही. नाना मग तिच्या माहेरी गेले. सावत्र आईने कपाळावर हात मारला व शेजाऱ्यांनी ऐकू नये म्हणून अगदी हळू बोलायला सांगितले. सावित्री तेथे आलीच नव्हती. चौकशी करत ते तिच्या बहिणीच्या घरी आले. बहीण मरून मस्त पाच-सहा वर्षे झाली होती. पण आता तिच्या मुलांच्या पालनासाठी सावित्री तेथे जाऊन राहिली होती. तिने त्यांच्यावर लाखोली वाहिली, कलाकला तोंड केले, आणि त्या माणसांत तुम्ही मरा, मी येत नाही, म्हणनू साफ सांगितले. नंतर नानांनी चारपाच पत्रे पाठवली, व तिचा नाद सोडून दिला. महिना दोन महिने शेजारी चौकशी करत. नाना सांगू लागले, 'पोटाचा अल्सर झालाय, ती मिरजेच्या हॉस्पिटलमध्ये आहे.' थोडी सहानुभूती मिळाली त्याखाली दडून नाना वावरले. पाचसहा वर्षे झाली. आजूबाजूचे शेजारी बदलले. नव्या भाषा ऐकू येऊ लागल्या. सुवाच्य अक्षर, शुद्धलेखन, डेस्कवर जळणारा कंदील, दररोज झोपण्यापूर्वीचे लेखन, सीतेचा निरोप, सुभेदाराची सून — एक नाटक, रातराणीचा वास, एक कविता रातराणींचा वास, अप्सरांचा श्वास, आल्हादितो मनास, कोमल स्पर्शे...

पण अनेकदा ते खुळ्यासारखे बसत, दिवस नेहमीसारखा न जाता बळक्कन् ओतून गेल्याप्रमाणे त्यांना रिते वाटे. पुष्कळदा त्यांच्या मनात येई, यावे सावित्रीने परत घरी. मागचे सारे विसरून जाऊन आपण तिला क्षमा करू. पुन्हा आपल्या संसाराला आकार येईल. आणि कुणास ठाऊक, हो, कुणास ठाऊक एक नवा... पण नंतरच्या त्या अति आशेला ते फार वेळ थारा देत नसत. पण त्या कल्पनेने त्यांना आनंदाची हुरहूर वाटे, पुढे आलेला ओलसर ओठ थरथरल्यासारखा होत असे, हे मात्र त्यांना लपवता येत नसे.

त्यांनी विषण्ण मनाने कागद डेस्कमध्ये ठेवले. डेस्कच्या बाजूलाच साऱ्या जुन्या पसाऱ्यात जिवंत वाटणारी एक जुनीच पण छोटी, सुबक काळी पेटी होती. त्यांनी तिच्यावरील धूळ पुसताच तिचा रंग जास्तच उजळ झाला. त्यांनी विमनस्कपणे तिचे दार उघडले. फंडाचे सतराशे रुपये आल्यावर त्यांनी त्या नोटा लोकरीच्या धाग्याने नीट बांधून एका कागदात ठेवल्या होत्या. त्याशिवाय एक लहान पांढरी बाटली, आईची नथ, यांखेरीज पेटीत काही नव्हते. त्यांना पहिल्या दिवशी वाटले होते, आता हिच्यात इतके पैसे आहेत, तिला आता कुलूप लावत जावे. पण तो विचार आला तसाच गेला. चाळीस वर्षे त्यांनी ती पेटी तशीच वापरली, पगाराचा पैसा ठेवला, सारे झाले. आता किल्लीच्या घालकाढीची कटकट नको! त्यांच्या थोरल्या भावाने आपली सारी शिल्लक तीन हजार रुपये 'युवर ओन बँकेत' ठेवली होती. ती बँक

बुडाली आणि त्याने हाय खाऊनच आत्महत्या केली! त्या दिवशी त्याने उगाचच नानांना बोलावून घेतले होते. सकाळी त्यांनी पाहिले तो अंथरुणाजवळ ती पांढरी बाटली, व एक चिठ्ठी. ''नाना, आता हेच बरे. आशीर्वाद!'' नानांनी बाटली लपवून घरी आणली, व चिठ्ठी जाळून टाकली, व सारे प्रकरण गवगवा न करता मिटून टाकले. पण तेव्हापासून त्यांचा बँकांवरचा विश्वास उडाला. 'जेथे मी तेथे माझा पैसा!' ते म्हणत. या नोटाही आयुष्याचे कपटेच की, डेस्कमधील कपटे, आणि या नोटा. यांना किंमत आहे, त्यांना पाहिल्यावर लोकांच्या तोंडावर हसू दिसते. डेस्कमधील कागदांना कुणी कुत्रे विचारत नाही. चुलीत ते घातले तर जाळदेखील विझून जाईल! त्यांनी नोटा खाली ठेवल्या, बाटली वरूनच पुसली, आतली पावडर उगीचच हलवून पाहिली, आणि पेटी झाकून टाकली.

पुन्हा जड, सुस्त असा वेळ समोर पडलेलाच. पण आता त्यांना साऱ्यांचाच एकदम वैताग आला. ते अस्वस्थपणे उठले व खाटेवर पडले. आता अंधारू लागले होते व सगळेच एकदम भकास दिसू लागले होते. दोन खोल्यांचे घर पण ते एखाद्या गुहेप्रमाणे वाटू लागले. ते पुन्हा उठले व त्यांनी कंदील लावला. कंदिलाची काच धुरकटली होती. आता ती पुसावी लागणार या कल्पनेनेच ते त्रस्त झाले. पण त्यांनी तो तसाच डेस्कवर वर्तुळावर ठेवला. आता रात्री दूध तापवून कपभर घेतले, आणि तास अर्धा तास लिहीत बसले की दिवस संपला! आणखी एक गंधगोळी आयुष्यावरून उतरली व कोरडी होऊन डब्यात पडली. टिंबाएवढे एक टिंब. आज काय लिहावे बरे? लिहिले नाही तर कुणाला काही सुद्धा वाटणार नाही, लिहिले तर कुणी वाचणार नाही. टिंबापुढे टिंब, अक्षरापुढे अक्षर. कागदाची थडगी! त्या शब्दांनी ते दुखावले. सावित्रीचे शब्द, पण काय चूक होते त्यात? आपण त्यात पुरल्याप्रमाणे जगतो. बाहेर रस्त्यावरून लोक सिनेमाला जातात, सर्कशीचा बँड जातो, मुली शाळेतून खिदळत परततात, वेण्या विकणारा माणूस ओरडतो, मुले भांडतात. जर आपण जन्मलोच नसतो तर यात काय पोकळी राहून गेली असती? आणि जन्मून जगलो म्हणून मागे काय खूण राहणार आहे? तरीदेखील तासाला तास जुळवून पाच पन्नास वर्षे काढलीच!

त्यांच्या मनावरील दडपण वाढले. स्वतःच्या मनात, आपल्या रक्तावर पोसून, फांद्या सोडत असलेले दुःख त्यांना नकोसे वाटू लागले. आजच्या दिवसाने जाताना फार ताण दिला आयुष्याला. आज लिहिणे नको, काही नको! इतक्या दिवसांत असा निरुत्साह त्यांना प्रथमच वाटत होता व त्यांचे त्यांनाच थोडे आश्चर्य वाटले. खांदे अद्याप दुखत होते. तसेच खाटेवर पडून राहावे असे त्यांनी ठरवले; पण मागचे दार उघडे होते. ते बंद करून यावे म्हणून ते कंटाळत उठले व मागच्या खोलीत आले.

चुलीकडील कोपऱ्यात कुणी तरी हलले. त्यांचा क्षणभर विश्वासच बसला नाही; कारण कांकणांचा आवाज झाला होता. त्यांचे हृदय धडधडू लागले व किंचित कापऱ्या पावलांनी ते कंदील आणण्यासाठी वळले. तोच त्या बाईने खाली पडून त्यांच्या पायांवर डोके ठेवले व ती हुंदके देत रडू लागली. नाना जागच्या जागी खिळल्यासारखे झाले आणि त्यांच्या साऱ्या अंगाचे वारूळ झाले. खरे का हे? सावित्री? छट्, ती असणे शक्यच नाही. आपल्या डोक्यावर परिणाम झाला आहे. पण पावले ओली झाली होती, त्यांच्यावर उष्ण श्वास पडत होता. सावित्री? इतक्या दिवसानंतर?

"सावित्री, आत चल. तू आलीस, केव्हा, कशी?" त्यांनी घोगऱ्या आवाजात विचारले. आपला आवाज चिमटीत घट्ट धरला पाहिजे म्हणजे तो इतका कापणार नाही; आपण आपल्या डोळ्यांवर ताबा ठेवला पाहिजे, नाही तर आपणही लहान मुलासारखे रडू लागणार असे त्यांना वाटू लागले.

"नाही, नाही. मला टाकणार नाही असं वचन द्या. मी पापीण आहे, मला क्षमा करा; मी फसले," न उठता सावित्री म्हणाली. दोनतीनदा नानांनी बोलण्याचा प्रयत्न केला, पण घसा फक्त घरघरला. त्यांनी तिला थरथरणाऱ्या हातांनी उठवले, व ते सोप्यावर आले. "घर तुझंही आहे. तू केव्हा पाहिजे त्या वेळी राहा. माणूस चुकतं," ते म्हणाले, पण नंतर त्यांना काही सुचेना. माणूस चुकते? माझ्या आयुष्यातील इतक्या वर्षांचे काय? रात्रीच्या रात्री जळत्या डोळ्यांनी घालवल्या, गुन्हेगाराप्रमाणे लोकांची तोंडे चुकवली, त्याचे काय? कागद बरबटणे, रद्दी भरलेले मसण हे शब्द, त्यांचे काय करायचे?

पण तू स्वत: कधीच चुकला नाहीस? भावाने एकदा पंचवीस रुपये मागितले होते, ते दिलेस? माझ्या घरी पाऊल टाकू नकोस असे रागाच्या भरात का होईना, तू म्हटले ना सुभद्रेला? वडील आजारी असताना हे पुरे झाले, त्यांनी मरावे आता, त्यांची सुटका होईल आणि आमचीही; असे तू एका शेजाऱ्याजवळ म्हटले नाहीस? "हे बघ, मी विसरायला तयार आहे," ते हसून म्हणाले, "चुकतं माणसाचं, पण यापुढे तरी जबाबदारीनं वाग. खरं सांगू? तू कधीतरी पुन्हा यावंस असं मला फार वाटायचं —" पण या भावना बाहेर पडताच ते एकदम गप्प झाले.

"आता नाही होणार चूक," डोळे पुसत सावित्री म्हणाली, "मी मोलकरणीसारखी राहीन, अन्नावारी राबेन, पण आज घालवू नका मला इथून."

नानांचे मन स्वत:च्या उदारपणाच्या जाणिवेने पसरले व त्यांना तिच्याविषयी अनुकंपा वाटली. तिचा रानवट, ओबडधोबड चेहरा ओल्या घायपाताच्या पानासारखा दिसत होता. गळ्यातील मंगळसूत्र तिच्या चोळीआड दडले असावे. पण वर मात्र

बारीक बोरमण्यांची माळ दिसत होती. तिने चोळी घातली होती. ती दंडात खूप रुतली होती. अगदी करकचून दंड दाबून धरल्याप्रमाणे.

नानांनी एकदम तोंड फिरवले व मन झाडल्यासारखे केले. नंतर आठवल्यासारखे करून ते सदरा अडकवू लागले. ''आता काही बोलू नको. त्याला नंतर वेळ आहे,'' ते पाठमोरे राहूनच म्हणाले, ''तू तुझ्याच घरी आहेस.''

सावित्री चटकन् उभी राहिली व तिने काळजीच्या स्वरात विचारले, ''पण आता कुठं चाललात?''

''अग घरी खायला काही नाही. मी संध्याकाळी जेवत नाही,'' नाना म्हणाले, ''हॉटेल बंद होण्यापूर्वी काहीतरी घेऊन येतो तुझ्यासाठी.''

''नको, आता कुठं जायला नको. उद्या पाहू,'' त्यांना अडवत सावित्री म्हणाली, ''मला काही नको. मी येताना खाल्लं आहे थोडंसं.''

''मग आज एक दिवस देशपांड्यांच्या राधाबाईंना तरी बोलावून आणतो. काही लागलं सवरलं तर.''

सावित्रीने चेहरा बदलला व ती पुन्हा हुंदके देऊ लागली. ''नको, माझ्यावर एवढी दया करा. मला इतक्यात चव्हाट्यावर मांडू नका. मला इथंच राहू द्या पाप्यासारखं. थोडे दिवस कुणी यायला नको, जायला नको. मला आता तुम्हीच आधार देऊन माणसांत आणा.''

नाना पुन्हा खाटेवर बसले. त्यांना खूप बोलायचे होते, पण कसे बोलावे हे समजेना. सावित्री खाली मान घालून उभी होती. डेस्कवर घड्याळ सारखे टिकटिकत होते. सावित्रीने पुन्हा डोळे पुसले व आजच्यापुरते सारे बाजूला टाकले. तिच्यात व्यवहारीपणा आला, शब्द वापरातले झाले. ''तुम्ही बसा आता. मी दूध ऊन करते. ते घ्या व झोपा आता,'' ती म्हणाली व आत गेली.

नाना तेथेच बसले खरे, पण या आकस्मिक अनुभवाने ते हादरून गेले होते. सारे आयुष्य एकदम ढवळून निघाल्याप्रमाणे त्यांचे मन अस्वस्थ, कासावीस झाले व ते कशावरच ठरेना. हे कसे झाले? अशी अचानक सावित्री कशी आली? पण ती खरेच आली आहे का? खरेच म्हणजे काय, ती आत आहे. ती पिशवीमधील कपडे काढत आहे. आता चूल पेटेल. जशी पेटावी तशी पेटेल. निदान ही तरी कादंबरी लिहिल्याशिवाय पूर्ण होणार म्हणायची! हळूहळू तृप्तीच्या स्पर्शाने जी सैलसर जाणीव निर्माण होते, ती त्यांच्यावर पसरली. बाहेर पावसाची बारीक झिमझिम सुरू झाली. त्यांना कळ्यांनी ओझावलेल्या कर्दळीची आठवण झाली व पाण्याची वाट पाहत असलेल्या झेंडूच्या बिया आठवल्या. बियांची टरफले निघतील व त्या अंधारात वाढू लागतील. हळूहळू आपल्याच आयुष्यावरील टरफले निघत असल्याप्रमाणे त्यांना

आनंदाची हुरहूर वाटू लागली व आतल्या हालचालीकडे कान लावून साधासुधा आवाजही ते हावरेपणाने टिपू लागले.

मागचा दरवाजा उघडला व सावित्रीची कांकणे वाजली. तिला काय हवे बरे आता? ते तत्परतेने उठले व मधल्या उंबऱ्याजवळ आले. सावित्री मागल्या दारात उभी होती व हात पसरून वाऱ्यात वर खाली हलवत होती. नानांची चाहूल लागताच तिने पटकन् दरवाजा लावला व गोंधळून ती नानांकडे पाहू लागली.

''तुम्ही झोपा जा. मी दूध तिथंच आणून देईन,'' ती फुरंगटून म्हणाली.

''पण तू परसात गेलीस. मला वाटलं विहिरीकडे जाशील. घरी पाणी आहे आज रात्रीपुरतं,'' ते म्हणाले, ''पण काय करत होतीस तू?''

सावित्री चमकली. ती किंचित घाबरली, पण लगेच खाली पाहत हसली व म्हणाली, ''मला वाटलं पाऊस सुरू झाला. पण तो समोरच्या देवळातला पिंपळ सळसळतो आहे!''

परत बाहेर येताना नानाही किंचित हसले, ते स्वत:देखील फसले होते. तो आवाज अगदी पावसासारखा येत होता. मध्येच ते म्हणाले, ''आणखी एक दिवा आहे छोटा. तो लावून घे की.''

''कशाला दिवा नि बिवा! इथं दिसतंय. नुसतं दूध तर तापवायचं आहे,'' सावित्री म्हणाली. तिनं येताना पांढरसळ पातळ नेसले होते व त्याचे काळे काठ अंगाभोवती हावरेपणाने वळवळत हिंडले होते.

नाना बाहेर आले, पण त्यांच्या साऱ्या शरीराचा एक कान होऊन राहिला होता व तो आत तिच्या कांकणाचा आवाज, पदराची फडफड आतुरतेने शोषून घेत होता. सावित्रीने तोंड धुतले व पिशवीतून घडी केलेले पातळ काढून तिने ते झटकले. ती कपडे बदलत होती.

नानांचे हृदय धडधडू लागले. त्यांनी आपला थरथरता उजवा हात डाव्या हाताने दाबून धरला. प्रथम त्यांना त्या विचाराची शरम वाटली व तो त्यांनी झटकून टाकण्याचा प्रयत्न केला, पण त्याचा ताण वाढत होता. हळूहळू सारे शरीर तापल्यासारखे होऊ लागले व एकच एक चित्र मनात जळत्या लाल कर्दळीप्रमाणे डोलू लागले. पाठमोरी, पुष्ट सावित्री, तिच्या दंडात चोळी अगदी रुतून गेली आहे! तिच्या उफाड्याच्या शरीरात ताणून भरलेल्या उष्ण रक्त मांसाच्या कल्पनेने ते झिंगल्यासारखे झाले. ती आता आत कपडे बदलत होती. ते आवेगाने उठले, हिसक्यासरशी डेस्कवरचा दिवा त्यांनी उचलला व आत येऊन दिवा किंचित उंचावत हावऱ्या, उपाशी नजरेने त्यांनी सावित्रीच्या अंगावर डोळे फिरवले. तिने पातळ बदलले होते, पण अद्याप तिचे नेसणे पूर्ण झाले नव्हते.

चेहऱ्यावर काडकन् प्रहार झाल्याप्रमाणे त्यांचा तोल गेला व आंधळेपणाने त्यांनी भिंतीचा आधार घेतला. साऱ्या शरीरभर परसलेली आग ओसरली व त्यांचे डोळे कवड्यांसारखे मळकट झाले. ते पुढे झाले. त्यांनी सावित्रीचा हात करकचून धरला आणि नैराश्याने डोळ्यांत बोटे खुपसून घेतल्याप्रमाणे त्यांनी पूर्णपणे तिच्याकडे पाहून घेतले. आता संशय नव्हता. सावित्री तशीच मटकन् खाली बसली आणि रडू लागली.

"मी मघाच सांगितलं मी पापीण आहे," ती म्हणाली, "तुम्ही म्हणालात ना मला टाकणार नाही म्हणून? मग असं का? सांगा ना मला, नाही तर मी आताच्या आता विहिरीत उडी घेते, नाही तर डोकं फोडून घेते —"

पण नानांचे तिकडे लक्ष नव्हते. आत काही तरी उष्ण फुटल्यासारखे झाले होते व ते हळूहळू जळत डोक्यापर्यंत चढत होते. त्यांचा घसा कोरडा झाला, खरंच? नसेल रे, नसेल काय मूर्खा, समोर पाहा. पण आता पुन्हा पाहण्याची गरजच नव्हती, त्यांच्या मनावरची तृप्तीची छाया केव्हाच नाहीशी झाली होती. सावित्री यावी हा विचार मनात येताच त्याबरोबर एक आशाही त्यांच्या मनाला स्पर्श करून जायची, ती तर तुटक्या, लोंबकळणाऱ्या हाताप्रमाणे भेसूर, निर्जीव हलू लागली. वातीसारखा गौतम, आपल्या मांसाचा गोळा, वातीसारखा विझून गेला आणि आता... पण त्याबरोबर त्यांच्या मनात एक भयंकर शंका आली व सारे शरीर सळकले, गौतम तरी — का तोही ... त्यांनी मुठी घट्ट आवळून धरल्या व डोक्याच्या आत पिंजू लागलेली वेदना शांत करण्यासाठी डोक्यावर आपटायला सुरुवात केली. नंतर ते आढ्याकडे पाहत बराच वेळ तसेच पडून राहिले. सावित्रीचे रडे थांबले होते. तिने मळके पातळ घडी घालून पुन्हा पिशवीत ठेवले. ती दोनदा बाहेर आली व काड्यांची पेटी कुठे आहे म्हणून तिने विचारले. हे नानांना समजले देखील नाही.

तीन-चार ठिकाणी खडाखडा करून सावित्रीने काड्याची पेटी कुठे मिळते का पाहिले, पण तिला ती मिळाली नाही. शेवटी तिने कंदीलच खाली घेतला.

नाना किती वेळ खाली पडून होते कुणास ठाऊक, पण आता दहा वाजले होते. डोळे चुरचुरणारा मंद धूर खोल्यांत पसरला होता व फुंकणी आदळल्याचा आवाज मधूनमधून येत होता.

नानांनी उठून छोटा दिवा लावला व तो डेस्कवरील तेलाच्या वर्तुळात ठेवला. आता त्या आघाताचा परिणाम ओसरला होता व सारे शरीर शिवणीत उसवल्यासारखे सैल, विसविशीत वाटत होते. ते शांतपणे डेस्कजवळ बसले. त्यांनी काळी पेटी उघडली व तिच्यातून नथ व बाटली काढली. नोटांचे पुडके! त्यांच्या बोटांनी त्याला स्पर्श केला. साऱ्या आयुष्याचे मोल सतराशे रुपये! त्या किमतीत आपण सारे आयुष्य रद्दीवाल्याला देऊन टाकले. तेथेही व्यवहारात फसलोच आपण. या एवढ्यासाठी

दररोज सहा तासांच्या मजूर पाळीने आपण रक्त आटवले. त्याची किंमत आता कवडीही नाही. त्यांनी पुडके आत टाकले व पेटी बाजूला सरकवली.

''काड्याची पेटी कुठं आहे! सारखा धूर होतोय,'' सावित्रीने पुन्हा येऊन विचारले. नाना दचकले व काचेच्या डोळ्यांनी त्यांनी तिच्याकडे पाहिले. ही कोण केशरी पातळातली? हो. ही सावित्री. त्यांनी न बोलता कोनाड्याकडे पाहिले, तेथील काड्याची पेटी सावित्रीने उचलली व ती जाऊ लागली, पण जाताना तिने सुपासारखी नजर टाकून सगळे डोळ्यांत भरून घेतले. तीच ती जुनी पुस्तके, कागद, वर्तमानपत्रांचा ढिगारा; उबगेचा जुना बुरसा तिच्या मनावर चढला. तोच तिचे लक्ष काळ्या पेटीकडे गेले आणि अपेक्षेने ती हावरी झाली. ती एकदम पुढे आली व पेटी उघडत तिने विचारले, ''काय आहे त्यात?''

''त्यात माझे फंडाचे पैसे आहेत. सतराशे रुपये,'' तिच्याकडे न पाहता खाली मान घालून नाना म्हणाले.

''सतराशे! अय्यो!!'' तोंड मोठे करून छातीवर हात ठेवत सावित्री म्हणाली, ''आणि ते असे उघडे टाकलेत! हज्जार माणसं यायची-जायची इथं. उद्या त्याला कुलूप लावून टाकू. तोपर्यंत आतच ठेवते मी ती.''

नानांनी तिच्याकडे निर्विकार डोळ्यांनी पाहिले. तिने पेटी उचलली व आत नेली. फडताळातील दोनचार भांडी हातानेच बाजूला सारत तिने ती आत ठेवली. ''सतराशे रुपये!'' ती पुटपुटली व तिची बोटे लालसेने नोटांवर फिरली.

नानांनी नथ कडोसरीला लावली व बाटली खाटेखाली सरकवली. त्यांनी डेस्कमधून सारे कागद काढले व ते आत आले. अद्याप धूर होता व सावित्री पुन्हा शेणकुटावर तेल ओतून चूल पेटवण्याचा प्रयत्न करीत होती.

''मी तापवतो दूध,'' नाना म्हणाले.

''मला द्या ते कागद. तेवढ्यावरच तापेल ते. मी दूध बाहेरच आणून देईन मग,'' सावित्री म्हणाली व तिने कागदांना हात लावला. नानांनी तो झटकून टाकताच ती भेदरली व कपाटाजवळ निमूट उभी राहिली. नाना चुलीपुढे उकिडवे बसले व एकेक कागद त्यांनी निर्विकारपणे चुलीत कोंबायला सुरुवात केली. इथे नाटक गेले. त्याचबरोबर सुभद्रा, तिची गोड गाणी नाहीशी झाली. बाहुल्या क्षणभर जिवंत होऊन नाचून झाल्यानंतर नाहीशा झाल्याप्रमाणे सारे आयुष्यच कागदा-कागदाने जागे झाले व जळून संपून गेले! कृष्णा वेड्यासारखी रस्त्यांतून बेभान हिंडली, पण वेणूबरोबरच तिची भ्रमंती संपली, कुठे तरी तिला हुंड्याचे उरलेले पैसे मिळावे, तिचे वेड सुटावे. ही कथा सावळ्या गाईची. अत्यंत गरीब, चरून घरी येताना तिच्या पाठीवर दोन-तीन छोटी मुले ऐटीत बसलेली असायची, पण एकदा मालकाने राक्षसाप्रमाणे मारताच

तिने दावे तोडले व ती कचाकचा नाचली. हा मालक कुठला? ते तर आपले गुंडूकाका. त्यांची बुब्बुळे बाहेर आली होती. जिला सारे जण वांझ-वांझ म्हणून चिडवत ती, आपणहून घरात सवत आणणारी सत्यभामाबाई; अत्यंत विद्वान श्रीपादभट, पण तोतरा असल्याने श्राद्धाचेही आमंत्रण त्याला मिळत नसे. गावभर उनाडपणा करत हिंडणारी दारुड्या आपटेची काशी — सारी पुन्हा जगली. आपापली नेमून दिलेली कामे करताना त्यांच्यावर झळाळी आली आणि ती विझून गेली. गौतमास आशीर्वाद. वाचायला तो जगलाच नाही. हरिश्चंद्राख्यान! रोहिदासाचा मृत्यू वर्णन करताना नाना स्वत: तासभर रडले होते. आता सारी अक्षरे मेल्या मुंग्यांप्रमाणे जळून गेली.

सारे कागद संपले. ते निदान आपणच संपवले, आपल्या पाठीमागे भटक्या गुरांनी वचा-वचा तोंड तरी घालायला नको! दुधाचे पातेले काळवंडून तेलकट झाले होते व खूप पाणी घातलेले बाजारी दूध खळखळू लागले होते.

कोंदलेला धूर बाहेर जाण्यासाठी त्यांनी मागचे दार उघडले व ते बाहेर आले. बाहेरच्या थंड वाऱ्याचा स्पर्श त्यांना एकदम अधीर, हावरा वाटला. दार उघडलेले पाहून कुणी तरी आले असे त्यांना वाटले. त्यांनी चमकून विचारले, ''कोण आहे?'' पण त्यांना वाटले, असणार कोण? देवळाच्या धर्मशाळेत रात्र काढण्यासाठी दोन-चार लोक तरी असतच. त्यांपैकी असणार कुणी तरी? ''अहो! जरा पाणी द्या हो, काड्याची पेटी देता का? तुमच्याजवळ चाकू आहे?'' पण त्या माणसाला काहीच नको होते. ''कुणी नाही. मीच. इथं जरा विडी पेटवायला थांबलो होतो,'' तो म्हणाला व विडीचा झुरका घेत तो देवळाच्या कट्ट्यावर चढला. आवाज ऐकून सावित्री हातातील पातेले तसेच ठेवून लगबगीने बाहेर आली होती. ''असेल हो कुणी तरी,'' किंचित धापा टाकत ती म्हणाली, ''तुम्ही दरवाजा लावून या आत. अशा वेळी कुणाकडे जाऊ नका.''

''तू जा आत. विहिरीवरचा दोर रात्री आत आणून ठेवावा लागतो. तू राहू नको इथं,'' नाना म्हणाले. अंधारात सापाच्या अंगाला स्पर्श झाल्याप्रमाणे त्यांच्या आवाजातील निराळेपणा तिला जाणवला व ती मागे फिरली. पिंपळाच्या पानांनी सळसळणाऱ्या अंधारातून नाना विहिरीपाशी आले व त्यांनी कडोसरीची नथ काढून हळूच विहिरीत टाकली. हा आईचा निरोप! सुभद्रेने ही कधी तरी घालावी ही तिची इच्छा, पण तसा प्रसंग आला नाही. आता ती कुठे तरी सुभद्रेजवळ राहील तरी. सात आठ वळशांचा दोर त्यांनी उचलला व ते परतले. तो माणूस देवळाच्या कट्ट्यावर होता. कारण, त्याने पेटवलेली विडी लालसर गोल दिसत होती. नानांनी कपाळाला एक आठी घातली व ते आत आले.

ते सरळ बाहेर आले व गुडघ्यांवर हात ठेवून खाटेवर बसले. आता काय करायचे राहिले आणखी? कुणाला पत्रंबित्रं नाही. थोरल्या भावाप्रमाणे आता हेच बरे, पण आशीर्वाद मात्र कुणाला नाही. डेस्कवर त्यांचा काचेचा टाक होता. तो वरखाली केला की, त्यातील पाणी चढत उतरत असे. खोतांच्या छोट्या, केवड्याच्या कणसांसारख्या, पाय-नाचऱ्या उषेला तो फार आवडायचा. तिला तरी तो देऊन टाकायचा होता. पण आता उशीर झाला व ते राहून गेले. तसे पाहिले तर खूपच राहून गेले की! आयुष्यात आपण कुठलाच धबधबा पाहिला नाही. गावापासून तीस मैलांवर धबधबा आहे, पण इतकी वर्षे इथे काढून ते आपल्याला झाले नाही. कधी तरी गळाबंद रेशमी कोटही करून घ्यायला हवा होता. उसाच्या मळ्यातच बसून रस प्यायला आपणाला कुणी तरी बोलवायला हवे होते. एका तरी पुस्तकावर आपले नाव छापून आले पाहिजे होते. वडिलांच्या नावाने सज्जनगडाला एक पायरी बसवायला हवी होती. अंगणात झेंडूच्या बियादेखील टाकायला नको होत्या. पाण्याने भिजून त्या हिरव्या अपेक्षेने वर येतील, पण पुढे काय? काही नाही. सारे मध्येच पूर्ण. अर्थहीन, अर्धवट. त्यात पाहायचे काय आणि त्यात वाचायचे तरी काय?

सावित्रीने कपात दूध ओतले व ती हलकेच दरवाजापर्यंत आली. नाना स्वस्थ, अर्धवट झोपल्याप्रमाणे पडलेले पाहून ती परतली. तिने पिशवी उघडली व तिच्यातून एक पुडी काढली. तिने वरचे दोन-चार कागद अगदी आवाज न करता सोडले व चुलीत टाकले. शेवटी पुडीतील पांढरट भुकटी तिने दुधात घातली. नंतर दोन चमचे साखर घालून कणाकणा ढवळले. तिने हात स्वच्छ धुतले व एका झाकणीत कप-बशी ठेवून ती बाहेर आली.

''ठेव तिथं,'' डोळे न उघडता नाना म्हणाले.

''पण घ्या ते लवकर. नाही तर थंड होऊन जाईल,'' किंचित उतावीळपणे ती म्हणाली व तेथेच उभी राहिली. घड्याळ टिकटिकत होते. आता अकरा वाजायला आले होते व सावित्री त्यावर डोळे चिकटून राहिल्याप्रमाणे तिकडे पाहत होती. मध्येच खेकसत ती म्हणाली, ''घ्या आता एकदा ते.''

झोपेतच असल्याप्रमाणे नाना उठून बसले. त्यांनी कपाला हात लावला व तो चटकन् मागे घेतला. सावित्री एकदम अस्वस्थ झाली व पुढे सरकली. नानांनी डोक्यावरून हात फिरवला व कपाळ दाबत, बोंदरे झालेले मन एकत्र आणण्याचा प्रयत्न केला. ते सावकाश उठले व आत येऊ लागले.

''आता काय आणखी?'' ती चिडून म्हणाली. तिच्या आवाजात खरखरीतपणा आला. ''दूध थंडच घ्यायचं होतं, तर तापवायला तरी कशाला सांगितलंत मला?'' चपराक मारल्याप्रमाणे नाना थबकले. डोळ्यांचे एकदम फार ओझे झाल्याप्रमाणे त्यांनी

ते वर उचलले व तिच्याकडे पाहून ते म्हणाले, ''परसात कपडे धुऊन घातलेत मी. तसेच राहिले ते. मघा ध्यानात आलं नाही.''

''तुम्ही घ्या दूध. मी आणते कपडे,'' ती त्यांच्यासमोरून घसटत जात म्हणाली. जाताना तिच्या ताणलेल्या शरीराचा त्यांना ओझरता स्पर्श झाला व तिच्या उग्र, रानवट वासाने त्यांना भोवळल्यासारखे झाले. उफाड्याचे निर्लज्ज घट्ट मांस, दुसऱ्या कुणाचे तरी बीज घेऊन आपल्या घरात एका सोप्यावरून दुसऱ्या सोप्यावर हिंडत आहे! नानांचे पोट कुणीतरी आतून उलटवल्याप्रमाणे त्यांना शिसारी आली व ते एकदम वळले. त्यांनी खाटेखालून पांढरी बाटली काढली व त्यातील मळकट पांढरी पूड त्यांनी दुधात ओतली आणि यांत्रिकपणे ते चमच्याने दूध ढवळू लागले. मागच्या दाराची कडी वाजली आणि सावित्री आत आली. तिने तिन्ही कपडे चुरगळून खुंटीवर आदळले.

''मी ते दूध साखर घालून ढवळलंय चांगलं, आता घेऊन टाका एकदा,'' ती अधीरपणाने म्हणाली व पुन्हा त्यांच्यासमोर बसली.

जणू एखाद्या तिऱ्हाइताच्या हालचालीकडे पाहावे त्याप्रमाणे नाना आपल्याकडे अलिप्तपणे पाहू लागले. हे डोके, यात काही तरी जळत आहे. त्याचा मागचा भाग आता तडकणार. हा हात, त्याचा आपला काही संबंध नाही. तो दूध ढवळतो. त्यातील चमचा बशीत ठेवतो. त्याने उचललेला कप डचमळतो, कारण तो थरथरत आहे, त्याच्यात त्राण नाही. ही सावित्री त्याला मदत करायला उठते. तोच मांसाचा घामट वास आणि वक्राकार आकार...

''तू दूर हो. मी घेतो,'' ते घोगरेपणाने ओरडले. त्यांनी दुधाचा एक घोट घेतला व त्यांच्या तापलेल्या चेहऱ्यावर पाण्याचा शिडकावा झाल्याप्रमाणे तो तडकला. कळकून गेलेल्या ताकाच्या भांड्यावरून जोराने जीभ फिरवल्याप्रमाणे जीभ रिवरिवून आत ओढल्यासारखी झाली. शरीरातील सारे धागे एका गाठीत धरून पिळल्याप्रमाणे सारे शरीर ताणल्यासारखे झाले व ते धापा टाकत असता डोळे बाहेरच येतात असे वाटले. अंगाचा उबट वास, कळकट चव, फुगलेला आकार. त्यांनी चेहरा वाकडा करताच सावित्रीचे ऊर धडधडू लागले. कप पडून दूध सांडू नये म्हणून तिने कांकणे किणकिणत कपाला हात लावला. नानांनी तो हिसडून टाकला व दोनतीन घोटांत दूध संपवून धापा टाकत ते पालथे पडले.

सावित्री सैलावली व तिच्या चेहऱ्यावरून अधीर चिंता सालीप्रमाणे गळून पडली. ''तुम्ही झोपणार ना आता?'' तिने उत्सुकतेने विचारले, नाना काही न बोलता पलंगपोस नखांनी ओरबाडत होते. तिने चादर त्यांच्या अंगावर पसरली व ती थोडा वेळ तशीच पाहत उभी राहिली. नंतर तिने कप उचलला व डेस्कवरील दिवा किंचित

बारीक केला. आता बारा वाजायला आले होते. ती आत आली व तिने कपावर बदाबदा पाणी ओतले. नंतर तो साबणाने स्वच्छ धुऊन तिने कपाटात ठेवून दिला. तेथे तिने पेटी उघडली व नोटांचे पुडके हातात घेतले. त्यांच्यावरून हावरेपणाने हात फिरवताच परपुरुषाच्या आलिंगनाप्रमाणे तिचे अंग वासनेने तापले व ती खिळल्यासारखी झाली. कोणत्याही परपुरुषाच्या नव्हे, तर रेशमी शर्ट घालणाऱ्या बाळा सरदेसाईच्या! तिच्या डोळ्यांत आता ईर्ष्या चमकली. तो आता आपल्याकडे ढुंकूनही पाहत नाही, पण या नोटा नाचवल्या की, तो काय, त्याचा मेलेला बाप येईल नाचत! पोटाचे ओझे काय, टाकणे फारसे अवघड नाही. झुळझुळीत पातळे, कधी मिळाले नाही असे खाणे-पिणे! आयुष्याच्या निर्णयाविरुद्ध टिच्चून घ्यायच्या सुखाचा आनंद नोटांच्या स्पर्शाने तिच्यावर पसरला. मग देवळात वाट बघत बसलेला गोधड्यासारखा भगवंत गेला मसणात. त्याचे काम आता संपले! तिने पुन्हा एकदा नोटा कुरवाळल्या व कागद न चुरचुरता पिशवीत घातल्या.

चुलीतील कागद आता सारे विझले होते. तिने एका फुटक्या तव्यात ती राख भरली व बाहेर टाकली. नंतर तिने सारे स्वच्छ झाडून घेतले व ती बाहेर आली. नाना आता कुशीवर वळले होते व तोंड उघडे टाकून ते घोरत होते. तेच जुने, परिचित, रेड्यासारखे घोरणे! ऐकल्यावर तेथे काढलेले सातआठ महिने तिच्या मनात आयुष्यावरील नायट्याप्रमाणे भगभगू लागले. आणखी काय होते या घरात? नथ होती, मुलाच्या गळ्यातील गाठले होते. काय झाली ती? विकून खाल्ली असतील झाले! आणि उरले काय? तर रद्दी — रद्दी. तिच्या मनात संतापाचा एक वळ उमटला. मघाशी त्यांनी कागद जाळले त्याप्रमाणे दोन-चार काड्या घेऊन ते सारेच जाळून टाकावे असे तिला वाटले. कोनाड्यात एक लाकडी खोका होता, पण त्यात लाकडी खेळण्यांखेरीज काही नव्हते. नाक मुरडून तिने तो परत आदळला. तिने रागाने जमिनीवरची बाटली लाथाडली व ती आत आली. रिकामे डबे, तेलाच्या बाटल्या, दोनतीन कप, पाचसात कळकट भांडी, रस्त्यावरच्या भिकाऱ्याचा संसार यापेक्षा चांगला असतो! तिने मागचा दरवाजा उघडून शुक शुक केले व तो मनुष्य देवळाच्या कट्ट्यावरून तिच्याकडे आला.

''झालं सारं ठीक!'' त्याने हलक्या आवाजात विचारले.

''अगदी सारं ठरल्याप्रमाणे झालं. भगवंता, अजून किती वेळ आहे रे गाडीला? इथं राहायचं म्हणजे पोटात ढवळतंय मला,'' सावित्री म्हणाली.

''तासभर राहू आणखी. उगाच संशय नको मनाला,'' भगवंताने इकडेतिकडे पाहत उत्तर दिले. ''पण तुला कुणी पाहिलं नाही ना? त्यानं कुणाला जाऊन सांगितलं नाही?''

‘‘छे रे, तू गप्प बस. मी ती सारी व्यवस्था केली,’’ ती अभिमानाने म्हणाली. ‘‘थांब हं इथंच. मी पाहून येते.’’

हलक्या पावलांनी ती आत आली. नानांचा चेहरा कुसकरल्यासारखा झाला होता व तो दमट, शेवाळल्यासारखा वाटत होता. गचके देत देत घशातून वर श्वास येई. पण गळ्याच्या तोंडाशी घुटमळत राही. तिने एका हाताने कांकणे धरली व आत उभ्या असलेल्या भगवंताला खूण केली. तो हलकेच आत आला व ती दोघे श्वास रोखून नानांकडे पाहू लागली. त्याने तिला यायची खूण केली, व ती येताच त्याने मान हलवली. सावित्रीने सुटकेचा निःश्वास सोडला व तिला मोकळे वाटले. तिने पुढच्या दरवाजाला कडी लावली व डेस्कवरील दिवा फुकून टाकला. ‘‘जायला अजून किती उशीर आहे?’’ तिने विचारले.

‘‘अजून अवकाश आहे गाडीला. पण जाऊ चल आपण. आता घाबरायला नको,’’ भगवंता म्हणाला. सावित्रीने फडताळ लावले व आपले काही शिल्लक राहिले नाही याची खात्री करून घेतली. पण भगवंत एकदम थांबला. ‘‘त्यांच्याजवळ ती बाटली कसली होती?’’ त्याने घाबरून विचारले.

‘‘असेल कसली तरी त्यांच्या औषधाची,’’ सावित्री अधीरपणे म्हणाली, ‘‘त्यांचं कसला ना कसलं तरी औषध चालूच असे.’’

‘‘हे बघ, कसली का असेना ती. उगाच संशय नको. भानगड नको. घेऊन ये बघू ती,’’ भगवंताने सांगितले.

कंटाळत सावित्री पुन्हा आत आली व चाचपडत तिने बाटली उचलली. नाना आता शांत झाले होते व ते आचकेदेखील थांबले होते. ती घाईघाईने बाहेर आली व तिने ती बाटली भगवंताला दिली. मग पिशवी उचलून ती बाहेर आली व बाहेरूनच तिने आत कडी अडकवली. आता या घरचा संबंध नको. कुबट कागदांचा वास नको. खतातील अळीचे आयुष्य नको. तिने मोकळ्या, बाहेरच्या हवेत मोठा श्वास घेतला. आताच तिच्या नव्या आयुष्याचा स्पर्श झाला. बाटली घेऊन भगवंता अस्पष्ट दिसणाऱ्या विहिरीकडे आला व त्याने बाटली हळूच आत टाकली. डुबुक असा आवाज झाल्यावर तो समाधानाने वळला व म्हणाला, ‘‘चला, काम झाले.’’

रस्ता निर्जन होता, तो सुस्त सापाप्रमाणे वळशावळशाने पुढे गेला होता व त्याच्या कडेने दिव्यांची टिंबे होती. दुसऱ्या वळणापर्यंत जाईतो पिंपळाची सळसळ वांझोट्या पावसाप्रमाणे ऐकू येत होती. थोडे चालल्यावर भगवंताने विडी पेटवली व तो तिच्याजवळ आला.

‘‘किती मिळाले?’’ त्याने विचारले.

‘‘आहेत की बरेच,’’ सावित्री सावधपणे म्हणाली.

"म्हणजे आम्हांला माहिती मिळाली, तेवढे हजार तरी आहेत ना?" त्याने विचारले व सावित्रीने मान हलवली, "अग मग ठीक आहे की! आणखी मिळालं काही?"

"होय, मिळाली माझी हाडं!" किंचित चिडून सावित्री म्हणाली. तिला भगवंताचा दुस्वास होऊ लागला होता. "आहे काय तिथं! रिकामे डबे, ढीगभर कागद." थोडा वेळ ते तसेच चालले. अगदी दूर स्टेशनचे लाल निळे दिवे दिसू लागले.

"आण ती पिशवी माझ्याकडे. मी येईन म्हणतो," हात पुढे करत भगवंत म्हणाला. सावित्रीची बोटे पिशवीच्या बंदांवर घट्ट झाली व तिने पिशवी अगदी अंगाशीच धरली.

"राहू देत माझ्याकडे. आहेत फक्त दोन कपडे. त्यात कसलं आलंय ओझं!" ती म्हणाली.

"बरं तर राहिलं," भगवंत म्हणाला, "माझ्याकडे काय, तुझ्याकडे काय, सगळं सारखंच की!"

आणि तो हसला. ओठ मुरडून अगदी थोडे, स्वतःशीच.

साधना : दिवाळी; १९६९

स्ली ला

आग पुढे पुढे ढकलत वांझोटी, अस्ताव्यस्त संध्याकाळ घरात शिरली. तिला आता बाहेर कसे घालवावे हे भाऊरावांना समजेना, व ते विटक्या मनाने तसेच बसून राहिले. खुर्च्या, टेबल, लोंबकळणारे कपडे, या साऱ्या निर्जीव खडकांच्या सांदरीत आपण खेकड्यासारखे जगतो झाले! त्यांना वाटले, आज आपणाला सुट्टी नसती तर बरे झाले असते. दुकानात जिरे-धण्याच्या कुंद वासात, गिऱ्हाइकांच्या वटवट गलक्यात या भेंडाळलेल्या मनाला जोजवत बसण्याची पाळी आली नसती!

पण लगेच त्यांना वाटले, असे एखाददुसऱ्या दिवसाने काय होणार? दररोज रात्री अंथरुणावर पडल्यावर मनावर चढणाऱ्या बुऱ्याचे काय? शेजारीपाजारी कुणी आले तर आयुष्य सारखे अंग चोरते, त्याचे काय?

त्यांनी अस्वस्थपणे वर्तमानपत्र उचलले, दुसऱ्यांदा, पण आज त्यातही काही विशेष नव्हते. बातम्या काही नसतानाही हे शहाणे लोक दररोज चार-सहा पाने जशीच्या तशीच कशी काय भरून काढतात याचे त्यांना थोडे चिडखोर आश्चर्य वाटले. त्यांनी कंटाळून ते खाली टाकले व ते पुन्हा गोठून गप्प बसले.

सतत दुखवणाऱ्या त्या विचाराकडे त्यांना सरळसरळ पाहायचे नव्हते. पण तो एखाद्या भुताप्रमाणे कोपऱ्यात बसून बिनपाण्याच्या डोळ्यांनी आपल्याकडे सारखा पाहत आहे हे त्यांना जाणवत होते व तिकडे दुर्लक्ष करण्याचा त्यांचा प्रयत्न चालू होता. पण हल्ली तो काही गेल्या पाठ सोडत नसे. आज आयुष्याला सत्तेचाळीस वर्षे होऊन गेली. पण त्यावर फळले काय? तर निर्जीव शून्य. हे घर बांधले, भाऊमामीला रेशमी वस्त्रे दिली, तेथल्या शाळेला लहानशी देणगी दिली, रामाच्या देवळात संगमरवरी फरशी घातली, हे सारे खरे. पण संसाराला फळ आले नाही. इतरांची घरे मुलांनी भरली. त्यांच्या दुपारी त्यांच्या ओरडण्याने खळखळून फुटल्या,

त्यांच्या झोंबाझोंबीने चष्मे फुटले, सदरे फाटले, आरशांना चेंडूने तडे गेले, घरभर मळकट रिबिनांच्या चिंध्या पडल्या. कुणाजवळ तरी बोलताना, ''वसंता क्रिकेट खेळताना, गुडघा फोडून आला. काय म्हणता एकेक कारट्याचे प्रताप!'' किंवा 'तर! पोरगी हुशार आहे बुवा आमच्या नशिबानं. आमचं शिक्षण मराठी चौथीतच वारलं, पण आमची कुमुद यंदा मॅट्रिकला बसते,'' असे बोलायला त्यांना फार आवडले असते. पण ते प्रसंग काही त्यांच्या वाट्याला आले नाहीत. घरी केव्हाही या, सारे अगदी व्यवस्थित, सारे जेथल्या तेथे चित्राप्रमाणे व्यवस्थित व निर्जीव! माजघरातील प्यायच्या पाण्याच्या स्टेनलेस स्टील तांब्याची कधी जागा बदलली नाही, की त्याच्यावर मळकट अधिरी बोटे उमटली नाहीत. त्यांना पुष्कळदा वाटे, शाईची बाटली जोराने भिंतीवर आपटून ठिकठिकाणी डाग पाडावेत, करकरीत दुपारी चार-सहा भांडी जिन्यावरून धडधडत खाली ढकलून द्यावीत. अशा रितीने या निर्जीव जगाचा पडदा जर फाडून टाकला, तर कुणास ठाऊक त्या फटीतून कोणी तरी येईल!

भाऊमामी ट्रेवर चहा घेऊन बाहेर आली व एका रबरी चकतीवर तिने भाऊरावांचा चहा ठेवला. आपण दुसरा कप घेऊन ती बाजूच्या खुर्चीवर बसली. भाऊरावांनी काही न बोलता तिच्याकडे पाहिले; व ते स्वत:शीच उगाच चिडले. आता ती चहा संपेपर्यंत काय काय करणार, हे त्यांना सगळे माहीत होते. वीस वर्षे सतत त्याच त्या हालचाली, घाणेरड्या पाण्याच्या ठिबकणाऱ्या थेंबाप्रमाणे त्यांच्यावर पडत होत्या. पण दर खेपेला त्यांची चीड जागी व्हायची. बशीत चहा ओतल्यावर बशी उंच करण्याऐवजी भाऊमामी मानच खाली लांब करे. नंतर आपले जाडसर ओठ जुळवून चहात वर्तुळे उठेपर्यंत भुस्सभुस्स फुंकर टाके आणि मग फुरफुर आवाजाने घोट गिळे. तिचा एक दात पुढे आला होता, आणि चहा पिताना ती तो दात बशीत रोवून ठेवून चहा ओरपत असल्याप्रमाणे वाटे. भाऊरावांनी संतापून तिला त्याबद्दल हज्जारदा सांगितले होते, पण त्या जाड कातडीवर काहीही खुणा उमटल्या नव्हत्या. तिच्या दर घुटक्याबरोबर त्यांचा संताप वाढत गेला व त्यांनी दात घट्ट आवळून धरले.

भाऊमामीने चहा संपवला व कप खाली ठेवला. तिने भाऊरावांकडे पाहिले आणि तिचा अंदाज बरोबर होता. त्यांना चहा घ्यायला अतिशय उशीर लागे व त्यांचा कप अद्याप तसाच होता. इतकी वर्षे चहा घेऊन चहाची चव त्याच्या गरमपणात असते हेदेखील त्यांना कधी समजले नाही, याचे तिला आश्चर्य वाटे. भाऊरावांना आता दुसरी हनुवटी आली होती व जेव्हा दाढीचा दिवस नसे त्या वेळी ती सुस्त बेडकीसारखी दिसे. भाऊमामीला एकदम शिसारी वाटली. या माणसाशी

आपली दैवगाठ पडली! खायला-प्यायला कमी नाही. पण एकमेकांच्या सान्निध्यात आयुष्यावरील करवंटी काही फुटली नाही.

''आणखी थोडा चहा आणू?'' भाऊमामीने विचारले. आत चहा शिल्लक नव्हता, पण तिची विचारण्याची पद्धत होती. शिवाय भाऊराव कधी जादा चहा घेत नसत. पुष्कळदा एक कपही त्यांना असह्य होत असे.

''नको,'' ते म्हणाले, ''आज रमाबाई आली नाही. तुझं पुराण नाही वाटतं?'' उगाचच. तिच्या पुराणाविषयी त्यांना काहीच उत्सुकता नव्हती. रमाबाईला पाहताच तर ताबडतोब एक नवी करकरीत दोरी आणून तिचा फास तिच्या गळ्याभोवती अडकवावा आणि तिला तुळईवरून टांगावे असे त्यांना वाटत असे, पण मनाच्या कोपऱ्यात बसलेल्या भुतावरून त्यांना आपले लक्ष काढावयाचे होते, कारण त्याला आता आकार आला होता व बोलण्यासाठी ते सारखे तोंड हलवत होते.

''कसलं पुराण नि काय!'' एक उसासा सोडून भाऊमामी म्हणाली, ''खुळ्यासारखं बसून यायचं झालं! काशी-रामेश्वर झालं, नागबळी-नारायणबळी झाले. नशीबच तसलं निघालं म्हणायचं, आणि गप्प बसायचं झालं. कसलं पुराण आणि कसली प्रवचनं! आता एक दिवस असंच घराबाहेर पडायचं आडवं.''

नेमक्या याच शब्दांचा आवाज भाऊरावंना नको होता. इतका वेळ दुर्लक्ष केलेल्या भेसूर विचाराने त्यांच्यावर उडी मारली व त्यांचे मन त्याच्या उग्र, रानवट वासाने अगदी विरजल्यासारखे झाले.

म्हणजे शेवटी आपणही असेच एकाकी, कसलीही रक्तमांसाची उष्ण आठवण मागे न ठेवता जायचे! आंधळ्या दिवसांच्या चिंध्या आयुष्यावरून एकेक सोलून टाकून शेवटी त्याचा भळभळीत पांढरा कंद उकिरड्यावर फेकून देऊन चालू लागयचे!

रमाबाईचे नाव ऐकताच भाऊमामी थोडी दचकली होती. तिने भाऊरावांकडे रोखून पाहिले, पण ते शून्यपणे खिडकीतून बाहेर पाहत होते. आपल्या जवळ उभी राहून रमाबाई हलक्या आवाजात सारखे काही बोलत आहे असा तिला भास होऊ लागला. रमाबाईचे शब्द हळूहळू मोठे झाले व ते आता भाऊरावांनाही ऐकायला जातात की काय असे वाटून भाऊमामीला फार भीती वाटली.

''दोन-चार दिवस ती तुमची लीला कुठं आली नाही?'' सुचेल त्या शब्दांचा आधार घेत ती म्हणाली.

भाऊरावांना तो प्रश्न ऐकून आश्चर्य वाटले. का केली तिने मुद्दाम लीलाची चौकशी? देशपांड्याच्या रंगूने तिला एकदा आपल्या मुलांना हात लावू नकोस असे सांगितले तेव्हापासून ती आजूबाजूच्या मुलांना सारखे हिडीसफिडीस करत असे,

वस्कन त्यांच्या अंगावर जात असे, घरी कुणी कधी मुलाबाळांचे आले तर त्यांनी भांडी, रेडिओ, टेबलक्लॉथ यांना हात लावू नये यासाठी ती बटणांसारख्या डोळ्यांनी चिडखोर पहारा करत असे. मग लीलाची ही का अशी चौकशी बरे? पण त्यांना वाटले, लीला आली नाही हे बरेच झाले. आता कधीच येऊ नये ती. ही परांजपेची पोरटी साऱ्या गल्लीभर सूर्यकिरणाप्रमाणे हिंडायची, भरल्या घरात आणखी थोडे उनाड सुख आणायची. पण ती येथे आली की, मात्र भिंतीवरून सरकत जाणाऱ्या कवडशांप्रमाणे त्यांच्या जीवनातील दारिद्र्य उघडे करून जात असे. तिला रिबन हवे असे, लाकडी घोड्यावर बसायला पाहिजे असे किंवा अगदी लहान लाल कांकणासाठी तिचा हट्ट असे. अनेकदा भाऊरावांना तिच्यापुढे शरमल्यासारखे वाटे. नकोच ती कधी यायला इथे!

"नाही आली झालं. त्याला कारणबिरण काय असणार?" ते तुटकपणे म्हणाले.

थोडा वेळ दोघेही गप्प होते. भाऊमामीने कपबश्या उचलल्या व ट्रे घेऊन ती आत चालली. आत जाताना ती चौकटीला धडकणार हे भाऊरावांना माहीत होते. आता होणाऱ्या आवाजासाठी त्यांनी कान घट्ट केले. तोच त्यांच्या अपेक्षेप्रमाणे आवाज झाला व त्यांनी दात आवळून धरले. जगात इतकी हजारो लाखो माणसे मोहरीच्या दाण्याप्रमाणे घोळली जातात, पण नेमक्या आपण दोघांनाच निष्फळ एकत्र आणण्याचा हा व्यापार कुणी केला असेल? आणि तो कशासाठी?

भाऊराव आताच उद्याची वाट पाहू लागले, बसल्याबसल्याच त्याला अधीरपणे अलीकडे खेचल्यासारखे करू लागले. पण अद्याप संध्याकाळ आहे, रात्र आहे, रात्रीचे जेवण, रेडिओवरच्या बातम्या, आफ्रिका, इंग्लंड; इथला संप, तिथला अपघात, विमान पडते, बस उलटते, गोळीबार होतो, राणीला राजपुत्र होतो; कशाचे काही सोयरसुतक नाही. निसटून चाललेला दिवस कुठेतरी एकदा थापून चिकटवण्याचा वेडा प्रयत्न करत मग अंथरुणावर झोप... झोप...

तोच समोरचे छोटे फाटक धाडदिशी वाजले, आणि निळ्या वेगाने कुणी तरी आत येऊन त्यांच्यावर आदळले. त्या दडपणामुळे भाऊरावांचा श्वासच पुसल्यासारखा झाला. "कारटे!" म्हणत त्यांनी तिला बाजूला केले व श्वास मोकळा करून घेतला. "कारटे," ते हसत म्हणाले, "तू एक दिवस या भाऊमामाचा अगदी चिखल करून टाकणार. उनाड म्हैस कुठली!"

लीला येताच त्यांच्या मनावरील विषण्णतेचा बुरसा नाहीसा झाला आणि त्यांना एकदम मोकळे, प्रसन्न वाटले. त्यांनी तिच्या गालावर हळूच चापट मारली व तिच्या लालसर उष्ण स्पर्शाने तेथे सुस्त पडलेला संध्याकाळचा तुकडा उजळल्यासारखा

वाटला. त्यांना वाटले, ही पोरटी खरोखरच अशी आडदांडपणाने आपल्या आयुष्यात येऊन पडली असती तर सारा जन्म आपण आनंदाने धापा टाकण्यातच घालवला असता.

लीलाने वेण्यांची रिबने केव्हाच काढून गळ्याभोवती गुंडाळली होती, व केस वाऱ्यावर सोडले होते. निळ्या झग्याच्या खिशात खूप सामान भरल्याने तो छोट्याशा होल्डऑलप्रमाणे दिसत होता आणि तिच्या पेरवासारख्या दिसणाऱ्या चेहऱ्यावरील डोळे तिच्यासारखेच नाचरे होते.

''काय झालं एवढं पळायला? कुत्रंबित्रं मागं लागलं की काय?'' भाऊरावांनी विचारले. ''ते डॉक्टर आहेत किनई'' हात नाचवत ती म्हणाली, ''ते मारतात आम्हांला.''

भाऊरावांना वाटले, तो डॉक्टर आहेच तसला. वर्षावर्षांत एक पेशंट नाही. पण निळा कोट, पांढरी चड्डी अडकवून केसाळ पाय दाखवत तो टेनिस खेळायला जातो. आणि बायकोला कुठे जायचे असेल तर तिची मोटार हाकतो! पण लगेच त्यांना शंका आली व त्यांनी लीलाकडे रोखून पाहत विचारले, ''ते मारतात का तुम्हांला? छान, पण आपण काय केलंत बाईसाहेब?''

''मी आणि नानूनं झुर्रकन त्यांचा नळ सुरू केला,'' केस उडवत लीला म्हणाली. सर्रकन झिप सरकवून मखमली पर्स उघडावी त्याप्रमाणे ती एकदम हसलीही.

''अग कारटे!'' भाऊ खोट्या रागाने म्हणाले, पण लगेच हसले. तिच्यावर फार वेळ रागावून बसणारा माणूस त्या गल्लीत नव्हता. तो नळ तिला मोकळा करण्यासाठीच आहे अशी आता डॉक्टरांनी असहायपणे भूमिका घेतली होती. देशपांडेनी आपले लोखंडी गेट तिला त्यावर उभे राहून करकचत पुढे-मागे करण्यासाठी मुक्त ठेवले होते.

''भाऊ, किनई तुमचं नाक रताळ्यासारखं आहे,'' जणू कौतुकाने त्यांच्याकडे पाहत लीला म्हणाली. भाऊ हताश झाले. या पोरीच्या घडघडीत, सरळ स्वभावामुळे तिला आईकडून अनेकदा चांगला मार खावा लागला होता. पाटलांच्या आकूताईला तिचा चेहरा शेळीसारखा आहे असे तिने सांगितले होते. सुधाने नायलॉन नेसले असता आज तू पंचा का नेसलीस, असा तिचा प्रश्न होता. आणि लहान डोक्याच्या लठ्ठ भाऊमामीला 'घागर' म्हणून तिने एकदा तिच्याकडून घुमका खाल्ला होता. भाऊरावांनी आपल्या नाकावरून हात फिरवला, व त्यांना आश्चर्य वाटले. खरेच, आपले नाक आहे खरे लहान रताळ्यासारखे!

भाऊमामी बाहेर आली व दारात उभी राहिली. लीला थोडी दबल्यासारखी

झाली, आणि भाऊरावांच्या मनावर कडेने शेवाळ जमू लागले. भाऊमामीने ते ओळखले. तिने एकदा पुन्हा लीलाकडे पाहिले, व अस्वस्थ होऊन काही न बोलता खाली मान घालून ती आत गेली. ती गेल्यावर जणू लीलाच्या अंगावरील दडपण गेले, व ती चटकन् उभी राहिली. ''मी इथं संध्याकाळपर्यंत राहणार आहे,'' ती म्हणाली. तिला आता एकदम लहर आली, व दोन्ही हातांची पहिली बोटे एकमेकांवर टिपरीसारखी आपटत ती नाचू लागली, व तिने गाणे सुरू केले. ''गवळणी घरी कृष्णा गेला,'' म्हणत तिने एक गिरकी घेतली व ती हसली.

त्या तिच्या गिरकीने सारे घर कुंद पाण्याप्रमाणे हिंदकळले व भाऊरावही त्या गिरकीत सापडले. हे सारे आपल्याला खिजवण्यासाठी मुद्दाम कुणी तरी घडवत आहे असे त्यांना वाटू लागले, आणि मघाचे ओरखडे क्षणभर पुन्हा भगभगू लागले. त्यांना वाटले, हिला मांजराच्या पिलाप्रमाणे उचलून बाहेर ठेवावे व ओरडून म्हणावे, पुन्हा येऊ नको इथं! कशाला हवी ही अर्ध्या तासाची शिक्षेतून मुक्तता? ही पोरगी तेवढा वेळ आपल्या आयुष्यभर अनिर्बंध नाचेल, व ते पूर्वी पेक्षाही जास्त सुरकुतले करून निघून जाईल. त्यापेक्षा हे परिचित शेवाळच राहू दे भोवती. ते खूप जमले की त्या हिरव्या कोषातच आपले आयुष्य जाईल गुदमरून. पण तोपर्यंत हा आपणाला खिजवणारा तोंडाचा आकर्षक वास कशाला हवा, तिच्या नितळ डोळ्यांच्या खाणाखुणा कशाला?

''पण तू दादा-ताईला सांगून आलीस ना? नाही तर गेल्या खेपेसारखं शोधत बसतील रात्रभर.''

''तर! त्यांनीच तर मला इथं बसायला सांगितलंय ते येईपर्यंत,'' लीला म्हणाली, ''ते गेले आहेत शहापूरला. 'इथनं हललीस कारटे तर रात्री जेवण मिळणार नाही, सांगून ठेवते' म्हणाली ताई.''

ते येईपर्यंत! येईपर्यंतच! नंतर लीलाला स्वतंत्र घर आहे, तिला दादा-ताई आहेत. आपण तेथे कुणी नाही, एक उपरा माणूस. या अंधाऱ्या घरात राहणाऱ्या दोन अळ्यांपैकी एक. हळूच येऊन प्रकाशाकडे थोडा वेळ पाहावे हवे तर, पण नंतर लगेच आत, पुन्हा काळा तुरुंग! येईपर्यंत, असेपर्यंत, जाईपर्यंत!

भाऊमामी पुन्हा बाहेर आली, व उभी राहिली. तिने लीलाचे शब्द ऐकले होते. ''राहा की संध्याकाळपर्यंत. दादा परत आल्यावर जा,'' ती म्हणाली. भाऊरावना आता आश्चर्यापेक्षा राग आलो. ''कशाला राहा संध्याकाळपर्यंत? ही काय धर्मशाळा आहे?'' ते खेकसून म्हणाले. भाऊमामीने थरथरणाऱ्या बोटांची मूठ घट्ट धरली व कोरड्या ओठांवरून जीभ फिरवत ती म्हणाली, ''राहू दे ती आज. नंतर तिला मी काही तरी खायला देईन.'' ती जायला वळली. भाऊरावांना म्हणायचे होते, 'तू

आता बाहेर येऊ नको. तुझं ओबडधोबड अंग पाहिले की मला माझे आयुष्य दिसते!' पण त्यांनी दात आवळले व ते गप्प बसले.

पण लीलाचे तिकडे लक्ष नव्हते. ती खाली चटईवर बसली व व्यवस्थित पसरली. तिला एकदम आठवण झाली व तिने बोटे धडपडत, गच्च भरलेल्या खिशातून एक काड्याची पेटी काढली आणि ती उघडून भाऊरावांपुढे धरली. त्यांनी मन झाडल्यासारखे केले व तिच्यात पाहिले. पेटीत कापसाच्या बोळ्यावर दोन लालभडक गुंजा व कुंकू टाकलेले एक गणेशपाखरू होते.

"छे, हे कशाला ठेवलंस पेटीत?" तिच्या केसांवरून हात फिरवत ते म्हणाले, त्यांना वाटले, ही मुलगी आता घरी कधीच येऊ नये, असे मी मघाशी म्हटले ना, ते खोटे. अगदी साफ खोटे. ती यावी. पंधरा मिनिटेच ना, चालेल. आपला वाटा तेवढाच, तेवढीच भीक आपल्या ॲल्युमिनियमच्या थाळीत. नशिबाशी कसली आली आहे ईर्ष्या नि कसला त्रागा?

"कशाला म्हणजे काय?" लीला डोळे मोठे करीत म्हणाली, "गणपती आला की ते सोन्याचं होणार आहे. नानूनंच सांगितलंय मला."

भाऊरावनी एक दीर्घ निःश्वास सोडला. लहानपणीची ही पहिली निराशा तिच्या वाट्याला येणार होती. त्यांनी स्वतः तसली लहान पिवळी, काळसर ठिपक्यांची पाखरे अनेकदा टोपी भिरभिरून पकडली होती, डबीत काळजीपूर्वक जतन केली होती. कुणी पाहत नसता त्यांना हळूच हात लावून त्यांचे पंख सोन्याचे झालेत का हे पाहिले होते. पण त्यांचे पंख पिवळसर व्हायचे व ती अंग आकसून पालथी मरून पडायची. त्या आठवणीने भाऊराव त्रस्त झाले. तेव्हापासूनच अप्राप्य आशा, अनिवार्य वंचना! त्यांनी पेटीतून ते पाखरू हळूच उचलले. आपल्या त्रिकोणी, वाळलेल्या पंखांखाली ते कोरड्या भुशाप्रमाणे झाले होते.

"आता काय ते सोन्याचं होणार, बघ मेलंय ते," नाक सुरकवत भाऊराव म्हणाले. लीला त्याकडे अविश्वासाने पाहू लागली. भाऊरावनी ते हळूच खिडकीबाहेर टाकले व ते पुन्हा तिच्याजवळ येऊन बसले. त्यांची विषण्णता वाढली. साऱ्या घरभर, मरून आपल्या पंखांवर पालथ्या पडलेल्या त्या पाखरांचा खच पडला आहे. त्यांच्या लहान लहान ढिगाऱ्यांची वर्षे झाली आणि अजस्र अशा झाडणीने लोटून ढकलल्याप्रमाणे ती सारी एका प्रवाहाने खिडकीबाहेर ओतू लागली.

"लीला, तू जा आता, नानूबरोबर खेळ जा," दोन बोटांनी कपाळ दाबत तिच्याकडे न पाहता भाऊराव म्हणाले, "मला आता बरं वाटत नाही."

पण लीला आपल्याच नादात होती. पाखरू सोन्याचं न होता का आणि कसे मेले हे तिला समजेना. तिने घाईने काड्याच्या पेटीतून कापसाचा बोळा काढला व

घाबरून खाली पाहिले. पण तो होता. अद्याप होता. खाली हिरव्या झगझगीत काचेच्या तुकड्यासारख्या पाठीचा एक किडा होता व तो काटेरी पाय हालवत होता. मेलेले गणेशपाखरू तिच्या आयुष्यातून नाहीसे झाले व ती हसली. ''हा बघा भाऊ, याचे नाव राजू,'' ती अभिमानाने म्हणाली.

''राजू!'' भाऊरावनी विचारले, ''ते का?''

''का काय? आहे आमचा राजू,'' ती फुरंगटून म्हणाली, ''तुम्ही भाऊ, मी लीला, हा राजू. त्यांची मी माळ करणार आहे. खूप जमवून. नानू करून देणार आहे मला.''

भाऊरावना वाटले. करेल पोरटी तसली माळ! तिचं काय, काजव्याच्या कुड्या करेल ती.

लीला आता एकदम कंटाळली. ती भाऊरावांजवळ आली व तिने आपले डोके भाऊरावांच्या मांडीवर ठेवले. ''दमलो बाई आम्ही,'' जांभई देता देता ती म्हणाली, ''दादा-ताई केव्हा येणार कुणास्ठाऊक!''

दमली नसेल तर काय! एक चमचा साखरेसाठी तिने मराठेच्या घरी सिनेमातील गाणी हावभावासकट म्हटली असतील, सरदेसाईच्या घरची घंटा वाजवून ती पाचदा पळाली असेल, घरी सायकलमधली हवा सोडली असेल, मग त्यातच देवळातील वेडीला खडा मारायचा, अनोळखी घरात खिडकीतून आत डोकावयाचे, आणि जोशीच्या घरात सोप्याला बांधलेल्या वीतभर उंच कुत्र्याला वौ वौ करून उगाच चिडवायचे हे सारे आलेच.

''भाऊ, ताई येईपर्यंत आम्हांला गोष्ट सांगा एक,'' ती लाडीकपणाने म्हणाली.

''सांगेन पण एका अटीवर,'' भाऊराव म्हणाले, त्यांनी एक बोट दुमडले व ते सांगू लागले,

''ऐक. मध्ये—''

''मध्ये बोलायचं नाही. पाठी गुदगुल्या करायच्या नाहीत, आणखी एक सांगा म्हणायचं नाही,'' पाठ केल्याप्रमाणे लीला धडाधडा म्हणाली, ''हं आता सांगा गोष्ट.''

भाऊराव किंचित हसले. थोड्या विषण्णतेनेच. ही पोरगी कशाला नव्या नव्या अंगांनी इथे मुरडते, उमलते? आता गेली तर पंधरा दिवस इकडे येणारही नाही. मग का हा मोह, ही आशा, भोळी फसवणूक?

''हं सांगा लवकर. एक स्गाव होतं,'' लीला अधीरपणे म्हणाली.

''अग, आठवल्याखेरीज का कधी कुणी गोष्ट सांगतंय?'' भाऊराव म्हणाले.

आठवण्याचे औपचारिक नाटक झाले, व ते गोष्ट सांगू लागले. वीस-पंचवीस वेळा सुरुवात झालेली ती गोष्ट. तेच अज्ञात गाव. तेच प्राण्यांचे जग. आपल्या जगासारखेच पण थोडे निराळे. आपल्या जगात इच्छेच्या बिया कुजून जातात. हवा असलेला आकार कशालाच देता येत नाही. वासना फेसासारख्या वांझोट्या, स्वप्ने गवतासारखी निष्फळ असतात. पण त्या निराळ्या जगात शीळ वाजवली की कळ्यांची फुले होतात. आपली प्रिय मंडळी आयुष्याच्या टप्प्यापर्यंत सोबत करतात. कुठे ओरखडे नाहीत, कुठे धुरकटलेले अंधारे कोनाडे नाहीत, भयाण एकाकी रात्री डोळ्यांच्या कडांवर उष्ण ओलसरपणा नाही. लोलकातून पाहिल्याप्रमाणे सारी रंगरेखांची जादूच जादू!

''हं एक स्गाव होतं. तेथे एक सोन्याचं स्देऊळ होतं. त्याच्याभोवती पुष्कळशी स्झाडे स्फुले होती—''

''कसली स्फुले? स्मोगऱ्याची?'' लीलाने विचारले, तिला रंग, आकार स्पष्ट हवा होता. त्यांच्यावर तिला स्पर्शासाठी बोटे फिरवायची होती.

''स्मोगऱ्याची नव्हे. ही गोष्ट निराळी आहे, स्फुले स्गुलाबाची होती.''

लीलाने तो शब्द स्वत:शीच उच्चारला. मग त्याचा अर्थ ध्यानात येताच तिने हसून टाळी वाजवली, व केस मागे सारले.

''त्या स्गावात अनेक प्राणी राहत होते, एक मोठा स्वाघ— छे! घाबरायचं नाही. तो आपला बिचारा फार चांगला होता. तो दत्तंभटाप्रमाणे अंगावर पिवळी शाल घ्यायचा आणि स्देवळात येणाऱ्या छोट्या स्मुलींना खडीसाखर द्यायचा.''

लीला जमिनीवर पसरली, व लोळून हसू लागली. दत्तंभटासारखा स्वाघ! नंतर घराघरांत दूध घालून रस्त्याने गाणे म्हणत जाणारी लांब वेणीची स्गाय, अगदी वरपर्यंत चढायला शिडी असलेले स्नारळाचे स्झाड, नेहमी उंच उंच जाऊन कधी खाली न येणारा स्झोपाळा, अंग-कपडे न भिजवता खूप हुंदडता येणारे कोरडे, मऊ मऊ स्पाणी, अगदी झाडाच्या टोकावरची चिंच चोचीत धरून खिशात आणून ठेवणारे स्कबूतर, आणि कोणाच्याही बदली आनंदाने शाळेत जाणारी स्मांजराची खूप पिले.

''आणि तिथं स्लीला नावाची एक छोटी स्मुलगी होती,'' जणू समेवर आल्याप्रमाणे भाऊराव म्हणाले व त्यांनी गंभीरपणे लीलाकडे पाहिले.

''आणि तिच्या घरी स्दादा आणि स्ताई होत्या,'' उठून बसत लीला म्हणाली. आता तिच्या पायाखालची वाट तिला परिचित होती. त्या वाटेने ती घरी सुद्धा आली, आणि ताईभोवतालच्या उबदार वर्तुळात सुखाने बसली. ''भाऊ, ताई कधी येणार?'' आठवणीने ती एकदम म्हणाली. भाऊरावांनी तिच्या प्रश्नाकडे दुर्लक्ष केले.

“नाही. तिला कुणीकुणी नव्हतं. ही गोष्ट निराळी आहे—” ते म्हणाले, व चमकले. त्या चरक्याने कथेचे इच्छास्जग नाहीसे झाले. भोवती आता जास्तच कुरूप झालेली, सुरकुतलेली संध्याकाळ जास्तच वाकली होती. स्वाघाचे, स्फुलाचे चित्र संपले. आणि आता अतृप्त मत्सरी भुते हिंडू लागली होती. कथेचे जग कुणी तरी आत हात घालून उलटवल्याप्रमाणे पार बदलून गेले होते व मनातील वखवख भूक आता वेटोळी उलगडू लागली होती. लीलाचे लक्ष गोष्टीवरून उडाले. तिचे डोळे पेंगुळल्यासारखे झाले होते, व तशीच उभ्याउभ्याच त्यांच्या मांडीवर डोके ठेवून झोपली. भाऊरावांनी हलकेच तिच्या पाठीवरून हात फिरवला व त्या मऊ स्पर्शाने त्यांच्या आयुष्यावर मत्सरी हावरेपणाचा काटा उमलून गेला. तिला कुणीकुणी नव्हते, या विचाराने ते शरमले होते. पण त्यांनी आपले मन हलकेच त्या शब्दांच्या धारेवरून पुन्हा फिरवले, व तिची सवय करून घेतली. ते धीटपणे पुटपुटले, खरेच, का होऊ नये असे? व्हावे, अगदी जरूर आत्ताच्या आत्ता असे व्हावे.

दादा, ताई बसमधून शहापूरला गेली आहेत. का होणार नाही? होईलसुद्धा. व्हावेच. हजार वेळा बस उलटते, कशावर तरी आपटते, माणसे चिरडून गेल्यासारखी मरतात. मग दादा, ताईदेखील... भयंकर जखमी नव्हे, तर ठार, पार कुसकरून टाकल्यासारखी, रक्तमांसाचा नुसता चिखल. का होऊ नये असे? ते दोघे पाचसाडेपाचला येणार होते. आता तर सहाला अवघी दहा मिनिटे आहेत! भाऊराव अत्यंत अधीरपणे खिडकीतून बाहेर पाहू लागले; व अत्यंत उतावीळपणे संध्याकाळच्या क्षणांना मागून ढकलू लागले, पण जणू पाय रोवून बसल्याप्रमाणे ते त्यांच्या गतीने हालेनात. पण दर क्षणाच्या हालचालीबरोबर त्यांची आशा पंख पसरू लागली. कुणी तरी धावत येऊन सांगणार, शहापूरहून येणारी बस, पुलाजवळच, सगळेजण ठार... भाऊराव घोळक्याच्या मध्यभागी उभे होते, त्यांनी डोळे पुसत भेदरलेल्या लीलाला जवळ घेतले, आणि शेजाऱ्यापाजाऱ्यांना घरघरीत आवाजात म्हणाले, “आता कोण आहे या पोरीला! राहील बिचारी आमच्याजवळ. आम्ही तिचा पोटच्या पोराप्रमाणे सांभाळ करू.” सगळ्यांनी हूं म्हटले, आणि लीलाला कडेवर घेऊन हक्काने उंबरा ओलांडून ते आपल्या घरात आले.

भाऊरावांचा हात फिरता फिरता एकदम जोराने फिरला व त्यांनी तिला उचलून जणू आपल्या आयुष्यात आणण्यासाठीच तिला उचलले. लीलाची झापड उडाली. तिने आणखी एक जांभई दिली व ती म्हणाली, “भाऊ, आता आम्हांला भूक लागलेय.”

भाऊमामी दारात केव्हा येऊन उभी राहिली होती कुणास ठाऊक. तिचा चेहरा तवंगल्यासारखा दिसत होता. लीलाचे शब्द ऐकताच तिच्यातील भीतीच्या थेंबाने

उचंबळून उडीच घेतली व तिचे पाय थरथरू लागले. एकदम साऱ्या घरभर अजस्र ओठांनी रमाबाई बोलत आहे असा तिला भास झाला. एकदम कुणी तरी मागून ढकलल्याप्रमाणे ती पुढे झाली, आणि स्वत:च्या तोंडून शब्द बाहेर पडताना ऐकले, ''चल हं आता, मी तुला काही तरी खायला देते.''

निर्जीवपणे भाऊरावांनी तिला आत जाऊ दिले. सहा वाजले, दादा-ताईचा अद्याप पत्ता नव्हता. झाले असेल तसे? ते अस्वस्थपणे येरझारा घालू लागताच अंगावर मेलेली गणेशपाखरे हुलहुलल्यासारखी होऊ लागली. का होऊ नये? अनेकदा तसे होते. पुष्कळदा बसल्याजागी देखील माणसे फुंकून टाकल्यासारखी मरतात. दादा-ताईही माणसेच आहेत. चिरडून कुसकरून...

भाऊमामीने लीलाला माजघरात स्टुलावर बसवले व तिच्या केसांवरून हात फिरवला. तो सारखा कापत होता व त्यातील कांकणे किणकिणू लागली होती. भाऊमामी घाबरी होऊन स्वयंपाकघरात गेली, धडधडत्या उरावर हात ठेवून भिंतीला टेकून उभी राहिली. रमाबाईचा आवाज आता जास्त स्पष्ट, मांसल, सुळसुळीत झाला व तिला हळूहळू वेटाळू लागला.

गेल्या पंधरा दिवसांत चाललेल्या मनातल्या गोंधळाला आता गाठ बसणार होती. रमाबाई नेहमी हलक्या, विषारी आवाजात बोलायची, पण तिच्या शब्दांनी मनावर गंजल्यासारखा डाग पडत असे, व ते जाळत तो रात्रंदिवस पसरत जात असे. रमाबाईला गावातील भानगडींची बित्तंबातमी असे, आणि अडल्याचुकल्या बायका रात्री तिच्याकडे गुपचुप येऊन जात, व दोन-तीन महिन्यांत उजळ माथ्याने हिंडत, किंवा डोळे मिटून कायमच्या सुटत. तिचे शब्द भाऊमामीच्या मनात काटेरी झुडपाप्रमाणे वाढत होते. रमाबाईने ती हकीकत तिला सहज आणून सांगितली होती व तो एक उपाय काही बायका करून पाहतात असे नुसते म्हणून दाखविले होते. आपल्या हातून जर मदत हवी असेल तर आपण तयार आहोत असे सांगताना तर तिने भाऊमामीकडे पाहिलेसुद्धा नव्हते. पण तिचा हलका आवाज भाऊमामीच्या मनात घर करून राहिला होता. तिचे मन केव्हापासून धडधडत होते. घ्यायची का तिची मदत? करून पाहायचा हा शेवटचा उपाय? रमाबाईंच्या मावस का चुलत बहिणीने तो उपाय केला होता. आणि वर्षा-दीड वर्षातच तिच्या खांद्यावर मुलगा खेळू लागला होता. अगदी तसाच. त्याच जावळाचा.

चार रात्री जागवत, तळमळत भाऊमामीने विचार केला होता. करायचा का तो उपाय? की काढायचे तसलेच वांझोटे आयुष्य? बाहेर चारचौघींत असता त्यांच्या डोळ्यांकडे पाहिले, की निसरड्या दगडावरून चालल्यासारखे वाटते. इतर सारे उपाय झाले, मग हाच का नको?

आणि या गदारोळात ज्या वेळी निळ्या धडपडीने लीलाने उडी मारली त्या वेळी तिच्या हृदयाचे पाणी पाणी झाले व पायांतील शक्तीच गेली. आतापर्यंतच्या उलटसुलट विचारांच्या रटरटीने मन ताणल्यासारखे झाले होते, पण एक काही तरी नक्की करून टाक असली धार तिला नव्हती, पण आता मात्र सुटका नव्हती. जणू त्याकरिताच लीला आज आली होती व आपल्या बडबडीने विचारत होती. होय मी आले आहे. काय करणार आहेस तू बोल! एकदा भाऊमामीला वाटले, आजच ही कारटी आली कशाला धडधडत! पण मग रमाबाईचा आवाज तिच्यावर हळूहळू फुंकर घालू लागला. भाऊमामी सारखी स्वत:ला म्हणू लागली, आता मन घट्ट कर, अगदी दगडासारखं कर. एकदाच. त्या गोष्टीला पाच-दहा मिनिटेही लागणार नाहीत आणि तेवढ्याने तू मुक्त होशील.

भाऊमामीने हातांतील कांकणांवरून बोटे फिरवली. त्यांतील दोन-तीन कांकणांचा अवळचवळ चुरा करायला पाच-दहा मिनिटेही लागणार नाहीत, पण तो चुरा बेसनाच्या पुडीत मिसळून लीलापुढे ठेवताना मात्र आपले हात रमाबाईचे व्हावेत. भाऊमामीला आताच लीलाचे ओठ हलताना दिसू लागले. खाताना तिचे गाल जास्तच फुगले. आता थोड्या दिवसांचा प्रश्न. अगदी त्याच नाचऱ्या डोळ्यांची, त्याच केसांची मुलगी इथे येईल. तेच ओठ मग तापलेल्या, अद्याप अस्पृष्ट स्तनाभोवती चुरूचुरू फिरू लागतील. त्या कल्पनेची कळ भाऊमामीच्या पोटात जागी झाली व तिने त्यावर एक हात दाबून धरला.

''भाऊमामी, आण की लवकर आम्हांला खायला!'' बाहेरून लीला अधीरपणे ओरडली. एका जागी इतका वेळ बसून राहणे तिला शिक्षेसारखे होऊन राहिले होते. ती स्टुलावरून उठली. तिने टेबलक्लॉथवरील मोराच्या कडेने बोट फिरविले. त्याचा पिसारा डोळ्यांना दिसत होता, तितकाच बोटांना मऊ लागत होता याची तिने खात्री करून घेतली आणि ती शेल्फावरील स्टेनलेसच्या तांब्याकडे आली. ती येताच निमुळत्या तोंडाची लीला तांब्यातून तिला भेटायला आली. लीलाने आ करताच स्टेनलेस लीलाने एवढा उंच लांब आ केला की लीला एकदम खळखळून हसली. तिने तिला वेडावून दाखवायला सुरुवात केली आणि दर आकृतीबरोबर तिचे हसणे मुक्त-उनाड होऊन माजघर भरून गेले.

भाऊमामीचे कपाळ तापल्यासारखे झाले. जणू सारे दुबळे धागे तोडून टाकून चरचरीत डाग देऊन तिने मन घट्ट केले, आणि तिची बोटे कांकणाभोवती सापाच्या जिभांप्रमाणे लपक लपक फिरू लागली.

केव्हाच तिने कांकणाचा चुरा करून आणला, बेसनात मिसळला, व बशी लीलापुढे ठेवली. पण समोर ठेवल्यानंतर तिला त्या बशीकडे पाहवेना. बशीचा एक

मोठा तप्त डोळा होऊन तिच्या अंगावरून सरकल्यासारखा होत होता. तिने पदराने कपाळावरचा घाम पुसला. बशी रिकामी होत असता लीलाचा खाण्याचा आवाज आघाताप्रमाणे सहन करीत ती फरशीसारख्या मनाने निमूट उभी राहिली! तासाभरातच लीलाच्या पोटात निळेजांभळे ओरखडे चराचरा उमटू लागतील, आतडी तुटू लागतील. ती आपली गोरी पावले झडझडा झाडेल. नंतर ती पावले दमून निपचित होतील. पण ती पुन्हा येतील इथे. हक्काने, तशीच नाचरी. आता या घरात जन्मलेली.

पण हा ताण तिला असह्य होऊ लागला, आणि तिचे मन हिसकल्यासारखे झाले व ती मटकन् खाली बसली. असेच आपटत आपटत शांत झालेले पाय तिने पाहिले होते. आपल्या सर्वांत लहान बहिणीचे. जोडहाडांच्या, धिप्पाड बहिणींच्या पाठीवर आलेली ही शेवटी मुलगी अगदी मुटक्यासारखी लहान, कोवळ्या केळफुलासारखी होती. सगळेजण तिला कुरवाळत, त्रस्त करत, हाताखांद्यावरच वागवत. तिला आणून दिलेल्या मखमली वहाणा तर खेळातल्याप्रमाणे होत्या. ती एकदा शेजारी हादग्याला गेली होती. 'एक लिंबू झेलू बाई दोन लिंबू झेलू' म्हणत ती फिरली, आणि रात्रभर ओरडत, पाय आपटत पहाटे निपचित पडली. बेसनपूड संपत आली असता लीलाच्या जागी भाऊमामीला ती दिसली. तिलाही असंच काही झाले असेल? मुद्दाम कुणीतरी? आपल्यासारखंच? त्यानंतर आई खंगत गेली व शेवटी तर भ्रमिष्टाप्रमाणे कुणालाही तिच्याच नावाने हाका मारू लागली. तसे झाले तिला? मग ती कुठे आहे सध्या? का इतक्या वर्षांनी इतक्या दूर हीच लीला...''

भाऊमामी एकदम पालापाचोळा, काटेरी झुडपे यांतून सैरावैरा धावू लागली. करवंदे काढत असता वाट चुकलेली हीच डोंगरातील जागा. झाडांच्या लांब लांब होत चाललेल्या फांद्यांच्या हातून सुटण्यासाठी भीतीने निःशब्द ओरडत ती भरकटली, तोंडाला चिकटलेली जाळी ओरबाडून काढून टाकली, चेहऱ्यावर आदळणारी पाखरे हातवाऱ्यांनी बाजूला केली, आणि अगदी वितळून जाऊन पुन्हा घरात तिने पाऊल टाकले, मेल्या अंगाने ती स्वयंपाकघरात आली, आणि हात जळत असल्याप्रमाणे तिने चटकन् बोटे कांकणांवरून बाजूला केली.

तिला आपल्या दुबळेपणाचा संताप आला आणि अगदी शरम वाटली. एवढी गोष्ट आपल्या हातून होऊ नये, असे आपले हात देखील वांझोटे! रमाबाईच्या मावस का चुलतबहिणीला करता आले, ते आपल्याला येऊ नये? पण मग इतर हजारो स्त्रियांना सहज करता येते ते कुठे आले आपल्याला? आपण जन्माला मुळी आलोच नाही. कुणी तरी एक आकारहीन, मातीचा गोळा पायाने खाली ठेचाळून दिला व आपण धप्पदिशी इथे पडलो. टेबल मातीचे, भांडीकुंडी मातीची, आपले

हातपाय, सारे आयुष्यच मातीचे! भाऊमामीला एकदम मलिन वाटू लागले. नादान, भेकड! आपली किंमतच तेवढी. आपण या देवीस नवस करायचा. त्या देवाला विनंती करायची, देवळासमोर भिकाऱ्यांची रांग असते त्यांतीलच एक. तीच जागा आपली, आणि थाळीत काय पडेल तेवढा आपला वाटा...

आतून धाडदिशी आवाज आला, आणि झोपेत असल्याप्रमाणे भाऊमामी माजघरात आली. लीला भेदरून उभी होती, व पाण्याचा तांब्या खाली पडला होता आणि पाणी सांडून टेबलक्लॉथवरचा मोर पाण्यातून काढल्याप्रमाणे दिसत होता. लीलाला पाहताच मामीचा राग, नैराश्य, शरम एकदम जागी झाली. आत कुठेतरी खुंटी पिरगळल्याप्रमाणे तिच्या गळ्याच्या शिरा टचदिशी बाहेर आल्या व ती कर्कशपणे ओरडली, ''जा येथून, आणि पुन्हा येशील तर बघ.'' ती तशीच पावले आपटत स्वयंपाकघरात आली, व गुडघ्यांत तोंड घालून रडत बसली.

तिचा अवतार पाहून लीला निसटली, व बाहेर दारात उभी राहून रस्त्याकडे पाहू लागली. भाऊराव चिडले. थोडे काही सांडले फुटले तर एवढे हिडीसफिडीस करायला काय झाले? त्यांना वाटले, भाऊमामीला प्रेमाचे अंगच उरले नाही. इतक्या वर्षांत ते अगदी अपंग होऊन गेले. हजारो जणींत नेमका तिच्याशी संबंध यावा हे आपले ग्रह! अशा या कोरड्या, बरड जमिनीत आपण आपल्या स्वप्नांची बीजे टाकली! भाऊरावांचे मधूनमधून रस्त्याकडे पाहणे चालूच होते. आत तर त्यांची आशा तरंगू लागली होती, कोणत्याही क्षणी कुणी तरी धावत येईल, सांगेल, निदान सांगावे, शहापूरची बस. जणू तो क्षण जास्त लवकर उमलण्यासाठी ते म्हणाले, ''लीला थांब, तू इतक्यात जाऊ नकोस.''

लीला न बोलता तोंडात एक बोट अडकवून रस्त्याकडे पाहत होती. आता कोपऱ्यावर कुणी तरी दिसले, व ती आनंदाने बोंडाप्रमाणे झाली. तिने टाळी वाजवली व ती ओरडली. ''आले दादा, ताई—'' आणि ती खंड्याच्या निळ्या पंखांप्रमाणे निसटली. ''ए लीला, थांब जरा. अग ती गोष्ट —'' भाऊराव म्हणाले, पण तोपर्यंत ती रस्त्यावर धावलीदेखील.

भाऊरावांना एकदम भकास वाटले, आणि आपले शरीर झाडाच्या ढोलीसारखे पोकळ झाले अशी एक चमत्कारिक जाणीव त्यांना झाली. भाऊमामी आतून आली, ''त्या कारटीला पुन्हा इथं आणू नका,'' ती कोरड्या शब्दांनी म्हणाली. तिने टचदिशी दिवा लावला व त्याचा पिवळसर प्रकाश सोप्यावर पसरला.

भाऊरावांनी निर्जीव काचेच्या डोळ्यांनी पाहिले. सारा सोपाच निर्जीव, विशाल अशा पिवळसर गणेशपाखरासारखा दिसू लागला. स्विच, खुंट्या, आपले डोळे, भाऊमामीचे लहान डोके, हे सारे त्यावरील ठिपके आहेत असे त्यांना वाटले.

आता त्यांना भाऊमामी, तिचे ओबडधोबड अंग, तेलकट चेहरा, पुढचा दात आणि धुराने त्रस्त झालेले डोळे सारे असह्य वाटू लागले व त्यांचे पोट उन्मळून आले. ते मनातल्या मनात ओरडले, ''जा तू इथून — इथं राहू नकोस. तुझ्याकडे पाहिले की तुझ्या पुढच्या दातात अडकून लोंबकळणारं माझं आयुष्य मला दिसतं.'' पण भाऊमामी तेथे राहिलीच नाही. बाहेर पाहत आत जाण्यासाठी ती वळली, व चौकटीला धडकून आत गेली. आणि अशा वेळी ते नेहमी काय करत तेच भाऊरावांनी केले. त्यांनी दात घट्ट दाबून धरले व पिवळसर प्रकाश सहन करीत खुर्चीत बसले.

मराठवाडा : दिवाळी १९६०

त क्ष क

अण्णाराव संध्याकाळी बरोबर चार वाजता आपल्या दोन भव्य तीनमजली चाळीत फेरी टाकीत, ते पाण्याचे मशीन चालू झाले, विठूने मधला रस्ता झाडला, रातपाळीचा गुरखा आला आहे हे — पाहण्यासाठी, हे जरी खरे असले तरी आपल्या कर्तृत्वाच्या खुणा समोर पाहाव्यात हा त्यांचा मुख्य हेतू असे. या दोन चाळी म्हणजे त्यांनी आयुष्यात रोवलेले दोन पाय होते; दिवसावर चिरेबंदी दिवस रचून बांधलेल्या जीवनाचे ते एक प्रतीक होते. चाळीस वर्षांपूर्वी त्या जागी थोडी झाडे असलेले माळरान होते. तेथे एक जुने स्मशान होते, कारण खणताना जमिनीतून टोपली-टोपलीभर हाडे निघत. काही वेळा एखाद दुसरी कवटीदेखील अनपेक्षितपणे अंधारातून वर येऊन निर्जीव हसत प्रकाश पाहत असे. कुणाची सारी हाडे ती? आणि त्या हसणाऱ्या कवट्यांचे मालक कोण? कुठले? अण्णारावांना पुष्कळदा त्या मजुरांनी ती हाडे, कवट्या कुठे टाकल्या, काय केल्या याचे आश्चर्य वाटे. त्या माळरान उजाडपणातून त्यांनी या चाळी उभ्या केल्या. कदाचित अद्यापही त्यांच्या पायात काही सांगाडे असू शकतील. चाळीस वर्षांपूर्वी हा भाग वैराण असेल, पण त्या वेळी त्यांचे आयुष्यही तसेच होते. अन्नान्नदशा होऊन ते आईबरोबर आपले गाव सोडून इथे आले, त्या वेळी त्यांना एक महिना रामाच्या देवळात काढावा लागला. धर्मशाळेत रात्रभर वारा पिसाटासारखा घोंगावे. गांजाने डोळे तारवटलेला पांडू पुजारी रिकामटेकड्या माणसांच्या घोळक्यासमोर आज हाकलून देतो, उद्या हाकलून देतो अशा धमक्या देई. गाभाऱ्यात फेकलेले ओलसर तांदूळ जास्त स्वस्त मिळत. वांग्याचे तुकडे घालून केलेल्या लाल पाण्याबरोबर तो कुबट भात खाऊन भूक नेहमी अतृप्त राहत असे. आणि धर्मशाळेतील उंदराप्रमाणे रात्रभर अंधार कुरतडीत असे. दोन वर्षांपूर्वी त्यांनी साऱ्या देवळात संगमरवरी फरशी बसवली, आणि गाभाऱ्याच्या

चौकटीला चांदीच्या पत्र्याने मढवले. 'मातोश्री यमुनाबाईंच्या स्मरणार्थ' पांढरा दगड, काळी अक्षरे, खाली दगडात कोरलेले कासव! मातोश्री यमुनाबाई हाडांच्या काड्या करून मेली. अण्णारावांना लोकांनी कुत्र्यासारखे वागवले. आईबापांचा उद्धार करीत भांडेभर नासकी आमटी दिली. रक्त ओकेपर्यंत पाणी ओढून घेऊन शेवटी ठरावाच्या अर्धे पैसे हातावर ठेवले. आधार दिला तो धर्मशाळेच्या जमिनीने. अण्णारावांच्या आज चाळी होत्या, स्वत:चे दुमजली घर होते. त्यांच्या खुणेने रस्त्यावरून पस्तीस ट्रक्स धावत होत्या, आणि गावात तीन निरनिराळी दुकाने होती. कुबट तांदुळाचा वास व बँकेत पाऊल टाकताच अदबीने स्वत:च्या खोलीत मॅनेजरपुढे ठेवलेल्या चहाचा मस्त वास — या दोन टोकांतील दुवा आपण! आपले चाळीस वर्षांचे कर्तृत्व.

त्यांनी जाकिटावर आडवी पसरलेली सोन्याची साखळी ओढली व किती वाजले हे पाहिले. वास्तविक त्यांना घड्याळाची गरजच नव्हती. पण मागे ते छत्रे वकिलांच्या घरी पाणी भरायला जात असत, त्या वेळी त्यांनी तसली साखळी त्यांच्या रेशमी जाकिटावर पाहिली होती. तेव्हापासून आपली एक स्वत:ची झगझगीत साखळी असावी ही इच्छा त्यांच्या आयुष्यात दोऱ्याप्रमाणे ओवली गेली होती. ती असावी म्हणून त्यांनी घड्याळ घेतले व अगदी तसले जाकीट शिवले. आता पाच वाजले होते. आजही जर दुपारी आपला माळी आला नसेल तर मात्र आता त्याला लाथ मारून हाकलून घातले पाहिजे असे त्यांना वाटले. हल्ली सगळेच लोक अंगचोर झाले आहेत. टेलिफोन दुरुस्त करण्यासाठी चार वेळा निरोप पाठवले. बंदुकीचा घोडा मोडला, त्यासाठी दुकानात आज उद्या करीत फेऱ्या चालूच आहेत. काम चुकवण्याची सुबा माळ्याची ही महिन्यातली तिसरी खेप! हरामखोर. काम चोख करावे आणि लायकीप्रमाणे पैसे उचलावेत! पण सुबा आता म्हातारा झाला होता, व त्याच्याकडून काम होत नसे. गेली दोन वर्षे डेलियाची बक्षिसे अण्णारावांच्या हातून निसटली होती. तेव्हा त्याला काढून टाकण्यासाठी कारण शोधीत गेले चार दिवस त्यांनी विचार केला होता. वीस वर्षे काम केलेल्या माणसाला मेल्या मांजराप्रमाणे उचलून टाकून देणे हे फारसे सोपे नाही. पण अण्णारावांना वाटले, हे काही लिबलिबीत भोळसर भावनांचे काम नाही. येथे लोखंडी पाऊलच टाकले पाहिजे. आपणाला कधी कुणी लाथ मारल्याखेरीज भीक घातली नाही. आणि निरुपयोगी माणसांना निरुपयोगी आहात म्हणून सांगण्यात संकोच कसला? असल्या बाबतीत आपण पोटच्या पोरांची गय केली नाही. मग हा तर काय, टाकल्या पैशाचा माणूस! आज जर सुबा आला नाही तर त्याला काढूनच टाकण्याचा त्यांनी निश्चय केला, व त्यांना बरे वाटले. त्यांना समाधान वाटले ते आपल्या सामर्थ्याचे. फक्त एक वाक्य – की त्यासरशी वीस वर्षे काम केलेला माणूस पाठ वाकवून बाहेर पडतो, व पोटासाठी वणवण हिंडू लागतो!

अण्णाराव किंचित हसले. त्यांना हसताना पाहून रस्त्याने जाणाऱ्या एकाने त्यांना नम्रपणे नमस्कार केला. तिकडे नुसते पाहून हात मागे धरून अण्णाराव गेटमधून बाहेर आले.

त्यांनी वाटेत सिगरेटचा डबा विकत घेतला. पैसे देता देता त्यांचे लक्ष तेथल्या कॅलेंडरवरील तारखेच्या मोठ्या आकड्याकडे गेले. सहा एप्रिल. ती तारीख वाचताना नकळत आत त्यांना कुठे तरी धक्का बसला. सहा एप्रिल? काय आहे, काय होते बरे या तारखेला? त्यांनी आठवण्याचा प्रयत्न केला, पण काय ते त्यांच्या ध्यानात येईना. त्यांनी पंधरा दिवसांपूर्वी एक सरकारी टेंडर भरले होते. पण टेंडरे उघडण्याची तारीख आठ एप्रिल होती, सहा नव्हे. अखेर त्यांना वाटले, तसे काही असेलच तर रावजी कारकून आठवण करतीलच. त्यांनी तो विचार मनातून काढून टाकला व ते घराकडे चालले.

वाटेत रानडे यांचा दवाखाना होता. डॉक्टर बाहेरच उभे होते व त्यांनी अण्णारावांना किंचित हसून नमस्कार केला, व म्हणाले, "आहे ना आमच्या कामाचं लक्षात?" अण्णारावांनी मान हलवली, व उलट नमस्कारासाठी हात न सोडता ते पुढे चालले. गेल्या आठवड्यात त्यांच्या सूतिकागृहात एक बाई मेली, तर हातात पुरे बिल आल्याखेरीज त्याने प्रेत हलवू दिले नाही. पण आपणाला काय पण लवून मुजरा करतोय बेटा! जर त्या धर्मशाळेत जमिनीवर मी थंड रात्री काढल्या नसत्या तर या नमस्काराने अगदी हुरळून गेलो असतो अगदी! पण हा सलाम मला नाही. कृष्णवाडीतील आपला एक बंगला रिकामा होणार आहे, तो याला हवा आहे, त्यासाठी हे सारे गारूड आहे. अण्णारावांना थोडा अभिमान वाटला. किती तरी जणांच्या नाड्या आपल्या हातात आहेत! नाचवू तशी नाचतील ही बाहुल्या! पण आज संध्याकाळपर्यंतच याला समजेल की आपण तो बंगला मनसुखानीला कालच दिला. त्या वेळी बघू त्याचा नमस्कार कसा येतो तो! चाळीस रुपये जास्त भाडे आणि सदिच्छेसाठी नगद दोन हजार रुपये! रानड्याला परवडले असते हे! उलट तो जुन्या भाड्यातच पाचदहा रुपयांसाठी घासाघीस करीत बसला असता!

असे करण्यात आपले काही चुकले असे अण्णारावांना वाटले नाही. पैसा हेच एक लक्षण सगळ्यांनी स्वीकारले आहे. काही जणांनी उघडपणे तर काहींनी व्यभिचारी स्त्रीच्या अंधारवृत्तीने, एवढाच फरक! आपल्या फडतूस गुरुकुल पद्धतीच्या शाळेसाठी देणगी मागण्याकरिता येणारा दामले गुरुजी पाहा! आपल्याला पेट्रोलच्या किमतीबद्दल एक हजार रुपये दंड झाला त्या वेळी त्याने एका व्याख्यानात त्या हकिकतीचा तिरपा उल्लेख केला. आता तोच वहाणा झिजवीत आहे आपल्या घरी!

हरामखोरांना आमचा पैसा चालतो, पण तो मिळवणारे आम्ही? छे, छे! समाजकंटक देशद्रोही! इतर पोरांना इंग्रजी शाळेतून काढून चरखा फिरवा, सूत काढा म्हणून सांगत स्वतःच्या मुलांना मात्र टेक्नॉलॉजीच्या शिक्षणासाठी इंग्लंड-अमेरिकेला पाठवणारा हा दाढीजंगल्या माणूस मात्र समाजभूषण! दामले गुरुजींच्या आठवणीने अण्णारावांना सगळ्याविषयी कुत्सितता वाटू लागली. पैसाच लक्षण स्वीकारल्यावर मग अनमान का! पीक काढणे महत्त्वाचे ठरल्यावर जास्तीत जास्त पीक काढणाऱ्याला मग काही तुम्ही चाबकाचे फटकारे मारीत नाही! पण अण्णारावांना दामलेपेक्षाही रानड्यांचा जास्त तिरस्कार वाटला. याला जगात चांगल्या गोष्टी पाहिजेत. बंगला पाहिजे, मोटार पाहिजे. पण त्याची बाजारी किंमत द्यायला नको. मग लेको, येता कशाला बाजारात! अरे, त्याला धर्मशाळेतल्या जमिनीची किंमत द्यायला पाहिजे. कसेबसे दोन घास गिळून आयुष्याच्या कडेला एखाद्या कुत्र्याप्रमाणे हिंडायलाही काळजाला भोके पाडून घेतली पाहिजेत! म्हणे आमचे काम लक्षात आहे ना! बिलासाठी अडवून ठेवलेल्या प्रेताबरोबर गेले तुझे काम मसणात!

अण्णाराव आपल्या घराजवळ आले त्या वेळी त्यांना फाटकापासून जरा अंतरावर एक टांगा उभा दिसला. कुणासाठी आला आहे हा? असेल शेजाऱ्याकडे, असे जुजबी उत्तर देऊन ते आत आले. त्यांची मुलगी प्रेमा बागेत गुलाब खुडीत होती. त्यांना पाहताच तिने त्यांच्याकडे पाठ वळवली, व खांद्यापासून अगदी जमिनीपर्यंत लोळणाऱ्या पदराची घडी उगीचच सारखी केली. तिची पाठ उघडी होती, व खणाची चोळी अर्ध्यावरच संपली होती. तिच्याशी बोलावे, सभ्य स्त्रीसारखा पदर घे, असे तिला ताडकन् सांगावे असा मोह त्यांना एकदा झाला. पण त्यांनी तो टाळला. परंतु त्यांचा चेहरा कठोर होऊन कपाळावर शीर कोरल्याप्रमाणे ताठली. छट, आपण आता नाही तिच्याशी बोलणार! मला दंश करण्याचा प्रयत्न झाला की मग पोटच्या पोरांचीदेखील गय नाही. मी मी म्हणणाऱ्यांचा मी नक्षा उतरवला आहे. तू तर कालची पोर. उगाच जाऊ नको त्या पल्ल्याला! ते काही बोलले नाहीत, पण त्यांना वाटले, ही हल्ली फार मस्तावली आहे, एकदा वेताने फोडले पाहिजे तिला!

तिचाच विचार करीत ते पायऱ्या चढून आले, व आत कपडे काढून येऊन ते सोप्यावर खुर्चीत बसले. ते तेथे येऊन बसले की समोरच्या टेबलावर चांदीच्या ट्रेमध्ये चहा हवा. साखर नाही. पण त्यांना येऊन दहा मिनिटे झाली तरी चहा आला नाही. त्यांना वाटले, सारे हरामखोर, सोकावून गेले आहेत अगदी! त्यांना लाथेची एकच भाषा समजते. संतापून ते ओरडणार तोच नरसू ट्रे घेऊन लगबगीने आला. त्यांच्या डोळ्यांकडे नजर जाताच तो शरमला, व आत जाऊ लागला.

"सुबा आला नाही आज?" चहा घेत त्यांनी विचारले. पण त्यांना उत्तराची

गरज नव्हती. सुबा आला नव्हता. तोच त्यांना सहा एप्रिलची आठवण झाली. ''जा, त्या रावजीला बोलाव.''

नरसू अस्वस्थपणे उभा राहिला. अखेर मोठ्या धैर्याने तो सांगू लागला, ''आज रावजी आले नाहीत. त्यांची मुलगी —''

हा कारकूनही त्यांपैकीच. हरामखोर! पंधरा वर्षे काम करतो आहे, पण कुणी सहज तोंड उघडताच एक दात चोरण्याची त्याची वृत्ती गेली नाही. त्यांनी नरसूला अर्ध्यावरच हाकलले, व चहा घेतला. प्रेमाने त्या पल्ल्याला जाऊ नये बरं!

प्रेमा घोड्याच्या शेपटीसारखे केस बांधीत असे, व ती पुष्कळदा जरीची किनार असलेली शाल पुढे गळ्याजवळ आकडा लावून पाठीवर टाकीत असे. ती रस्त्यातून गेली की तिच्या मागे लोक डोळे मिचकावून हसत हे अण्णारावांनी पाहिले होते. आपले पुष्ट दंड दाखवीत सायकलवरून हिंडणे, बॅडमिंटनच्या निमित्ताने वाटेल त्याच्याबरोबर हिंडून रात्री-बेरात्री परतणे हे तर नेहमीचेच होते.

एकदा ती हॉटेल ब्लूमध्ये कसल्या तरी पार्टीला गेली, व झोकांड्या खात परत आली. अण्णारावांना वाटले, ही मुलगी पाहता पाहता काय बदलून गेली अगदी! दहा वर्षांपूर्वी ती क्वचितच घराबाहेर पडे. तिचा सारा वेळ सोप्यावर पडून कसली तरी कवितांची पुस्तके अधीर डोळ्यांनी वाचण्यात जात असे. ती प्रेमा, आणि ही निबर, पुरुषी — आणि लोक म्हणतात त्यातील जरी अर्धेच खरे असले तरी — निर्लज्ज बाई! दहा वर्षांपूर्वी तिने कुणा तरी कुलंगी फडतूस माणसाला घरी आणले. तो तिच्या कॉलेजातीलच होता. अंगात इस्त्रीचे कपडे, पण त्याच्यात पुरुषी कंबरच नाही. धर्मशाळेतल्या जमिनीवर झोपायला सांगितले तर हाडे मेणबत्त्यांसारखी वितळून जातील असले नादान शरीर! त्याच्याशी प्रेमाला लग्न करायचे होते. कारण काय तर तो इंग्रजी उत्कृष्ट लिहीत असे व त्याचा एक मराठी काव्यसंग्रह प्रसिद्ध झाला होता! खरेच, असल्या कारणासाठी एखाद्याशी लग्न करण्याची इच्छा स्त्रियांना होते तरी कशी? त्याच्याशी बोलताना त्याला अवमानित करण्यासाठीच अण्णाराव शब्द थुंकले, त्यांनी हसत प्रश्न विचारले. तो निघून गेला त्या वेळी तो प्रेमाला भेटला नाही, आणि एखाद्या मळक्या चिंधीसारखा बाहेर पडला. त्या संभाषणापैकी एक भाग अण्णारावांनी मुद्दामच प्रेमाला सांगितला नव्हता. नाही तर असल्याची आपण निवड केली याची तिला जन्मभर शरम वाटायची, ती जन्मभर इतर पुरुषांकडे पाहायची नाही.

''पण समजा, हे लग्न ठरलं तर माझ्याकडून एक पैही मिळणार नाही,'' अण्णाराव म्हणाले होते. ''मग तुम्ही आपला संसार चालवू शकाल ना?''

या प्रश्नाने तो दचकला, गोंधळला होता. तो चाचरत म्हणाला, ''पण तुम्ही तिच्यासाठी पंधरा हजार रुपये ठेवले आहेत ना? माझा असा विचार होता की, त्या

मदतीवर इंग्लंडला जाऊन यावं. नंतर चांगली नोकरी मिळायला अडचण पडणार नाही. पण आत्ताच जर नोकरी धरली तर माझे सारे चान्सीस स्पॉइल होतील! तेव्हा —'' शेवटी ते वाक्य अर्धेच सोडून त्याने घाम पुसला होता. पंधरा हजार! त्यांनी प्रेमासाठी वीस हजार रुपये ठेवले होते. त्याला इंग्लंडच काय, पण त्यांनी जगभर फिरवून आणले असते. पण ते नादान, दुबळे, बिननेटाचे आयुष्य! म्हणे माझा विचार होता. रानडे काय, हे सुकल्या केळीसारखे दिसणारे पोर काय, चांगल्या वस्तू पाहिजेत, पण किंमत देण्याचे धैर्य नाही.

दहा वर्षांत प्रेमा पार बदलली. आता तिला अर्धी पाठ एखाद्या जाहिरातीप्रमाणे उघडी टाकून फुले तोडताना पाहताच त्यांचा संताप जागा झाला. चारच दिवसांपूर्वी त्यांनी तिच्याशी बरोबरीने मनमोकळे बोलणे केले होते. परकरावरची फुले दाखवीत नायलॉनसारखे निर्लज्ज पातळ नेसणे, देवीच्या खुणा दाखवीत दंड खांद्यापर्यंत मोकळे टाकणे, रस्त्यावरच्या घोळक्यात डोळे उडवीत मुरळीसारखे खिदळणे बरे नाही, शोभत नाही.

''दादा, आता माझं आयुष्य माझं आहे,'' त्यांच्याकडे रोखून पाहत ती भडकून म्हणाली होती, ''मागे एकदा मी त्याबद्दल तुम्हांला विचारलं आणि तुम्ही मला चिरडून टाकलंत. आता मी मोकळी आहे. मी आता तुमच्यावर अवलंबून नाही. मी येत्या एक तारखेपासून नोकरी धरली आहे. आणि मी नंतर स्वतंत्र राहणार आहे.''

अण्णाराव किंचित चरकले. तिच्या आईने त्यांच्याशी बोलताना कधी आपल्या जोडव्यावरून नजर उचलली नव्हती. सदानंद घराबाहेर पडला त्या वेळी अण्णारावांना समजले होते. त्यामुळे प्रेमाच्या शब्दांनी त्यांचे शरीर जळू लागले.

''तू आत्ताच चालती झालीस, तर माझे डोळे काही वाहून आंधळे होणार नाहीत,'' ते शांतपणे म्हणाले. अत्यंत संतापाच्या वेळी शांत राहण्याची देणगी त्यांना मिळाली होती. फक्त त्यांच्या कपाळावरील शीर मात्र कुंडलिनीप्रमाणे जागी होत असे, व शब्दांना धार असे. ''पण एक लक्षात ठेव. हा उंबरा ओलांडलास की आपला संबंध तुटला. तू माझं नातं सांगू नयेस. तू अन्नान्न करीत माझ्या दारात पडलीस तर तुला तेथून हाकलण्यासही मी खिडकी उघडणार नाही. तुझा भाऊ, पुरुषासारखा पुरुष, तो टिकला नाही माझ्यापुढं. तू तर एक उर्मट, मूर्ख मुलगी आहेस.''

''सदानंदाजवळ लोकांना हवं असं काही नव्हतं. उलट तसलं काही तरी असावं म्हणून त्यानं ते खुळचट दुकान उघडलं, व आयुष्य वाया घातलं,'' प्रेमा तिरस्काराने म्हणाली होती. ''माझ्याजवळ तसं खूप आहे, आणि मला त्याचा अभिमान आहे. आता मी, तुम्ही साऱ्या आयुष्यभर जे केलं तेच करणार आहे. जास्तीत जास्त किमतीला मी त्याचा सौदा करणार आहे.''

अण्णाराव आपल्या खोलीत आले, व खुर्ची घट्ट धरून उभे राहिले. साऱ्या आयुष्याच्या कडेने आग लागल्याप्रमाणे वाटू लागले. जवळ बंदूक असती तर एका वेड्या क्षणी त्यांनी ती तिच्यावर कदाचित चालवली असती. 'तू या गावात फार दिवस टिकणार नाहीस. गडगंज संपत्तीचा नगरशेट्टी – त्याने कापसात माझ्याशी ईर्षा केली. शेवटी त्याला सारे विकावे लागले, आणि त्या नवराबायकोनी विहिरीत उडी घेतली. माहीत आहे तुला? आता आपले नाते तुटले आहे, आणि अण्णारावांशी प्रसंग आहे. लक्षात ठेव,' ते पुटपुटले 'लक्षात ठेव.'

सदानंद त्यांच्या प्रचंड स्टेशनरी दुकानात विक्रेता म्हणून काम करीत होता. स्वत:चा मुलगा म्हणून अण्णारावांनी त्याला कधी सवलत दिली नाही. एकदा तो एक दिवस गैरहजर राहिला तेव्हा त्यांनी त्याचा पगार एक रुपयाने कमी केला व हातातून पडून दुकानातला एक थर्मास फुटला तर त्याला दहा रुपये भरावे लागले. मुलगा असेल तर घरी. घरी त्याचा झोपण्याचा पोषाखही होता. पण दुकानात त्यांनी त्याला हातावर घड्याळ बांधू दिले नाही. तो एकदा चार दिवस घरी आला नाही. चौथ्या दिवशी त्याने त्यांच्या दुकानासमोर छोटे स्टेशनरीचे दुकान उघडले. अण्णाराव तसेच घरी आले, व त्यांनी काकूला बोलावले.

''अस्सं! आतापर्यंत साप पोसला मी! त्याला नागिणीनं दूध पाजवलं,'' ते म्हणाले, ''त्याला दुकानाला भांडवल कुणी दिलं?''

काकूने भेदरून वर पाहिले, व तिचे अंग कापू लागले. ''प्रत्यक्ष पोटचा मुलगा तो. त्याला तुम्ही कुत्र्यासारखं वागवलं—''

अण्णाराव ओरडले, व काकू आकसून मुठीएवढी झाली. ''तू आपले दागिने दिलेस. द्यायला हरकत नाही. पण जर तू तुझ्या बापाच्या घरून गुंजभर सोनं आणलं असतंस तर ते शोभून दिसलं असतं! स्वाभिमान दाखवावा, पण स्वत:च्या हिमतीवर. आजपासून तू अंगावर गुंजभर सोनं घालू नकोस.''

संध्याकाळपर्यंत तिच्या अंगावरील कुड्या व बिलवर उतरले, आणि दुसऱ्या दिवशी सकाळी गळ्यात दोऱ्याचे मंगळसूत्र आले. त्या भरल्या घरात ती कर्दळीसारखी हिंडू लागली.

अण्णारावांनी तोच माल अर्ध्या किमतीत विकायला काढला. दोन महिन्यांत सात हजारांचे त्यांचे नुकसान झाले. पण सदानंदाने दुकान बंद केले, व त्याचे फर्निचरही कर्जापायी जप्त होताना अण्णारावांनी स्वत:च्या दुकानातून शांतपणे पाहिले. सदानंद शरमून एका तालुक्याच्या गावी गेला, व तेथे त्याने दुसरे एक दुकान घातले.

एकंदरीने आपले आयुष्यच वांझोटे झाले, असे अण्णारावांना अनेकदा वाटे. मातोश्री यमुनाबाईच्या स्मरणार्थ आपण काही तरी केले, पण वडील अण्णाराव देसाई

यांच्या स्मरणार्थ — काही नाही, काही नाही! तिसरे कारटे जयराम, त्याला तर पहिल्यापासूनच भिकेचे डोहाळे होते. ट्रक्सच्या ऑफिसात त्याला हिशेबाचे काम दिले होते, त्याकडे पाठ करून तो तास न् तास रंग चिताडत बसे. रविवारी जेवण झाल्यावर कुठे तरी जाऊन तो पाचसात कागद बरबटून येत असे. झाडासारखे झाड, पाण्यासारखे पाणी, त्यात पाहायचे तरी काय? रंगवायचे तरी काय? उलट फोटोग्राफीला काही तरी किंमत होती. कलेक्टर-कमिशनरच्या ओळखी झाल्या असत्या तर आणखी एक धंदा काबीज करता आला असता! पण नाही, उंदीर कुरतडणार नाही असलेच चिटोरे तो रंगवणार! त्याला पुन्हा आईची फूस मिळाली, व मुंबईला शिकायला जायची त्याने तयारी केली. तेथल्या कुठल्या मसण्या कॉलेजने त्याची नुसती चित्रे पाहूनच त्याला प्रवेश दिला होता.

अण्णारावांना ते समजताच त्यांनी समोरचे ताट बाजूला सारले, त्याचे बांधलेले सामान काढून अस्ताव्यस्त फेकून दिले. चित्रांची फाईल जाळून टाकली व ब्रश गुडघ्यावर वाकवून मोडून टाकले. जयराम वयाने एवढा मोठा, पण तोंडातून एक शब्द न काढता बाजूला निमूटपणे उभा होता. दुसऱ्याच दिवशी अण्णारावांनी त्याला कापूस-खरेदी दुकानात राणीकोटला पाठवून दिले.

दैत्यासारखी रानवट धिप्पाड माणसे; भाजीत वाटीभर तूप ओतून मिरची पुडीच्या फक्क्या मारत जेवणारी. कुठेही हिरव्या रंगाचा डाग नाही. सर्वत्र उन्हाने तडकलेला काळा रानोमाळ पसारा. तेथे एकच धंदा होता. तरटाच्या प्रचंड जाळ्यातून कापसाचा ढिगारा आणायचा, व केसा-मिश्यांना चिकटलेले कापसाचे धागे उपसून काढीत बसायचे.

चार महिन्यांनंतर कुणी तरी जयरामला घरी आणून पोहोचवले. त्या वेळी त्याचे डोळे लालभडक झाले होते; केस पिंजारल्यासारखे दिसत होते व त्याला कपड्यांची शुद्ध नव्हती. तो महिनाभर अंथरुणाला खिळून होता. पण नंतरही काही खायचा नाही, प्यायचा नाही. तो सारखा गुडघे अगदी जवळ घेऊन भ्रमिष्टासारखा बसून असे. पंधरा दिवसांचा हिशेब काय केलास म्हणून अण्णारावांनी हजार वेळा विचारले असेल, पण दर वेळी डिवचल्याप्रमाणे जागा होऊन काचेच्या डोळ्यांनी गप्प पाहत बसे. महिनापंधरा दिवसांनी तो बेफाम होत असे. त्या वेळी तो ताट आपटायचा, कपबश्या फोडून चक्काचूर करायचा, किंवा चादरी फाडून चिंध्या उधळायचा. अखेर अण्णारावांनी त्याला खालची कडेची खोली दिली व तिला कुलूप लावू लागले. तो मेला त्या वेळी गुडघे जवळ घेऊनच बसला होता, व त्याचा प्राण उघड्या डोळ्यांनी गेला होता. त्याचे मनगट चिमटीत धरण्याजोगे पातळ झाले होते. काकूने त्याच्या जिनसा तो कधी तरी येणार असल्याप्रमाणे तेथे व्यवस्थित मांडून ठेवल्या. तेथे ती स्वत:

झाडलोट करी व वर्षांतून एक दिवस समई लावी. अण्णारावांनी मात्र तेथे कधी पाऊल टाकले नाही. आपण धर्मशाळेत जमिनीतून आयुष्य शोषून घेतले, पाणचट ताकावर रक्त वाढवले, आणि पोलादी पायांनी पावले टाकली. पण आपल्या आयुष्याला हे नादान कोंब कुठून आले? सदानंद निर्वासित झाला, प्रेमाने अब्रूचे दुकान लावून स्वत:च्या आयुष्याची निर्लज्ज लावणी केली, आणि हे कारटे तोंड काळे करून सहा एप्रिलला वाया गेले!

सहा एप्रिल आठवताच ते चमकले. अद्यापही मघाची हुरहूर मनाला होती. चमत्कारिक आश्चर्य वाटले, व त्यांनी पुन्हा घरच्या कॅलेंडरकडे पाहिले. रावजी आले नसल्याने पाचच तारीख दिसत होती, पण खरी तारीख होती सहाच! अण्णारावांनी एक सुस्कारा सोडला. असले नि:संतान आयुष्य. आपल्या स्मरणार्थ होणार काय? पण त्यांना लगेच वाटले, करायची काय असली दुबळी स्मारके? माझ्या दोन चाळी आहेत, पस्तीस ट्रक्स धावत आहेत, आणि आठ जिल्ह्यांतील कापूसव्यापार माझ्या हातात आहे. ही माझी खरी स्मारके, आयुष्यात उमटवलेली पावले!

बाहेर टांगा वाजला, व अण्णाराव उठून सहज बाहेर व्हरांड्यात आले. काकूही बाहेर आली, पण सोप्यावरच थांबली. टांगा निघून गेला, व ती डोळ्याला पदर लावून झटकन् आत गेली. टांग्यात प्रेमा होती, व तिच्याबरोबर तिची मोठी ट्रंक होती. कठड्याला हात धरून अण्णारावांनी हळूहळू एक पाऊल थोडा वेळ आपटले, व तिच्याकडे पाहत ते पुटपुटले, ‘‘जा, पण लक्षात ठेव — लक्षात ठेव.’’

ते थोडा वेळ तेथे उभे असता त्यांचे लक्ष समोरच्या हॉटेलकडे गेले, व साऱ्या आयुष्यावरून गिधाडाची छाया पसरून गेल्याप्रमाणे त्यांना वाटले. ते जागच्या जागी खिळले, व त्यांची नजर गोठल्यासारखी झाली. हॉटेलमधून एक काळा धिप्पाड माणूस बाहेर पडला होता, व तो बाजूच्या दुकानातून विड्या घेत होता. पैसे देताना त्याने खाकी पिशवीत असलेली बंदूक बाजूला उभी केली, व खिशातून नाणी काढली. त्याने विड्या घेतल्या, व जाड वहाणा चुर्रचुर्र वाजवीत तो निघून गेला. त्याचा चेहरा अण्णारावांना ओझरता दिसला, पण तेवढ्यानेच त्यांचे आयुष्य थप्पड मारल्याप्रमाणे हादरले.

ते घरात आले ते बधिर मनानेच. त्यांच्या शरीराला कंप सुटला होता. ते खुर्चीत बसले ते अंग आखडूनच. तो माणूस रायण्णाच होता. पण तो इतक्यात सुटला? चार वर्षे होऊन गेली त्या गोष्टीला? तो महिना नक्की त्यांच्या ध्यानात येईना. काल तर घडलेली गोष्ट, तिला चार वर्षे होऊन गेलेली असणे अशक्य! रावजींना सगळे माहीत आहेच. ‘‘रावजी —’’ ते खेकसले. दुसऱ्या क्षणी नेहमीप्रमाणे चाळशीवरून पाहत हातात कागद घेतलेली रावजींची कृश, वृद्ध आकृती बाजूच्या खोलीतून यायला हवी

होती, पण कुणी आले नाही. समोरचा दिवा कापरा करीत ते पुन्हा मोठ्याने ओरडले व त्यांनी टेबलावर मूठ आपटली. तेव्हा नरसू लगबगीने आला. ''आज रावजी आले नाहीत. त्यांची मुलगी—'' तो सांगू लागला.

''त्यांची मुलगी गेली मसणात,'' ते चिडून म्हणाले, ''त्याचा संसार चालावा म्हणून मी त्याला पोसत नाही. माझ्या कामासाठी त्याला नोकरीवर ठेवला आहे. जा, तो असेल तेथून त्याला पुढे घालून घेऊन ये. हरामखोर!''

नरसू आत गेला. तो हलक्या आवाजात काकूंशी काही तरी बोलला, आणि सदरा अडकवीत बाहेर पडला. काकू जयरामच्या खोलीतून परत बाहेर आली. आज तिने तिथे समई लावली होती. प्रेमादेखील — अगदी त्याच दिवशी! काकू बाहेर आली, व सोप्याच्या उंबऱ्याजवळ उभी राहिली. अण्णाराव सोप्याला असताना असे क्वचित होत असे. पण नरसू बाहेर गेला होता म्हणून ती बाहेर आली होती.

''कोणी तरी येऊन गेलं मघाशी आपल्याकडे,'' ती म्हणाली, ''काळसर माणूस होता खेडवळ. नंतर येतो म्हणाला तो.''

''कोण होता तो? त्याच्या हातात — केव्हा येणार आहे तो?'' खुर्चीवरून एकदम उठत अण्णारावांनी विचारले, ''काय नाव त्याचं?''

काकूला फार आश्चर्य वाटले. 'काम असेल तर येईल पुन्हा' असे नेहमीचे बेफिकीर उत्तर येईल असे तिला वाटले होते. पण अण्णाराव भेदरलेल्या डोळ्यांनी तिच्या उत्तराची अगदी अधीरपणे वाट पाहत होते. त्यांच्या बोलण्याने जयरामच्या डोळ्यांत दिसे तशी भीतीची छाया आता खुद्द त्यांच्यात दिसत होती. तिला वाटले, जयरामला डोळे मात्र आपल्या बापाचे मिळाले होते.

''उभी काय शुंभासारखी? कोण होता तो? कशाला आला होता?'' पुन्हा ते कर्कशपणे म्हणाले.

''मी-मला माहीत नाही. नरसू होता बाहेर, तोच बोलत होता. मी त्या माणसाला फक्त ओझरतं पाहिलं. नरसूला माहीत असेल तो कोण, काय ते,'' त्यांच्या शब्दांच्या प्रहाराखाली अंग लहान करीत ती म्हणाली.

''नरश्या, ए नरश्या—'' आतल्या बाजूला तोंड करून अण्णाराव ओरडले. त्यांचा आवाज एकदम घुमल्यासारखा झाला.

''त्याला तुम्हीच पाठवलं नाही का आता?'' काकू म्हणाली.

''जा चालती हो डोळ्यांपुढून! तो रावजी, नरश्या, तू देखील — सगळेच पिंडावरचे कावळे आहात. हरामखोर! काळी करा तोंड इथून. कसल्या लोकांशी गाठ पडली जन्मभर!'' खुर्चीत अंग टाकीत अण्णाराव म्हणाले.

लाथ मारलेल्या कुत्र्याप्रमाणे काकू आत आली. तिला वाटले, आपण त्या

उंबऱ्यापर्यंत जाऊन काही सांगायलाच नको होते. तिने मधले दोन सोपे तसेच ठेवून आतला कडेचा दिवा लावला व ती स्वयंपाकघरात खुर्चीवर बसली. कोपऱ्यात, अगदी एकटीच. जयरामाला बापाचे डोळे होते, आणि शेवटपर्यंत तो आपण पाठीवर हात फिरविला की भाबडेपणाने हसायचा. कडेपर्यंत तो लहान मूलच राहिला. त्याला जांभळा रंग फार आवडायचा. प्रेमादेखील आजच!... आई, तुलादेखील एका महिन्यात येथून घेऊन जाणार आहे मी! — म्हणाली ती. ती देखील भाबडीच पोरगी. मी जात असता आई तू बाहेर येऊ नको, म्हणाली— नाही तर तुला पाहिल्यावर रडून मी मागे परतेन बघ. तिला जांभळा नाही, गुलाबी रंग आवडायचा...

अण्णाराव उठले, व दरवाजाजवळ आले. आज त्यांनी स्वत: शिसवीचा अवजड दरवाजा बंद केला, व आतली जाड साखळी लावली आणि ते परत खुर्चीकडे आले. पण त्यांचे शरीर घुसळल्याप्रमाणे अस्थिर होऊन गेले होते. किती वेळ गेलाय हा हरामखोर नरसू? कोण तो माणूस? का आला होता तो? तो रायण्णाच होता का? चार वर्षे इतक्यात संपली? तो थेरडा रावजी असता तर त्याबद्दल समजले असते. पण तो बसला आहे आपल्या मुलीबरोबर गजगे खेळत, फुकट पगार घेत, काम चुकवीत.

त्यांच्या मनात गोंधळ उडाला. मघाशी आपण हॉटेलजवळ पाहिला तो खरंच का रायण्णा होता? कुणास ठाऊक, तो नसेलही. काळी धिप्पाड माणसे इकडे खूप असतात. माणसासारखी माणसे अनेक दिसतात. तो माणूस रायण्णा नव्हे, तो दुसराच कुणी होता. अण्णारावांनी आपल्या मनाला समजावण्याचा प्रयत्न केला. नव्हेच, त्याच्यासारखाच दुसरा कुणी तरी — रायण्णा नव्हे.

पण त्यांना मोठ्या धडपडीनंतरही तो विचार मनातून काढून टाकता येईना. माणसांसारखी माणसे असतात ना, मग तू कशी बिनधोक त्याच्याविरुद्ध साक्ष दिलीस? तुला त्या वेळी खात्री होती, तो रायण्णा होता म्हणून? साक्षीदाराच्या पिंजऱ्यात उभा असतानाही तुला काही तरी शंका येत होती. त्या वेळीदेखील संध्याकाळच होती. तू पंचवीस-तीस यार्डांवरून त्याला रायण्णा म्हणून ओळखलेस! कोर्टात रायण्णाला तू ओळखरांगेत शोधूनही काढलेस, आणि निव्वळ तुझ्या साक्षीमुळे तो चार वर्षे तुरुंगात गेला! तो शपथ घेऊन, जीव तोडून सांगत होता की, आपण त्या दिवशी गावातही नव्हतो. आपण एकटेच रानात हरणे मारायला गेलो होतो. कुणीसुद्धा त्याच्यावर विश्वास ठेवला नाही. माणसासारखी माणसे असतात हे त्या वेळी तुझ्या ध्यानात आले नाही?

अण्णाराव कापूस खरेदीला एकदा गेले असता गिरणीच्या आवारात बसले होते. तेथून तीस यार्डांवर दोन बाके टाकलेले तट्टीचे हॉटेल होते. तेथे डोंगरचंद गुजर शेवटच्या बससाठी थांबला होता. चार-पाच माणसे घेऊन रायण्णा तेथे आला, व

त्याने गुजरावर हल्ला केला. डोंगरचंद मेला नाही. त्याच्या खांद्याला एक जखम झाली व कुणी तरी त्याचे नाक कापले होते. आरडाओरडा व्हायच्या आतच ते सगळे जोंधळ्यात नाहीसे झाले.

अण्णाराव ताडकन् उभे राहिले. इतकी वर्षे ते वाट पाहात असलेली संधी आता आयतीच चालून आली होती. अण्णारावांच्या मार्गात कुणी आडवा आला तर तो टिकायचा नाही. हा रायण्णा त्यांच्या आयुष्यात सारखा सलत होता. त्याच्याच चिथावणीने कापसाचे दर भरमसाट वाढले. दोन वर्षांपूर्वी अण्णारावांचा चार हजारांचा कापूस तेथे जळला. ती आग रायण्णानेच लावली होती, हे गावातल्या पोरालाही माहीत होते. पळून जाणाऱ्या त्या लोकांकडे अण्णारावांनी समाधानाने पाहिले. रायण्णा डाव्या हातात फरशी घेऊन लपकत लपकत चालला होता, कारण तो लंगडत होता. आणि त्या प्रकाशातही त्याच्या कानातील सोन्याची वळी काळ्या कातडीवर मळकट पिवळी स्पष्ट दिसत होती.

ते स्वत: फौजदाराकडे गेले. रायण्णाला पोलिसांनी दुसऱ्याच दिवशी पकडले. अण्णारावांनी त्याला कोर्टातदेखील बोट दाखवून ओळखले. पण त्या वेळी त्यांच्या मनात काही तरी हादरले. रायण्णाला पूर्वी दोन शिक्षा झाल्या होत्या हे खरे, पण या वेळी तो रायण्णाच होता का? रायण्णा लंगडत नाही, तो डावरा नाही आणि शिवाय तो कानात सोन्याची वळी घालीत नाही. त्याचा एक कान तर अगदी मुडपल्यासारखाच आहे, व त्यात वळे तर घालताच येणार नाही. अण्णाराव बावरून गेले, आणि त्यांची ईर्षा गळून गेली. पण आता काय त्याचे? त्यांच्या साक्षीवर तर खटला आधारलेला. हॉटेलमध्ये दुसरे गिऱ्हाईक नव्हते. हॉटेलवाला पाणी आणण्यासाठी गेला होता, आणि दुकानात त्याची छोटी मुलगी होती. त्यांच्या साक्षीने रायण्णा तुरुंगात गेला. पण जातानाचे त्याचे शब्द त्यांना आठवले, "सावकार, चार वर्षं दात कोरता कोरता जातात. मी बाहेर येणार आहे नंतर," – हसत उर्मटपणे तो म्हणाला होता.

गुन्हा करणारा रायण्णाच आहे अशी अण्णारावांची खात्री असती तर ते खडकासारखे राहिले असते. बंदूक त्यांनाही अपरिचित नव्हती, आणि रक्ताने माखलेली, तुकडे केलेली प्रेतेसुद्धा या प्रांतात नवी नव्हती. पण पहिल्यापासूनच तो किडा त्यांचे मन पोखरीत राहिला. तो रायण्णाच होता का? आणि नसला तर – नसला तर? त्यांना वाटले, आपले सारे आयुष्यच हरामखोरांनी, घरभेद्यांनी भरले आहे. आपल्याविरुद्ध मुलांना फूस देणारी बायको, फुकट पगार गिळणारे नरसू, रावजी, आणि राहत्या मनात विष पेरणारा हा हरामखोर विचार. गुन्हा करणारा मनुष्य रायण्णाच होता का? असेल की. आता हॉटेलसमोर पाहिलेला माणूस नसेलही. असेल नाही, होताच. नसेल नाही, नव्हताच. पण खरे का हे?

ते अस्वस्थपणे येरझाऱ्या घालू लागले. तो मोठा सोपा त्यांना फारच मोठा वाटू लागला, व त्यात त्यांना अगदी एकाकी वाटू लागले. सगळ्यावर परकेपणाची कळा आली, आणि सोप्यावरचा झोपाळा, कपाटे, भिंतीवरील फोटो, चित्रे सगळी आपल्याकडे रोखून पाहत आहेत असा त्यांना भास होऊ लागला. त्यांना माडीवर आपल्या खोलीत जावेसे वाटले व ते उठले. जाता जाता ते आत पाहत मोठ्याने म्हणाले, ''माझी वाट पाहू नको — मी आज जेवत नाही.''

त्यांचा आवाज विहिरीत सोडलेल्या दोराप्रमाणे आत आत गेला. सध्या दिवा नसलेले माजघर, नंतर सामानाचा सोपा, एक लहानसा चौक, खूप दूरवर स्वयंपाकघर. आपले घर त्यांना आजच्या इतके विशाल व भयाण कधीच वाटले नव्हते. रायण्णाने जबडा उघडला आहे व त्यात आपण हिंडत आहो असे त्यांना वाटले. कोणत्याही क्षणी दातांवर दात आदळतील, व त्यात आपण असहाय सापडणार या कल्पनेने त्यांच्या अंगावर शहारे आले.

त्यांचा आवाज ऐकून काकू बाहेर आली. ''काय म्हणालात?'' तिने विचारले.

''नशीब म्हणालो माझं!'' कपाळावर ताडताड हात मारीत चिडून अण्णाराव म्हणाले. ''अगदी शिरा ताणून ओरडलो तरी ऐकायला येत नाही, काय बहिरी आहेस की काय? मी जेवत नाही. प्रेमा कुठे आहे?'' त्यांनी विचारले. पण शब्द जाताच त्यांच्या ध्यानात आले.

काकूचा थरकाप झाला, व चोंदलेल्या आवाजात ती म्हणाली, ''ती गेली मघाशी आपले कपडे घेऊन.'' अण्णाराव गप्प झाले व पायरीवरच उगाच रेंगाळले.

''मग आहे कोण घरी! नरसू — रावजीचा पत्ता नाही अद्याप —''

''आता घरचं राहिलं आहे कोण असायला?'' काकू म्हणाली, व झटकन् तोंड फिरवून आत जायला वळली.

सारे भयाण घर, सोप्यासोप्याने भरून राहिलेली विषमता. अण्णाराव घाबरे झाले व त्यांनी जिन्याचा कठडा घट्ट धरला. कुणी तरी असायला पाहिजे होते. कुणीही. पण साऱ्या घरात आता आपण एकटे आहोत! स्वयंपाकघरापासून एकेक सोपा तारेवरून घसरत येणाऱ्या थेंबाप्रमाणे भीषण, अंधार सरकत येऊ लागला आणि ठिबकण्यापूर्वी त्यांच्यावर लोंबू लागला. त्यांनी झटक्याने जिना चढायला सुरुवात केली. त्यांनी वरच्या सोप्यावरचे चारही दिवे टचाटचा लावले. ते घाईने आपल्या झोपण्याच्या खोलीत आले व त्यांनी दरवाजा बंद करून कडी लावली. सगळ्या अंधारातून कोरून काढलेला हा चौकोन, त्यात आपण. शेवटी सारे आयुष्य या चौकोनातच बसवले गेले. त्यांनी खुर्ची दरवाजाकडे वळवली व त्यावर नजर चिकटवून ते बसले.

ते तसेच बसून राहिले. भोवतालच्या शांततेत निरनिराळे आवाज तंतुवाद्यांतील तारांप्रमाणे वर-खाली होऊ लागले; आणि त्यांचा थेंबन्थेंब ते शोषून घेऊ लागले. रस्त्यावरून एक धमणी गाडी गेली. तिच्या चाकांनी करकरत स्वत:भोवती अंधार गुंडाळण्याचा प्रयत्न केला, गाडीवानाचे दोनचार शब्द खाली पडले आणि नाहीसे झाले. सायकलीचा टिंब रेषांनी दाखवता येण्याजोगा किणकिण आवाज. सोप्यावरील घड्याळाचा काळाचे छोटेछोटे तुकडे पाडीत बसल्यासारखा आवाज. मध्येच लाकडी गेट खट्दिशी वाजले. अण्णाराव पटकन् उठले व भिंतीला पाठ टेकून उभे राहिले. पण ते गेट शेजारचे होते. त्यांचे अंग किंचित सैल झाले, व सुस्कारा सोडून ते खुर्चीवर बसले.

नखे चावीत ते येरझारा चालू लागले. पण त्यांची सावली त्यांच्याबरोबर भिंतीवरून हालचाल करू लागताच त्यांचा घसा कोरडा पडला. त्यांनी खुर्ची अगदी दूरच्या कोपऱ्यात नेली; व दरवाजासमोर ठेवून ते पुन्हा खुर्चीत बसले. रस्त्यावर मोटार सायकलचा आवाज आला. तो मोठमोठा होत जवळ आला. पण तो घरासमोरच थांबला. एकदम तिच्यातून सट्सट् असा मोठा आवाज आचक्याआचक्याने होऊ लागला. ते ठोके सारखे अण्णारावांच्या डोक्यात आदळू लागले. अशा आवाजातच बंदूक झाडून खून झालेले त्यांना माहीत होते. ते धडपडत धावले, त्यांनी अंथरुणावरचे जाड रग घेऊन खिडकीवर लावले आणि प्रकाश लपवला. परंतु आणखी थोड्या आवाजानंतर मोटरसायकलीचा नेहमीचा आवाज सुरू झाला व ती निघून गेली.

अण्णारावांचे लक्ष टेबलावरील टेलिफोनकडे गेले. एकदम सुटकेच्या नि:श्वासाने ते तिकडे गेले, व त्यांनी रिसीव्हर गच्च धरून, पोलीस नंबर मागितला पण आत सारे शांत, गोठलेले. खालच्या सोप्यांप्रमाणे सारा अंधार. हा फोनदेखील एक हरामखोर आहे! त्यांनी पुन्हा एकदा प्रयत्न केला, तेव्हा त्यांच्या ध्यानात आले की, कालपासून फोन बिघडला आहे. साऱ्या आकृतीतील एकेक दुवा जुळत जात आहे हे पाहून त्यांना आपण अटळपणे एका कोपऱ्यात ढकलले जात आहो असे वाटू लागले. त्यांच्या पायांतील शक्तीच गेली व त्यांना एकदम डॉक्टर रानडेची आठवण झाली. त्याच्याकडे फोन आहे. पण तो हरामखोर तरी मदत करील का? उलट, आपण संकटात आहोसे पाहून तो हसत कुणाकडून तरी मुद्दाम रायण्णाला बोलावून आणायचा! त्यांना आता सगळ्या बाजूंनी बांधून प्रकाशाच्या चौकोनात टाकल्याप्रमाणे वाटू लागले. त्यांना अत्यंत तीव्रतेने सिगरेटची आठवण झाली. ते दररोज दोनतीनपेक्षा जास्त सिगरेट कधी ओढत नसत, पण त्यांना आता चालू क्षणाचा विसर पाडणाऱ्या सिगरेटच्या संगतीची फार जरुरी वाटली. त्यांनी डबा उघडला, पण त्यात एकच सिगरेट होती. नवा डबा खाली सोप्यावर राहिला. आता दरवाजा उघडून डबा आणण्यासाठी खाली जाणे ही

कल्पनाच त्यांना भीतीची वाटली. सध्या एक तरी असू दे म्हणत त्यांनी ती अगदी हावरेपणाने उचलली. पण त्यांचा एक हात इतका कापत होता, की त्यांना दोन काड्या ओढाव्या लागल्या व शेवटी ती वेडीवाकडी पेटली. त्या खोलीत त्यांचे मन आंधळ्या पाकोळीप्रमाणे भिंतीला धक्के देत भरकटू लागले. प्रकाशाच्या चौकोनावरून आता धुराचे तलम पापुद्रे निघू लागले होते. रावजी, नरसू का आले नाहीत अद्याप? ते मुद्दामच राहिले की त्यांना रायण्णाने अडकवून ठेवले आहे? अण्णारावांना इतक्या वर्षांनी सदानंदाची आठवण झाली. त्याला बोलवावे, तो येईल. अवघ्या चाळीस मैलांवर आहे तो. एक ट्रक पाठवली की पहाटेपर्यंत तो येईल. झाले गेले विसरून येईल!

पण हा विचार आला तसाच गेला, व ते पूर्ण असहाय झाले. अड्ड्यापर्यंत तरी जायचे कसे? येथून तो कमीत कमी अर्धा मैल तरी आहे. घराचे वर्तुळ तर राहोच, पण ही खोली सोडून आपण बाहेर पडलो की टपून बसलेला रायण्णा ताडकन् उडी घेईल! तो त्याचीच वाट पाहत थांबला आहे. त्यांना गुदमरल्यासारखे होऊ लागले. आयुष्यावर घातलेले थर एकेक हिसकले जाऊन ते उघडे पडू लागले व अंग चोरू लागले.

घराच्या बाजूला नारळाचे झाड होते. वारा आला की झावळ्या पावसाप्रमाणे हलत, व अंधारातून अदृश्य बोटे विंचरत गेल्याप्रमाणे वाटे. झाडाचे अंग मध्येच करकरे, आणि सगळ्यावर हलकीच करवत फिरत आहे असा भास होई. इतक्यात बाहेर गच्चीत खिडकीजवळ पट्दिशी आवाज झाला. अण्णाराव फेकले गेल्याप्रमाणे उभे राहिले व त्यांनी आंधळेपणाने सिगरेटचा रिकामा डबा उचलला. गच्चीतून म्याँव असा आवाज आला, पुन्हा तशीच दबलेली उडी ऐकू आली, व मांजर निघून गेले.

अण्णारावांनी कपाळावरचा घाम पुसला, व धापा टाकीत कोरड्या ओठांवरून जीभ फिरवली. हातावर कसली तरी वेदना जागी झाली, व त्यांनी जडपणे हाताकडे पाहिले. डब्याचा मुटका झाला होता, व त्याच्या पत्र्याची कड लागून बोटावर रक्ताचा ओलसर ओरखडा उठला होता. हातात तो डबा पाहून त्यांना किंचित आश्चर्य वाटले, व तो त्यांनी फेकून दिला. त्यांना पुन्हा: सिगरेटची आठवण झाली. त्यांनी डोके घट्ट दाबून धरले व डोळे झाकून घेतले.

अंगावर शहाऱ्यांची चमक उठून गेली, व अण्णाराव जागे होऊन सावध झाले. त्यांनी काळजीपूर्वक ऐकले, आणि इतका वेळ अडवून ठेवणारा अडसर काढल्याप्रमाणे छातीचे ठोके एकदम धाडधाड पडू लागले.

खाली काकूने अवजड साखळी खळखळत काढली होती, व दरवाजा उघडून ती कुणाशी तरी अगदी हलक्या आवाजात बोलत होती. कानात घुमू लागलेल्या

आवाजामुळे अण्णारावांना काही ऐकू येईना. त्याच वेळी वाऱ्याला पिसाट लहर आली, झावळ्या जास्तच जोराने हलल्या. त्यांनी मान ताणली, व सारा प्राण कानांत आणून ते ऐकण्याचा प्रयत्न करू लागले.

"वर जा असं. ते आपल्या खोलीत आहेत," काकू म्हणाली.

अण्णारावांचे सारे अंग थंडगार झाले. ते एकदम कोपऱ्यात सरकून उभे राहिले. भणभणत्या डोक्यात पावलांचा आवाज घुमल्यासारखा येऊ लागला. जिन्यावर पावले चढू लागली. दोन पायऱ्या, तीन... ही पावले रावजीची नव्हती, नरसूची नव्हती.

आणि त्यांच्या मनात काही तरी स्फोटाने फुटले. ही शेवटची जखम असह्य होती. शेवटी धर्मपत्नीनेही विश्वासघात केला, आणि सगळ्यांना चारलेले अन्न अशा उलट्या पावलांनी जिना चढू लागले. आपणहून तिने दरवाजा उघडला, आणि हातात बंदूक असलेल्या रायण्णाला तिने कोरड्या डोळ्यांनी जिन्याची वाट दाखवली. इतरांनी आडवे जाण्याचा प्रयत्न तरी केला होता, पण ती आतापर्यंत कधी मान वर करून बोलली नव्हती. पण नेमके त्याचमुळे आपले तिच्याकडे दुर्लक्ष झाले. आपल्या आयुष्यावर झालेले आघात, तिन्ही मुलांपासून तुटून जाण्याचे दुःख ती नागिणीच्या विषाप्रमाणे साठवीत होती. आता तिने दावा साधला, आणि शेवटी या घरातल्या माणसानेच आयुष्यभर एकही उलट शब्द न बोलता आपला गळा कापला!

अण्णारावांच्या डोक्यात कल्लोळ उडाला. साऱ्या चाळी धडाडत कोसळत आहेत व आपल्याला खाली चिरडीत आहेत, चार हजारांच्या कापसाचा वणवा भोवती पेटला असून तो अंगात शिरणार आहे, अशा भासामुळे खोली त्यांच्याभोवती गरगर फिरू लागली. नगरशेट्टी नवरा-बायको दूर विहिरीच्या कडेवरून पाहत आहेत, सदानंद आला, आणि पाठ फिरवून निघून गेला. आणि आपली बायको आपल्या ओरडण्याची, आपल्या जखमांतून चिळकांड्या उडण्याची वाट पाहत खाली उभी आहे!

हा सारा व्यापार यासाठी झाला. धर्मशाळेतल्या जमिनीतून आयुष्य वर आले, फोफावले ते गोळीला बळी पडण्यासाठी. बायको, मुले सारी हरामखोर, घरभेदी माणसे. नरसू-रावजी काय, बोलूनचालून लोकांच्या थुंकीवर जगणारी, पैशासाठी पोसला हात तोडणारी माणसे! असली माणसे आपण भोवती जमवली. आपले सारे व्यवहार माणसांशी झाले हेच चुकले. त्यापेक्षा एखादे कुत्रे पाळले असते, तर ते या वेळी भुंकून भुंकून हैराण झाले असते. इथे उंबऱ्यावर आपल्यासाठी धडपडत मेले असते!

अण्णारावांचे डोके कुसकरल्यासारखे झाले, व चेहरा लालबुंद झाला. पावले जिन्यावर अर्ध्यावर येताच त्यांचा आधार तुटला व ते बेभान झाले. त्या खोलीच्या

कोपऱ्यात त्यांना सापळ्यात सापडल्यासारखे झाले. त्यांनी सारे शरीर ताणणाऱ्या एका प्रयत्नाने तेथून सुटका करून घेतली, व खाडकन् दरवाजा उघडून जिन्याकडे धाव घेतली. त्यांनी जिन्यावरील माणसाला जोराने ढकलले, व 'जयराम, जयराम' असे घोगऱ्या आवाजात ओरडत त्याच्या खोलीत शिरले. त्यांच्या धक्क्याने तेथील समई लवंडली. त्यांनी वळकटीला घट्ट मिठी मारली, व तिच्यात तोंड खुपसून ते हुंदके देत म्हणाले, ''जयराम, वाचव रे मला. मला घालू नको त्याच्या बंदुकीपुढे. तूच वाचव मला.''

धक्क्यामुळे दोनचार पायऱ्या घसरून ठेंचाळून निघालेला रावजीचा मुलगा भेदरून अंग चोळीत उभा राहिला, आणि बहिणीच्या मर्तिकासाठी लागणारे पैसे मागण्यासाठी एवढ्या रात्री दुसरीकडे कोठे जावे याचा केविलवाणा विचार करू लागला.

मौज : दिवाळी १९६०

व हा णा

माझ्या आयुष्याचा कवडसा सारखा सरकत होता. अनेक लोक, अनेक प्रांत; शंभर पायांच्या केसुरकिड्यासारख्या गोल होऊन पडलेल्या अनेक आठवणी. पण या साऱ्या भटकण्यात माझे पूर्ण समाधान करू शकतील, साऱ्या प्रसंगी टिकाऊ ठरतील अशा वहाणा मात्र मला कधी मिळाल्या नाहीत. अनुभवाने शहाणा होत होत मी त्या सारख्या बदलल्या. पण आज भ्रमंती संपत आली तरी पाय मात्र अनवाणीच राहिले.

प्रथम मी खंड्याच्या पंखासारख्या निळ्या रेशमी पट्ट्याच्या वहाणा घेतल्या, त्यांचा सुखकर नवा स्पर्श साऱ्या शरीरभर उष्णतेप्रमाणे भरून राहिला. संध्याकाळी घरी आल्यावर मी त्या काढून ठेवल्या; त्यांवर कपडा फिरवून स्वच्छ केल्या आणि काळजीपूर्वक कोपऱ्यात ठेवल्या. पण सकाळी त्या तेथे नव्हत्या. रात्री माझा भाऊ गावाला गेला. कोणत्या कुणास ठाऊक! मला त्याचे नावसुद्धा नको आता! त्याने त्या पळवल्या. शिवाय माझा पगार, माझी चांदीची भांडी, आणि माझ्या आईची एकुलती आठवण — टपोऱ्या मोत्यांची नथ! नथ कोणी घालीत नसे. कोणी नाही का? आई घालीत असे की वटपौर्णिमेच्या दिवशी वडाला जाताना. वडाभोवती सुताची गोल आर्जवे; जरीच्या पदरावर पसाभर कोयरी असलेली तिची ताठर पैठणी, तिची अंग अवघडलेली सळसळ, आणि ऊदकाड्यांचा निळा निळा तलम वास. आई वारली त्या वेळी मी घरी नव्हतो. भाऊही न सांगताच निघून गेला — त्या निळ्या वहाणा घेऊन.

त्यानंतर मी काळ्या वहाणा घेतल्या. त्या पॉलिश केल्या की काळ्या संगमरवरी दगडांच्या असल्याप्रमाणे दिसत. त्याच दिवशी माझी हिरव्या खड्याची अंगठी चोरीला गेली. हातातून काढून ती मी खिशात ठेवली होती. पण हात धुऊन येऊन पाहतो तो ती नाहीशी झालेली. घरी मी, मंजू आणि रखमा मोलकरीण. ती बरीच

वर्षे होती आमच्यात. लहानपणी मला शाळेत पोहोचवायला तीच येत असे. मी तिला चांगले खडसावले व उद्यापासून घराची पायरी चढू नको अशी तिला ताकीद दिली. पंचवीसतीस रुपयांचा प्रश्न नव्हता, पण तिने माझ्या भाबड्या विश्वासाला ठेचाळले होते. ती एक शब्दसुद्धा बोलली नाही. पण अर्धा तास खाली मान घालून ती त्या वहाणांजवळ बसून सारखी रडत होती. नंतर ती खालच्या मानेने निघून गेली. पण माझ्या मनाला मात्र हुरहूर लागून राहिली. परसात अनेक दिवस उभे असलेले झाड आपली मुळे तशीच अर्धवट जमिनीत ठेवून आडवे व्हावे त्याप्रमाणे. नंतर चार दिवसांनी ती अंगठी कोटातच सापडली. खिशाला एक भोक होते त्यातून ती पुढे खालच्या बाजूला येऊन बसली होती. पण रखमाला हे सांगवेना. ती अनेकदा रस्त्यात दिसते, व खाली मान घालते. मी कपाळावर आठी घालून सरळ समोर पाहतो. नंतर लाज वाटते, व स्वतःचा संताप येतो. अंधारात हाताखाली काही तरी ओलसर चिरडल्यासारखे वाटते. मी त्या वहाणा तशाच टाकून दिल्या.

या वर्षाचा हा शेवटचा प्रवास होता. त्यासाठी मी लाल वहाणा घेतल्या. हातात औषधांची बॅग घेऊन (काय औषधे होती कुणास ठाऊक. हे औषध अमक्या रोगावर आहे एवढे कुणी तरी मला सांगितले होते. मी तेच इतरांना सांगतो. खरे खोटे कुणास ठाऊक! लोकांच्या चुळा तोंडात घेऊन त्या माझ्याच म्हणून मी दुसऱ्यांना देतो.) त्या गावात फिरती सुरू झाली. एका घराचा दरवाजा उघडला. एका बाईने आतून पच्चदिशी धूण रस्त्यावर फेकले. भाकरीचा तुकडा, डाळीचे पिवळे ठिपके, पखालीसारख्या आमसोलाचे काळे डाग. रस्त्याच्या बाजूला एक कुत्रे अंग गुंडाळून बसले होते. हाडांचे गाठोडे सोडून ते पुढे सरकले. त्याच्याबरोबरच अल्युमिनियमची वाटी घेतलेले, सुजलेल्या हातापायांचे पोरही आले आणि वाकले. तोच कुत्रे वसकन् त्याच्यावर खेकसले. त्या बाईने त्याच्या सुजलेल्या शरीराकडे पाहिले, अंग शहारल्यासारखे केले व धाडदिशी दरवाजा लावला. पाय ओढत ओढत ते पोर पुन्हा पुतळ्याजवळ येऊन बसले. कुत्र्याने भाकरीचा तुकडा उचलला, व ते पुढे धावले. कोपऱ्यावरून शार्क माशाच्या तोंडाची लाल बस वर्तुळाकार तलवारीप्रमाणे आली, आणि रक्ताचा एकच शिडकावा झाला. त्या पोराच्या अंगावर, माझ्या वहाणांवर.

वहाणा ओल्या ओल्या नेभळट झाल्या. शिसारीने मन पालथे घातल्यासारखे झाले. पट्ट्यांचा गार स्पर्श साप डसल्यासारखा वाटू लागला. लाल पट्ट्या सापाच्या जिभेसारख्या वेटाळून बसल्या. मूक हालचाल आहे, पण शब्द नाही. काल रात्रीचा प्रसंगही मनाला तसाच चिकटला. तसेच मन विटाळले. खानावळीतील माझ्या खोलीसमोरच्या घरात राहणारी ती कारकुनाची बायको. रत्ना नाव. जरा हसताच तिला लाजरी खळी पडते, आणि ती सारखी हसत असते. संध्याकाळी घराची

खिडकी खुशाल उघडी ठेवून संसार करते. काही संध्याकाळी आसुसलेल्या चेहऱ्याचा पण मळकट चिंधीसारखा दिसणारा नवरा घरी आला. येताच टोच मारल्याप्रमाणे ती त्याला चुंबन देते, चहा आणून ठेवते, लाडीकपणाने मागून त्याच्या खांद्यावर सफर चंदाच्या फाकीसारखी हनुवटी ठेवून मखमली हसते. रात्री तो सिनेमाला गेला ('खरी आर्य स्त्री कशी असते ती पाहा!' बेफाम नृत्ये, मोहक संगीत. सं. दिग्दर्शक – एफ लक्ष्मण. शिवाय हॉलिवुडच्या प्रख्यात माकडाचा जावई 'झिप्पो.') तेव्हा ती माझ्याकडे आली. झिरझिरीत रेशमी पातळ. परकरावरील फुले तिने स्वत: भरली होती. तटाटलेला उर्मट ब्लाऊझ. मोगऱ्यांचा अस्ताव्यस्त गंध. रामस्वामीला सुद्धा मोगराच आवडतो. तिच्या चिमुडलेल्या ओठांच्या ठिणगीने अंग पेटल्यासारखे झाले. तिचे धुंद डोळे अर्धवट मिटले, व तिच्या ज्योतीसारख्या लवलवीत शरीराचे वस्त्र माझ्याभोवती लवचीक लपेटले. हो, खरेच. पुस्तकांचा एजंट रामस्वामी याच खोलीत राहतो, आणि सायंटिफिक ॲपेरेटसचा मराठेसुद्धा. नंतर जाताना मी तिला गेल्या खेपेला सांगितलेले जॉर्जेटचे पातळ दिले. हो, बरं बरं, पुढल्या खेपेला इमिटेशन मोत्यांची माळ. आणि एक टूथ पेस्टची ट्युबसुद्धा. क्लोरोफिलवाली लीजिये या सफेद. टिंग टिंग पाँऽग. अब सुनिये लताको — फिल्म... प्रेमाचे तीन मिनिटांचे रेकॉर्ड, त्याची लांबी पाच वार. रंग पक्का, गॅरंटीड, हां,मात्र लक्समध्ये धुतले पाहिजे बरे का!.... हरिणी वधूपक्षाच्या मंडळीकडून लग्नाला आली होती. अतिशय अवखळ, आणि निर्भर हसऱ्या डोळ्यांची. तिनं सगळ्यांसमोर — भर मांडवात मला विचारले, "अरे, तू माझ्याशी लग्न का करत नाहीस? मांडव बघ, तयारच आहे." सारी मंडळी हसू लागताच तीही हसू लागते. रेशमी कापडाप्रमाणे तिच्या मनाला घडी नाही. वेडी कुठची! मला शरमेने मान वर करवेना. तिचे अंग लक्ससारखे होते. ओढ्यात पाय टाकून ती बसली की तिची शुभ्र पावले करकोच्याच्या अंगासारखी दिसत. जांभळाच्या झाडात उभी, जांभळाने जीभ जांभळी; ऊन तोंडावरच पडल्यामुळे लालसर गाल,आणि केसांची विसकट. ती लवकरच परत गेली. एवढीशी आठनऊ वर्षांची खेडवळ, पण तिच्या जाण्याने मांडव मोकळा पडला. अनेक वर्षांनी मी तिच्याविषयी ऐकले. खेड्यातच एका म्हाताऱ्याशी तिला उजवले होते. ती बाळंतपणात मेली, आणि त्याने चौदाव्या दिवशी दुसरे लग्न केले. त्या साजऱ्या पावलांची खूणसुद्धा आयुष्यात कुठे उमटली नाही. पाण्याच्या थरथरत्या हुरहुरीत गुंडाळलेली पावले, स्वच्छ, लक्ससारखी.

स्टेशनजवळ येताच तेथील चांभाराजवळ मी त्या वहाणा टाकल्या. चांभाराचे डोळे मोठे मिस्कील होते, व त्यांची उघडझाप होताच ते जणू चकमक असल्याप्रमाणे त्यांच्यात चमकेचा कण दिसे. त्याच्या तोंडावर सुरकुत्यांचे जाळे पसरले होते, व नाक

त्यात मध्यभागी मोठ्या कोळ्याप्रमाणे वाटे. आणि त्याचे पिंजारलेले केस धुराड्यातून निघणाऱ्या धुराप्रमाणे डोक्यातून बाहेर आले होते.

''अरे, या पट्ट्या काढून टाक, आणि दुसऱ्या लाव,'' औषधांची बॅग खाली ठेवत मी म्हटले. त्याने वहाणा उचलल्या व परतवून पाहिल्या. तोंडात तंबाखूचा गोळा एका बाजूकडून दुसरीकडे ढकलला.

''याचा सोलभी गेलाय नव्हं का?'' तो म्हणाला, ''यात काही दमच नाही. तुम्ही लई हिंडतायसा दिसता.''

''तुला काय करायचं ते?'' मी चिडून म्हणालो, ''तुझं काम बघ तू. होतात की नाही दुरुस्त या वहाणा?''

पण तो चिडला नाही. फक्त तो चुटकन् लाल चिंधी थुंकला व हसला. हि: हि: हि: करून. त्याने बाजूच्या फळकुटाच्या पेटीतून पत्र्याचा डबा काढला, व स्टुलावरचे मोठे, धुम्म्या, तोंडाचे मडके वाकडे करून पाण्याची धार डब्यात सोडली. वाकडी वाकडी, साखळीसारखी खळखळीत.

राजेवाडीच्या तलावाकडे आम्ही रखरखीत उन्हात सांडेवरून चाललो होतो. आम्ही तिघे जण. सगळ्यांचे डोळे तळवले होते आणि पावलांत जाळाचा कांदा फुटला होता. पाण्यासाठी आम्ही सगळे करपत होतो. एक कोपरा वळल्यावर आम्ही एकदम थबकलो. दगडाच्या एका खोलगट भांड्यात हिरव्या झुडपातून नितळ थंड ज्योतीसारखी धार पडत होती. विशाल प्राण्याच्या डोळ्यांप्रमाणे वाटणारे ते कुंड. आम्ही पशापशाने ते पाणी प्यालो. पावले थंड केली. माझ्याबरोबरचे ते दोघे आता नाहीत. पण ती तहान आठवते. पाण्याची ती सुरेल रेषा दिसते, त्यांची आठवण येते. शीतल, खळखळीत, होनावरला शरावती नदी ऊर भरून वाहते. इतर मंडळींबरोबर मंजू पहिल्या होडीतून पुढे गेली. मी सामानाबरोबर मागे दुसऱ्या होडीत होतो. एका बाजूला खूप कललेल्या त्या शिडाच्या होड्या तिरप्या गतीने हिरवट वस्त्र कापत पुढे जात होत्या. तो पुढच्या होडीतून मंजूने हाक मारली. ओठांभोवती हात गोल धरून. उगाचच, आनंदाने. ती हाकदेखील अशीच आली, सुरेल आणि कंपित. पाण्याच्या धारेसारखी, खळखळीत. ती सुद्धा आठवते. ती हाक आणि मंजू.

''तुम्ही साहेब लई हिंडता —'' चांभार काम करता करता पण मान वर न करता म्हणाला, ''फार पाहिलं असेल बगा तुम्ही. काय काय पाहिलं?''

मी औषधांच्या बॅगवर बसलो. हिंडून पायांत गोळे आले होते. अंगावर शेवाळ चढले होते. खरेच, आपण खूप हिंडलो. आपण काय पाहिले? त्याला उत्तर देण्यसाठी नव्हे, तर स्वत:च्या समाधानासाठी मन धडपडू लागले. का, खूपच पाहिले की! लग्नानंतर पंधरा वर्षांनी आपल्या बायकोविषयी एक निनावी पत्र आले म्हणून

आत्महत्या करणारा कोल्हापूरचा बिरजे मला माहीत आहे; घरी आबा वारण्यापूर्वी पंधरा दिवस डोळ्यांतून सारखे पाणी काढणारी आमची सावळी नावाची गाय; खिडकीतून अंथरुणावर पसरणाऱ्या किरणांना वास लावणारा आमच्या घरासमोरील पारिजातक; ओल्या, कणहीन वाळूत अगदी लाटांच्या जवळ उमटत जाणारी पावले, खाली शंभर फुटांवर आदळणाऱ्या लाटांचे पांढऱ्या किनारीचे हिरवे पंख, कण न् कण ठेचून निघेपर्यंत त्वेषाने धडपडणारा गोठ्यातील नाग; आढ्यावरून पडून पाठ मोडलेले, मरणापूर्वी अर्धा तास तळमळणारे चिमणीचे काळसर पिलू; निळ्या नाजूक पिसाप्रमाणे वाटणारे मंजूचे शालीन हसणे; घरी तांदळाचा दाणा नाही म्हणताच पणती लावलेल्या तुळशी कट्ट्यावर बसून पदर डोळ्याला लावणारी आई; घोडमाशीच्या पोटाला ब्लेडची धार लावताच त्या रेषेतून धडपडत बाहेर पडणाऱ्या पुष्कळदा बारीक अळ्या; आणि इझी चेअरला दांडा नसता धसकन् आत बसलेला, आणि आत अडकून बेडकाप्रमाणे हातपाय हलवणारा लठ्ठ, तोतरा वाटवे...

खूप पाहिले आहे. मनाची निष्कारण चलबिचल. दोनचार टिपा उसवल्या. एखादा दंड हिसकला, मनाने चार ठिकाणी अंग खाजवले, व ते पुन्हा आडवे झाले.

''काय भी पाहिलं नाही असं व्हयील राव!'' चेंगटपणे म्हणाला.

आतल्या बाजूने डोळ्यांवर पडदा पडला. आत जुन्या गुहेतील देवळाप्रमाणे थंड, वाघळांची लक्तरे घातलेला मुका अंधार. चांभार पायऱ्या उतरून खाली आला, व मध्यभागी कोरलेल्या दगडी कासवावर उभा राहिला. त्याने समोरील भिंतीकडे बोट दाखवले, तेव्हा बोटातून रक्तासारखा लाल किरण बाणाप्रमाणे बाहेर आला, व वर्तुळाकार डोळ्याने पाण्याने झिरपणाऱ्या काळसर भिंतीवर जखमेप्रमाणे फिरू लागला. कोनाड्याकोनाड्यात आकृती आहेत. एकात गुडघे छातीजवळ घेऊन काचेच्या डोळ्यांनी काका बसले आहेत. खेड्यातून येताना ते उपरण्यात बांधून माझ्यासाठी गुळाची खरवड आठवणीने आणत व त्यांना पूजेसाठी लागणाऱ्या एकवीस दूर्वा आणण्याचे काम माझ्याकडे असे. नंतर कुळकर्णीची पाळी गेल्यावर त्यांना वेड लागले. उपरण्यात दगड बांधून ते आमच्या घरी येत. सिगरेटच्या पाकिटाचा गणपती करत, किंवा तोंड झाकून स्वत:शीच खूप हसत असत. प्रकाशाचे लाल वर्तुळ त्यांच्या डोळ्यांवर पडले व ते जास्वंदीच्या फुलासारखे दिसू लागले. पण त्यांनी ते झाकले नाही. उलट ते हसू लागले. नि:शब्द आतल्या आत मरणारे हसणे. नंतरच्या कोनाड्यात सापाचे वेटोळे भोवती असलेले मूल डोळे मिटून काजूसारखे मुटकळून पडले होते. त्याचा चेहरा माझ्या मुलासारखा होता. जन्मण्यापूर्वीच मरून त्याने आम्हां उभयतांच्या आयुष्यावर कोडाचा डाग ठेवला. आयुष्याची लांबीरुंदी काही नाही. जन्म व मृत्यू एकच. बिंदू म्हणजे ज्याला लांबीरुंदी नाही पण अस्तित्व आहे. गाढवा, एवढे

माहीत नाही तर जॉमेट्रीमध्ये काय दिवे लावणार? कर हात पुढे. सडेकर मास्तर म्हणाले.

लाल वर्तुळ फिरते. एक तरुण अंग चोरून बसला आहे. सोडून दिलेल्या वारुळासारखा तो भुसभुशीत दिसतो. लाल प्रकाशाचा चटका बसताच तो मान वर करून पाहतो. अरे, त्याचा चेहरा माझ्यासारखा आहे. त्याला चित्रकार व्हायचे होते. ब्रशाने त्याला इतरांशी बोलायचे होते. पण त्याने हात लावताच रंग टचाटच मरत, ब्रश निर्जीव काड्या होत. त्याने ते साहित्य एकदा फेकून दिले, खालच्या मानेने तो बाहेर पडला, आणि शरमून येथे कोपऱ्यात येऊन बसला. त्याच्या बाजूला दोन सुजलेली पावले होती. मंदाच्या पावलांसारखी. तार मिळताच मी धावत गेलो. पण ती निघून गेली होती. ती माझ्यासाठी थांबली नाही.

नंतर पंखांचा फडफडाट ऐकू येतो. पिवळ्या किरमिजी रंगाची पाखरे लाल किरणाला घाबरतात. अनेक पाखरे. हिरव्या खड्यासारख्या डोळ्यांची (माझ्या अंगठीसारख्या). पसाभर कोयरीच्या जरीच्या पंखांची. पैठणीवरील. नीलमण्याच्या मानेचा बर्ड ऑफ पॅरडाइज लांब रेशमी पिसाऱ्याचे इंद्रधनुष्य आपल्यासमोर वळवून बसला आहे. प्रकाशाचा लाल किरणही दचकून मागे यावा असे त्याचे उमदे रंग. त्याच्या डोळ्यांत मंजूच्या डोळ्यांचे प्रतिबिंब आहे. पण प्रकाशाचा कण त्याला टोचतो व त्याचे पिसांचे वैभव खाली गळून पडते. त्याच्याखाली लहान भोपळ्याएवढा, अंग आक्रसलेला अशुभ ट्यूमर दिसतो. या ठिकाणी एक्स-रेची सोय नसतानासुद्धा डॉ. साठ्यांनी दहा पौंडांचा ट्यूमर एका बाईच्या पोटातून काढला. वर चित्र पाहा. मंजूचा एक्स-रे आहे कुठे तरी माझ्याजवळ. मधल्या खोडाला खाली बाकदार वाकलेल्या अनेक फांद्या, व त्यांवर काळ्या डागाडागांची कोळ्याची जाळी. त्यावर ते मूल वाढणार होते. हॉस्पिटलमध्ये आणखी एक फोटो होता. चेहऱ्याचा. कवटी, वर दोन आंधळी शून्ये, खाली दातांची रांग. मनुष्याच्या जीवनाचे समीकरण ते हेच. दोन काळी आंधळी शून्ये भागिले बत्तीस. पाकिटात नोटा ठेवायला कप्पा असतो तसा भागाकार ठेवायला मधला त्रिकोण. कांगारूच्या पिशवीसारखा. भागाकार त्या पेटीत टाकला की तो दुसऱ्या दिवशी पोस्टाने मिळतो. संततिनियमनाच्या साधनांचा कॅटलॉग, पुरुषांकरिता, स्त्रियांकरिता.

''होय रे, हे सारं तुला दिसलं खरं, पण तू पाहिलंस काय?'' तो भाजणारा प्रकाश माझ्या तोंडावर टाकून चांभार हसतो, व म्हणतो. त्याच्या पायाखालचे दगडी कासव मोठे मोठे होते आणि सरकत माझ्याजवळ येते. (अचानक त्या उघड्या, भयानक खडकांच्या छायेतून काटेरी झुडपातून, उन्हाने चिरडलेल्या मातीत पावले उमटवत, एक शे-दोनशे वर्षांचे प्रचंड कासव तुमच्याजवळ येते, मान ताणून तुमच्याकडे पाहते.

त्याच्या डोळ्यांत जन्मठेपेची शिक्षा झालेल्या कैद्याची मृत भावना दिसते, हजारो प्रश्नांची भुते दिसतात. जणू कोणी त्यांची उत्तरे देणारा आहे का, याचाच ते शोध करत असते. पण तुम्हांला पाहून त्याची निराशा होते, मान आक्रसते, आणि हा प्राचीन दीन राक्षस पुढे सरकतो. हरमन मेल्व्हिलच्या 'The encantadas'च्या वर्णनात चक्क तसे लिहिले आहे. मी ते पुस्तक देशपांडेला सप्रेम भेट दिले होते. नंतर तेच पुस्तक माझ्या नावनिशीवार मी जुन्या बाजारात पुन्हा विकत घेतले. (मेल्व्हिल ना? Sure, a great writer, one of the greatest.)

मग मी खरोखर पाहिले काय? चांदण्यांच्या टिकल्याटिकल्यांतून नक्षत्राच्या आकृती पाहिल्या? छट्. उंदरांच्या चिरचिरीतून प्रलयकालाची गर्जना ऐकली? की पिंजारलेल्या मनातून निघालेल्या उवांची सर्कस जगापुढे नाचवली? उवांची सर्कस! मी एकदम खूप हसलो. रिंगणात गोल फिरणाऱ्या उवा, आणि मग आमच्याकडे तत्त्ववेत्त्याप्रमाणे ऐटीने पाहणारा मूर्ख रिंगमास्तर. चांभारही हसला माझ्याबरोबर. कासवाने मान उंच केली, त्याचा एक डोळा आरशासारखा विशाल झाला.

''या आरशात बघ. कोणी पटका बसला की नाही बरोबर, ते पाहतात, थोडे पान रंगले की नाही पाहतात, तूही पाहा जरा,'' चांभार म्हणाला. मी खाली वाकून त्यात माझा चेहरा पाहिला. तोंडावर हजारो खाचखळगे, व्रण होते. आंधळे, अर्थहीन, कुरूप.

''सारं नुसतं दिसलं की असा चेहरा होतो. पण पाहिलं की सगळीकडे डोळे उमलतात,'' चांभार म्हणाला, ''मला सगळं दिसतं, मी सगळं पाहतो. ही बघ हं गंमत—''

पाहता पाहता चांभार टोटेम खांबाप्रमाणे उंच झाला व त्याचा चेहरा त्या खांबावरील एका चेहऱ्याप्रमाणे भयाण, विद्रूप दिसू लागला. त्याचे पिंजारलेले केस वर अग्निजिव्हेप्रमाणे फरफरू लागले. आणि आत झुंबर पेटल्याप्रमाणे सारे शरीर प्रज्वलित झाले. दुसऱ्या क्षणी अंगावरील अदृश्य वस्त्र काढल्याप्रमाणे ते सारे अंग डोळ्यांनी मोहरले. साऱ्या चेहऱ्यावर, अंगावर, हातापायांवर बटबटीत, पापण्या नसलेले शेकडो डोळे, आणि प्रत्येकात एक एक जिवंत निखारा. माझे सारे अंग वितळलेल्या मेणबत्तीसारखे झाले व धडपडत पायऱ्या चढून मी मोकळ्या सूर्यप्रकाशात आलो. आतून अंधाऱ्या गाभाऱ्यातून त्याच्या हसण्याचा हिः हिः हिः आवाज भुताप्रमाणे मागे लागला. आतल्या गोठलेल्या अंधारावर रंधा मारून सालीच्या पातळ सुरळ्या काढाव्यात त्याप्रमाणे तो आवाज सारखा येत होताः हिः हिः हिः...

''हिः हिः हिः'' चांभार हसला. ''मोटरीच्या जुन्या काचेचा आरसा हाय वो तो!''

“आरसा?” मी भेदरून विचारले.

“व्हय, त्यो नव्हं का पानाच्या दुकानात समूर. त्येचं सांगतोय मी. त्यात कोन पटका बघतंय, कोन रंगलेलं पान बघतंय. पन तो आरसाच बिगनेशी. माकडासारखी तोंडं दिसत्यात त्यात न्हवं का? हि: हि: हि:” तो पुन्हा खिदळला. त्याने माझ्या वहाणा पुढे टाकल्या.

“घ्या साहेब, वहाणा. झाल्या, पन दम नाही त्यांत.” त्याने माझ्या उघड्या पायांकडे बोट दाखवले. “याच आपल्या देवाच्या वहाणा लई बेस्ट बघा. पण आता काय तुम्हांला! तुम्ही तर गाडीतच बसनार न्हवं का आता?”

त्याने कराकरा डोके खाजवले. पुन्हा डोळे दिसणार. हजारो. लाल, पापण्या बसलेले! “पण मी आज जाणार नाही गावाला,” मी म्हणतो. पण तो आता बोलत नाही. खाली मान घालून किंचित हसत तो एका पखालीला टोचे मारू लागतो.

तोच, मानेत रिबनच्यामध्ये खोलवर तरवार खुपसलेला काळा बैल शिंगे खाली करून रक्त उधळत येतो, नाकातून फवाऱ्याचे तुरे फुलतात. जखमेतून कुडचाकुडचाभर रक्त उसळते. मला कोणी तरी एकदम ढकलते. माझ्या पायांतील वहाणा तुटतात व मागेच राहतात. त्यांची आठवण क्षणभर ओरखडा काढते. मी घोळक्यात सापडतो आणि स्टेशनकडे खेचला जातो. गाडीच्या शिट्टीच्या चाबकाने सगळ्यांना आत लोखंडी गेटात हाकलले जाते, व दरवाजा खाडदिशी बंद होतो.

“अहो, मला कुठं जायचं नाही. मी काल तर इथं आलोय,” मी ओरडतो. पण माझ्याकडे कुणाचेच लक्ष नाही. “माझं सामान तरी घेऊन येतो हॉटेलमधून,” मी ऊर बडवीत सांगतो. पण त्या वेड्या बेभान गर्दीत कोणीच माझे ऐकायला तयार नाही. निरनिराळ्या आवाजांच्या गुंतावळीत माझा आवाज गुदमरतो. मी असहाय होऊन त्यात सापडतो व कोणी तरी शोषून घेतल्याप्रमाणे आत खोल, खोल जातो. हॉटेलचे बिल द्यावयाचे राहिलेच. मी माझ्या बहिणीला संध्याकाळी येतो म्हणून सांगितले होते. (ती लहानपणी अतिशय व्रात्य होती. माझ्यावर तिचा फारच जीव. एकदा मी सुट्टीत घरी आल्यावर तिने जिन्याच्या वरच्या पायरीवरूनच माझ्यावर झेप घेतली. थोडक्यात बचावली, नाही तर डोकेच फुटायचे. मुंबईला ट्रामखाली सापडलेल्या त्या पोरासारखे. फुटके टरबूज.) ती आता वाट पाहील भोळी मुलगी. फार फार वाट पाहील. हॉटेलमधील त्या चिपाडासारख्या दिसणाऱ्या महाद्यावर आपण निष्कारण संतापलो. आंघोळीचे पाणी थंड होते यात त्याचा काहीच दोष नव्हता. जाताना त्याला एखाददुसरा रुपया द्यायला हवा होता. रेक्सजवळ ती पिंगट डोळ्यांची केवड्याच्या पानासारखी दिसणारी मुलगी काल दिसली होती. आज थिएटरकडे एक

चक्कर टाकली असती तर कदाचित ती पुन्हा दिसली असती, नावसुद्धा समजले असते. सुगंधा असेल का तिचे नाव?

गर्दीत अंग खरचटते, कुणी तरी पावलावर टाच चिरडते. समोरील माणसाच्या कडेवरील मुलाचे बोट टचकन् डोळ्यात जाते व ओल्या, जळजळीत वेदना होतात. ''चलो, तुम्हारे लिये गाडी नहीं ठहरेगी—'' जाड कांबळ्याचे कपडे घातलेला मनुष्य उगाचच खेकसतो. तो आंधळा आहे, व बायकापोरांनासुद्धा तो आडदांडपणे ढकलतो.

तोच सिंहाच्या अंगाची, स्त्रीच्या चेहऱ्याची (नाक थोडे फुटके) आगगाडी वळत वळत येते, व आम्ही आत कोंबले जातो. वरच्या बाजूला अजस्र माशाच्या डोळ्याप्रमाणे एकच एक भयाण दिवा आहे. पण आम्ही आत जाताच तो विझतो, व अंधार कोंदतो. माझ्या बरोबरीचे कोणी आलेत की काय हे पाहण्यासाठी मी दोनचार हाका मारतो, ''नातू – अय्यंगार–'' माझे शब्द त्या अंधारावर ओहोळाप्रमाणे सरकतात, आणि कोणाच्या तरी कानांत नाहीसे होतात. पण साद नाही. मी पुन्हा हाक मारणार तोच आगगाडी सिंहाच्या शेपटीने एक तडाखा हाणते. सारे अंग बधिर होते, आणि दृष्टीसमोर झिरझिरीत पडदा पसरतो. मग मात्र शांतता. आजूबाजूला डोकी, हात, अनवाणी पाय निरनिराळ्या शरीरांपासून वेगळी केल्याप्रमाणे अस्पष्ट दिसतात. त्यांच्या घामट वासाने अंधार भोवळतो. व त्यावर काही ठिकाणी हुंदक्यांच्या, उसाशांच्या भूछत्र्या उगवतात, गळून पडतात.

आणि हे सारे पोटात घेऊन आगगाडी काळ्याकभिन्न राक्षसांनी जिभा बाहेर काढल्याप्रमाणे दिसणाऱ्या लालसर, ओतीव पर्वतांच्या मधून ग्रँड कॅनियनच्या जांभईत शिरते, आणि आंधळ्या अजगराप्रमाणे सुस्त, निर्विकार, अनिवार्य गतीने पुढे पुढे जाते.

सत्यकथा : एप्रिल १९५६

मा क डा चे का य; मा ण सा चे का य?

अंगावर तलम शालीप्रमाणेच पसरलेली झोप हलकेच उडाली, व सुब्राव जागे झाले. त्यांना आता फार प्रसन्न वाटले. अंगातील ताप निघून दोन दिवस झाले होते, व आज सकाळी तर त्यांना नेहमीप्रमाणे भूक लागली होती. सारे अंग पिंजून तलम केल्याप्रमाणे हलके वाटत होते, आणि ते तशाच सुखमोकळ्या अंगाने थोडा वेळ पडून राहिले. आता आपण बाहेर पडल्यावर खूपशी माणसे भेटणार, महिना-दीड महिना दूर राहिलेल्या जगाशी पुन्हा आपला संबंध जुळणार, याची त्यांना फार उत्सुकता वाटली. इतके दिवस ही मंडळी हरीला विचारून आपली चौकशी करत असतील. रस्त्याला पायांनी टाके घालत चालल्याप्रमाणे वाटणारे जज्जसाहेब आज आपणाला नक्की भेटणार. दगडी पाटा टोचून घ्यायचा असला तर तिच्या तोंडापुढे तो नुसता धरावा, असे फाडफाड बोलणारी सरोज येईल. रात्री दिव्यासाठी नेहमी रॉकेल उसने घेऊन जाणारा जकातनाका कारकून देखील भेटेल. आज नाही तर उद्या. त्याशिवाय नेहमी दोन काळ्या शेळ्या बरोबर घेऊन हिंडणारा रखवालदार, पोस्टमास्तर देशपांडे, किती तरी लोक... आताच त्या सगळ्याच्या आठवणीने त्यांच्या मनाचे धागे बाहेर पडून त्यांना चिकटू लागले.

बाहेर गेट उघडल्याचा आवाज झाला, व सुब्रावना आश्चर्य वाटले. आता या वेळी कोण आले असणार हे त्यांना समजेना. हरी दुपारचे जेवण देऊन केव्हाच गेला होता, आणि आता रात्रीपर्यंत तो येणार नव्हता. मग कोण आले असेल? रामदास पुन्हा आला असेल? गेल्या खेपेस तो याच वेळी आला होता. हा विचार मनात येताच उत्कंठेने त्यांचे मन ताणल्यासारखे झाले. पण त्यांनी ती झिडकारून टाकली. त्याला आता तीन-चार महिने बिलकूल रजा नव्हती. मग कोण आले बरे? या कुणाच्या तरी आकस्मिक येण्याने त्यांना त्रस्त तर वाटलेच नाही, उलट हायसेच

वाटले. ही तर बाहेरच्या जगाची पहिली चाहूल आहे. त्यांनी सावकाश अंगात स्वेटर घातला, व फिरायला जायच्या वेळची वाघाचे छोटे डोके बसवलेली काठी घेऊन ते हळूहळू बाहेर आले. तोपर्यंत खिडकीतून काही तरी आत टपदिशी पडले, पुन्हा पायरीवर पावले वाजली, आणि गेट बंद होताना खणदिशी आदळले. नंतर त्यांना आठवले, पाच वाजून गेले आहेत, तेव्हा पोस्टमन येऊन गेला असावा आणि ते स्वत:शीच हसले. ते बाहेरच्या सोप्यावर आले, व खुर्ची खिडकीजवळ ओढून बसले.

पोस्टमनने फक्त एक मासिक आत टाकले होते. आजही रामदास, मोहिनीकडून पत्र नाही म्हणताच ते थोडे उदास झाले. आजारी आहे म्हणताच रामदास धावत आला होता, पण रजा नाही म्हणून औषधपाण्याची व्यवस्था करून लगेच परत गेला होता. पण परत गेल्यापासून त्याने एकही पत्र पाठविले नाही. का? सारी कामे बाजूला टाकून एक पत्र लिहावे असे सणक उठल्याप्रमाणे न राहवणारे प्रेम त्याला, कुणालाच वाटत नाही? त्यांना तो विचार आवडला नाही. पटलाही नाही. रामदास कामाचा माणूस आहे. मोहिनी आता काही झाले तरी परक्याची. वाटेल त्या वेळी येऊन जायला ती का आता स्वतंत्र आहे? शिवाय पाच-सहा महिन्यांत तिकडेही एक नातवंड येणार, तिचाही संसार वाढताच आहे...

त्या कल्पनेने त्यांना हुळहुळल्यासारखे वाटले. तिचाच नव्हे, तर आपलाही — आपल्या अंगाची मुले, एक मुंबईला तर दुसरी बंगळूरला. या दूर ठिकाणी आपली मुले गेली, त्यांची स्वतंत्र रोपटी झाली. जणू ती गावेच त्यांच्या आयुष्याला कायमची चिकटून गेल्याप्रमाणे सुब्रावना फार अभिमान वाटला. तसे पाहिले तर कोणता माणूस एकाकी बेटासारखा आहे? त्यांना वाटले, रामदास व त्याची मुले, मोहिनी आणि तिचे येणारे बाळ, स्वत:च्या पैशाने बांधलेले हे घर, स्वत: लावलेली बागेतील फुलझाडे, हे सारे धागे स्वत:ला चिकटले आहेत. त्याशिवाय कॉलेजमध्ये शिकवत असता त्या केळकराला ऐन वेळी परीक्षेची फी दिली होती. तो आता कुठे तरी बँक मॅनेजर आहे, त्याच्याकडूनही कधी पत्र आले नाही, परंतु त्याच्या मनात ती आठवण असणार. सुमती देशपांडेला त्यांच्या चिठ्ठीमुळे टाइपिस्टची नोकरी मिळाली होती, ती आता कुठे आहे कुणास ठाऊक, पण तिला प्रो. कामत यांची आठवण असणार! प्रत्येक क्षणावर आयुष्यात पाऊल पडले, की कुठून तरी एक नवा धागा निघतो, कुठे तरी जाऊन मिळतोच आणि जर आपण नाहीसे झालो तर काही सुते तर तशीच निर्जीव लोंबकळत राहतील. सुब्रावांचे हात अगदी विरून गेले होते, व त्यांवरील कातडे फार वेळा धुतलेल्या कापडाप्रमाणे खरखरीत झाले होते. ते नुसते खोलीतून बाहेर आले, तरी त्यांचे हृदय धडधडत होते.

माकडाचे काय; माणसाचे काय? / १७३

आता नाहीसे व्हायला फारसे दिवस नकोत. आता आपली दिवसाची नाणी संपत आली. मग आपल्या या घराचे, बागेचे काय होणार? येथे मग कोण राहायला येईल? येथे खुर्ची ओढून खिडकीतून बाहेर पाहत कोण बसणार? रामदासने मुंबईलाच कायम राहायचे ठरवले त्या दिवशी ते सारा दिवस जेवले नाहीत. एकाकी, भुताप्रमाणे ते घरात हिंडले. घराची फरशी अगदी लालभडक होईपर्यंत पुसून काढली, गुलाबांची उगाच छाटाछाट केली, आणि परसात गुडघाभर वाढलेले गवत वचावचा उपटून फेकून दिले. इतक्या हौसेने टेकडीच्या उतारावर हे घर बांधले पण त्याला मात्र इतर कोणाच्या आयुष्यात स्थान नाही. येथे कोणीही येऊन राहो, रामदासला त्याचे काही नाही. दीड महिन्यापूर्वी उष्ण वादळाप्रमाणे त्यांना ताप चढला त्या वेळी त्यांना वाटले होते, हे घर असेच टाकून आपण जाणार! रामदास येईपर्यंत सारे संपून जाणार! तापलेल्या डोळ्यांनी अंथरुणावर पडून असता त्यांना सारखे वाटत होते, हे घर म्हणजे आपल्याभोवती वाढलेली सूज आहे व त्यात मध्यभागी ठसठसणाऱ्या वेदनेप्रमाणे आपण आहो. पण रामदास धावत आला होता. त्याची दाढी वाढली होती व हातात एक पिशवी होती. बाजूला बसून त्याने कपाळावर हात ठेवताच त्यांचा अर्धा ताप उतरला होता. पण विशेष काही बोलायच्या आतच तो परतला होता, व आजही त्याच्याकडून पत्र नाही! पण त्यांना वाटले, नाही तर नाही पत्र, तो-मोहिनी काही आपल्याला विसरणार नाहीत. लहानपणी शाळेहून येऊन रामदास-मोहिनी आपल्या येण्याची वाट पाहत पायरीवर बसून राहत. आपण गेल्यावर आपली आठवण त्यांच्या आयुष्याच्या पायरीवर कायमची बसून राहणार. या विचाराने त्यांना हायसे वाटले. रामदास-मोहिनीचे आजही पत्र नाही म्हणताच आखडलेले मन सैलावले. त्यांनी पोस्टमनने टाकलेले मासिक उचलले व चाळण्यास सुरुवात केली.

ते मासिक इंग्रजी होते आणि ते फुकट येत असे. पण ते आपल्याला कोण पाठवते हे त्यांना कधी समजले नाही. मधून केव्हा तरी ते त्यावर नजर टाकत. अमक्या ठिकाणी इतका गहू पिकला, तमका कालवा इतका मैल लांब झाला. मुख्यप्रधान काचकाच तीन तास कसल्या तरी विषयांवर बोलले... असलीच कंटाळवाणी माहिती त्यात असे. पुष्कळदा त्यांना वाटे, या देशात माणसे नाहीतच की काय? नुसते रकान्यातले आकडे, त्यांवर शून्यावर शून्ये! त्यांनी दोन-चार पाने उलटली व नंतर डोळ्यांतच विविध रंग फुटल्याप्रमाणे पानपानभर त्यांना रंगीत चित्रे दिसली. त्यांच्यात उत्कंठेची एक झरझर उठली. तारे, ग्रह, तेजोमेघ, तारामंडळे यांची चित्रे आणि आभाळाची अपार श्रीमंती यांचे दर्शन त्यांच्यासमोर होते. सुब्रावांना त्याबरोबर आयुष्यातील एक निराशाही आठवली. त्यांनी कॉलेजमध्ये

शिकवत असता निवळ आवड म्हणून तसली बरीच पुस्तके वाचली होती, पण जिच्यांतून निदान शनीची कडी तरी दिसतील असली स्वत:ची एक दुर्बीण घेणे त्यांना काही जमले नाही. शनीला कडी आहेत, मंगळावर निळेपिवळे डाग आहेत, आणि आपण मात्र आंधळ्या भिकाऱ्याप्रमाणे, त्या साऱ्याखाली बसून काहीच न पाहता आयुष्य काढले! असली साऱ्या वैभवानिशी रंगीत चित्रे त्यांनी प्रथमच पाहिली होती. एक चित्र अनंत काळापूर्वी आभाळात फेकलेल्या, चांदीच्या तबकाप्रमाणे दिसणऱ्या देवयानी तारामंडळाचे होते. अभ्रकाची पूड फेकलेल्या आभाळात ते अतिमानवी विशाल जग आपल्याच वेड्या गतीत भिरभिरत होते. नंतर हंसमधील अत्यंत तरल अशा बुरख्याप्रमाणे तरंगणारा तेजोमेघ, अंगठीतील रत्नाप्रमाणे दिसणारे मृगामधले रंगीत वर्तुळ, कोट्यवधी सूर्य पोटात घेऊन बसलेल्या देवयानी तारामंडळाकडून प्रकाशकिरण इथपर्यंत यायला वीस लाख प्रकाश वर्षे लागतात हे वाचून त्यांचे मन दडपून गेले. एखाद्याचे बहिरेपण काढून घेऊन त्याला राक्षसी यंत्राजवळ बसवावे त्याप्रमाणे ते चकित होऊन बावरले. वीस लाख प्रकाशवर्षे! म्हणजे किती? मोहिनी अडीच—तीनशे मैलांवर आहे. रामदास चारशे मैलांवर आहे हे समजते. अमेरिका पाच-सहा हजार मैलांवर. पण पुढे काय? सुब्रावांचे मन शून्यांच्या मागे धावू लागले, पण आता फसवे क्षितिज देखील विरून गेले. त्यांना वाटले, लेखणीच्या फटकाऱ्याने आपण शून्ये लिहीत जातो, परंतु त्या अंतराचे चित्र कधी तरी मनात येते का? अरे, या चित्रातील फोटोसाठी फिल्मवर आदळलेला प्रकाशकिरण कदाचित माणूसच निर्माण होण्याच्या आधी देवयानीमधून निघाला असेल, आणि कुणास ठाऊक, हा म्हातारा, केस विरळ झालेला सुब्राव ते चित्र पाहत असता मधल्या काळात ते तारामंडळ नष्टही झाले असेल! म्हणजे आज आभाळात खरे तारे किती आणि ताऱ्यांची भुते किती हे त्यांना समजेना. आणि अशा तऱ्हेचे विशाल शून्य नि:शब्द विश्व पाहिल्यानंतर करून कुणी तरी वेगाने आपणाला फेकून दिले असे वाटून त्यांचे अंग किंचित कापू लागले.

मघा आत मासिक फेकून गेलेला तो खरोखरच पोस्टमन होता का? नसावा. बिनचेहऱ्याची एक सावली वरून कुत्सिसपणे खाली उतरली, देवयानीमधून प्रकाशाच्या एका कणाचे भूत आले आणि वेडावून आपला सारा दिवस नासवून गेले. सुब्रावांना वाटले, त्याची पावले वाजताच आपण बाहेर यायला हवे होते, म्हणजे निदान ही शंका राहिली नसती! त्यांच्या राहत्या बंगल्याभोवती खूप मोठे आवार होते. त्यात पुष्कळशी आंब्याची झाडे होती, ती मधून मधून सळसळत. समोरचा रस्ता गेटसमोरच अंग वळवून टेकडी चढून गेला होता. त्यावरील अजस्र झाडांच्या फांद्यांनी फाटून गेलेला प्रकाश सावल्यांचे डाग अंगावर घेऊन डाल्माशियन

कुत्र्याप्रमाणे पायऱ्या चढण्याचा प्रयत्न करत असे. त्या हिरव्या गर्दीत काळ्या तोंडाची भीषण माकडे असत, व ती पत्र्यावर जोराने दात घासल्याप्रमाणे आवाज करत. काही वेळा पानांत ती अगदी स्तब्ध बसली, त्यांच्या शेपट्या अगदी स्थिर झाल्या की वर एखाद्या हिरव्या श्वापदाने जबडा उघडून दात दाखवल्याप्रमाणे वाटे. अंधार जमू लागला की तोदेखील हिरवट बुरशीसारखा वाटे. सोप्यावर बसले की पुष्कळदा सुब्रावांना आपण विहिरीच्या तळाशी आहो असा भास होई. येथे काहीही घडू शकेल. सावल्या माकडाप्रमाणे दात विचकतील, आणि खरबरीत बुंध्याची झाडे येऊन फांद्यांनी आपल्याला कवटाळतील.

तसलाच कुणी हा पोस्टमन होता? आला, आणि देवयानी, अगस्ती, त्रिशंकूकडे बोट दाखवून, वेडावून निघून गेला? आपला ताप उतरला, आणि हिंडू फिरू लागलो हे त्याला पाहवले नाही; व मग त्याला देवयानीने वीस लाख प्रकाशवर्षांच्या दिक्कालातून दूत म्हणून पाठवले. सुब्रावांना हा विचार आला, व ते उदासीनपणे किंचित हसले. त्यांना आठवले, लहानपणी ओल्या वाळूत समुद्रकिनारी खेळत असता दुरून एक लाट येई व त्यांच्या मागे लागे. त्या वेळी त्यांना नेहमी वाटे, त्या लाटेला पांढरे डोळे आहेत, तिने आपल्याला पाहिले आहे, आणि ती नेमकी आपल्यालाच भिववण्यासाठी मागे धावत आहे. तिला आपली ओळख कशी पटते हे त्यांना कधीच समजले नाही. देवयानीमधून निघालेला एक प्रकाशकण नेमका आपला शोध घेत धावत आला म्हणताच त्या आठवणीने त्यांच्या आयुष्यावरील वर्षे गळाली, व ते लहान मुलाप्रमाणे हसले. म्हणजे माणूसच निर्माण होण्यापूर्वी, शंभर फूट लांबीचे प्राणी चिखलात धिंगाणा घालून एकमेकाला नष्ट करीत असता तो किरण निघाला होता, आणि त्याच्यामागून लगेच पुन्हा निघालेला दुसरा किरण येथे येण्याच्या काळातच ते तारामंडळ बुडबुड्याप्रमाणे फुटून नाहीसे झाले! असे एखादे तारामंडळ असू शकेल की ज्याच्या किरणाचा प्रवास सुरू झाला त्या वेळी सूर्यमालाही अस्तित्वात नसेल, व तो येथपर्यंत पोहोचण्याच्या आधीच ती पाचोळ्याप्रमाणे बाजूला लोटली गेली असेल. या असल्या अतिमानुषी छत्राखालची आपली सुखदु:खे! ताप उतरल्याचा आनंद; रामदास-मोहिनीकडून पत्रे नाहीत म्हणूनची विषण्णता; दोन दिवस निपचित पडून एकदाही शेपटी न हलवता, न भुंकता निर्जीव झालेली लहानपणची कृष्णी कुत्री; केळकरच्या मनातील कृतज्ञता; देशपांडेला दिलेली मदत; सारी नुसती आंधळी टिंबे! आणि असली राक्षसी विश्वे स्वत:च्या प्रकाशात अणुरेणूप्रमाणे फिरवणारा तो निर्माता! तो एखाद्या क्षुद्र आयुष्यात डोकावतो; तो खरे बोलतो की खोटे, शेजाऱ्याला फसवतो की त्याच्यावर प्रेम करतो, असल्या गोष्टी म्हणे नोंदून घेतो, आणि त्याप्रमाणे शिक्षा-बक्षिसे वाटत

बसतो! आणि असल्या मनाच्या पुरळीवर आपली नीती, आपले धर्म आधारलेले! छट्. सद्गुण-दुर्गुणाच्या पायावर सरपटणारे किडे, सुखदु:खाच्या डोळ्यांनी त्रिशंकूकडे पाहणाऱ्या अळ्या! त्यांतीलच एक सुब्राव! गणिताचा एक सेवानिवृत्त प्राध्यापक. शून्यांशी खेळून शून्य झालेला. निरनिराळ्या शून्यांच्या जिन्यावरून सरपटत दूर कुठे तरी, अर्थ असलेल्या आकड्याकडे निघालेला, पण दमछाक होऊन तिसऱ्या-चौथ्या शून्यात बुडबुड्याप्रमाणे नाहीसा होणारा सुब्राव! या विचाराने सुब्रावांचे अंग अगदी विरूनच गेल्यासारखे झाले. राहिली ती फक्त निरायम भावना. समुद्रात खडा बुडत असता त्याला वाटेल तसली दीन, आग्रहहीन.

त्याच भावनेने ते उठले व बाहेर बागेत आले. आता ते मासिक आपल्यामागे भुताप्रमाणे येते की काय असेदेखील त्यांना वाटून गेले. पण बाहेरच्या मोकळ्या हवेने मनातला डोळे चुरचुरणारा धूर बराच कमी झाला, व ते हळूहळू बागेत हिंडू लागले.

गेल्या दीड महिन्यात ते बागेत आले नव्हते. हरी दररोज पाणी घालायचा खरा, पण ते बदाबदा ओतून जायचा. त्याच्या कामात आतडे नाही. वाफ्यांत ठिकठिकाणी गवत वाढले होते, आणि बाजूच्या झाडांचा पाचोळा जमला होता. पण फुलझाडे वाढली होती. काहींच्यावर फुले देखील दिसत होती. ते पाहून मात्र त्यांना निराशा वाटली. आपल्या येण्याची ती आसुसतेने वाट पाहत असतील असे त्यांना वाटले होते. हरीने तर अनेकदा म्हणून दाखवले होते की, त्यांनी पाणी घातले की झाडे जास्तच जिवंत दिसायची. पण ती मात्र त्यांच्याकरिता थांबली नाहीत. आपण बी टाकले, बस्स इतकेच. एक झारी पाण्याइतका आपला संबंध. मग ते पाणी कुणीही घालो.

ते बागेत हळूहळू फिरू लागले, परंतु देवयानीचा प्रकाशकण अद्याप त्यांच्या मनात रेंगाळत होता. समोरची फुले म्हणजे वरचे आभाळच लहान होऊन उतरल्याप्रमाणे वाटू लागले. तरारून वाढलेल्या पेटुनियाची फुले देवयानीप्रमाणे दिसली. ग्लॅडिओला मृगातील तेजोमेघाच्या आकाराचे वाटले. आपला देवयानी मृगाशी काही संबंध नाही, तसेच फुलांच्या बाबतीतही. ही फुलेदेखील हरीच्या पाण्यावर निर्विकार स्मृतिहीन वाढत राहतील! सुब्राव कोपऱ्यात ठेवलेल्या निवडुंगाच्या कुंड्यांपाशी आले. आणि तेथले रंगीत दृश्य पाहून ते खुलले. एका निवडुंगाच्या गोल काटेदार आकारावर पुष्कळशी छोटी फुले उमलून बसली होती. म्हणजे स्वत:प्रमाणे त्याचाही विस्तार वाढला होता. त्यालाही फुले येत होती. आता त्याची मुळे दूर पसरतील व त्यांना स्वतंत्र कोंभ येतील. पण एकदम त्यांच्या उत्साहावर पाणी पडले. निवडुंगावरच्या एका पुस्तकातील वाक्य त्यांना एकदम अशुभपणे आठवले. एखाद्या निवडुंगाला फुले येऊ लागली एवढ्यावरच खूष होऊ

नका, कारण काही वेळा झाड मरत असता फुलांनी भरून जाते. पुनरुत्पत्तीच्या मदतीने ती जात टिकवून धरण्याचा निसर्गाचा तो एक प्रयत्न असतो. आणि हे वाक्य आठवताच त्यांना त्या फुलाकडे पाहवेना. अकारण त्यांना मोहिनीची आठवण होऊ लागली. त्या निवडुंगाला खास आपल्यालाच काही तरी सांगायचे आहे असे सुब्रावांना वाटू लागले. आणि नेमके तेच त्यांना नको होते. बाजूच्या सावलीत त्यांनी जाड, पाणसर पानांची झाडे ठेवली होती. फुलासारखीच झाडे. झाड आणि फूल एकच. म्हणजे इतर झाडांच्या बाबतीत कधी ना कधी होणारी ताटातूट त्यांच्यात नाही. आतड्यांचे एकत्व झालेले, हेवा निर्माण करणारे त्यांचे आयुष्य. त्यांच्यात आणि फुलात तीन-चारशे मैलांची अंतरे नाहीत! पण लहानशा ताटाएवढे वाढलेले एक फूल आता कुरूप, म्हातारे दिसत होते. त्यावर ठिकठिकाणी नांगर ओढल्याप्रमाणे पुष्कळशा रेघोट्या उठल्या होत्या. सुब्रावांनी खाली वाकून पाहिले. त्यावर एक पुष्ट हिरवा किडा चरत होता, व तो तोंड खाली वाकवून तृप्त उद्योगीपणाने एका रेघोटीमधून पुढे सरकत होता. सुब्रावांनी लाकडाच्या दोन सालींमध्ये त्या किड्याला उचलले. उचलताच त्याचे अंग आखडू पसरू लागले. त्याचे बटबटीत, डांबराच्या ठिपक्यासारखे डोळे पाहून त्यांतील घमेंडीचा सुब्रावांना फार राग आला. असेच चार दिवस चरत त्याने सगळे फूल खाऊन टाकले असते, आणि मग त्याच्याचसारख्या गुबगुबीत घाणेरड्या किड्यांनी आपापल्या कोशात किड्याच्या या निसर्गावरील विजयाची अद्‌भुत वर्णने केली असती! आणि रस्त्यावरच्या त्या बुंध्याभोवती फिरायला दोन-तीन मिनिटे लागणाऱ्या अजस्र वड-पिंपळांना कल्पनाही नसेल की, हा किडा आला व आपल्यावर विजय मिळवून परत गेला. सुब्रावांनी त्याला चिरडण्यासाठी दोन्ही साली किंचित दाबल्या; परंतु त्या क्षणी ते डोळे सपाट निर्जीव झाले, व त्याच्या तोंडावर असहाय माणसाची भावना दिसली. एका ओळखीच्या माणसाची आपण हत्या करत असल्याप्रमाणे सुब्रावांनी तो सालीसकट बाहेर फेकून दिला. डांबराच्या थेंबासारखी दोन काळी शून्ये, कोट्यवधी सूर्य पोटाखाली उबवत बसलेल्या तारामंडळाचे शून्य, आणि मध्येच उभे राहून त्यांच्याकडे आळीपाळीने पाहणारी दोन म्हातारी शून्ये. नुसता सारा शून्यांचा बुजबुजाट झाला आहे. अर्थ असलेला आकडा कुठे तरी लपून राहतो आणि आपल्या हृदयाच्या स्पंदनाने शून्यांचे बुडबुडे उडवून फोडत बसतो.

आपल्या हृदयाची धडधड ऐकत ते बागेच्या दुसऱ्या कोपऱ्यापर्यंत आले. हवेत किंचित गारवा आला होता, तेव्हा आता आपण आत जावे असे त्यांनी ठरवले. कोपऱ्यातील आंब्याला गेल्या वर्षीही फळ धरले नाही. या वर्षी तरी तो फळणार की नाही कुणास ठाऊक! ते वळता वळता मध्येच थांबले. त्यांना प्रथम स्पष्ट दिसले

नाही म्हणून ते किंचित पुढे गेले व त्यांनी निरखून पाहिले. त्या आंब्याच्या झाडाखाली माकडाचे एक पिलू पाठीवर पडले होते, व त्यांच्याकडे बटणासारख्या डोळ्यांनी पाहत होते. हे आकस्मिक दृश्य पाहिल्यावर सुब्राव प्रथम हादरले, व आता काय करावे हे त्यांना समजेना. हरी आता अगदी रात्र करून येणार. पण त्या माकडाला रात्रभर तसेच आवारात पडू देणे त्यांना बरे वाटेना. हे नसते लचांड आपल्याच बागेत कुणी तरी मुद्दामच टाकले असावे असे त्यांना वाटले, व त्यांनी रागाने वर पाहिले. वर उंच रस्त्यावरील झाडांचे एक छप्परच झाले होते, व त्या गुंतवळ्यात अडकल्याप्रमाणे अनेक माकडे गोठून स्तब्ध बसली हाती. खाली लोंबकळणाऱ्या त्यांच्या शेपट्याही जाड पारंब्यांप्रमाणे स्थिर होत्या. सुब्रावांनी वर पाहताच दोन माकडे झटकन् सावल्यांप्रमाणे वरच्या फांद्यांवर चढली. बाकीच्या वेळी धिंगाण्याने झाडे वाकवणारी माकडे काही वेळा पानही न वळवता कशी बरे हलू शकतात? पण त्या नि:शब्द हालचालीनंतर पुन्हा सारे गोठले. पाच-पंचवीस माकडे आता आपण काय करणार हे वरून पाहत आहेत हे सुब्रावांना जाणवले. त्यांनी काठी जमिनीवर आपटून शुकशुक करत त्या पिलाला हाकलण्याचा प्रयत्न केला. पण नंतर डिवचले तरी ते असहायपणे डोळे न हलवता त्यांच्याकडे पाहत पडूनच राहिले.

सुब्रावांना आता फार चीड आली. इतक्या दिवसांनी आपण बागेत येतो, तर हे घाणेरडे माकड बिनपापणीच्या डोळ्यांनी पाहत आपल्याला तावडीत धरते. या वेळी सगळ्याच माकडांविषयी वाटणारा आयुष्यभरचा संताप त्यांच्यात तापाप्रमाणे पसरला. फुलेफळे यांचा विध्वंस करणारे, दररोज पाचसात कौले फोडणारे हे घाणेरडे, मळकट प्राणी, यांना गोळ्या घालत बसणे म्हणजे देखील वेळेचा अपव्यय आहे. त्यापेक्षा काय करावे, पिकल्या केळांचे चारसहा घड घ्यावेत. त्यात प्रत्येकात अर्धा चमचा सायनाइड भरून केळी झाडांवर लटकवावीत. तासात माकडांचा ढीग पडेल. मग त्यावर रॉकेल ओतून काडी लावावी! किंवा सायनाइड जर मिळत नसेल तर... एखादा निर्ढावलेला गुन्हेगार बसल्या-बसल्या खुनाचे आराखडे करतो, त्याप्रमाणे सुब्रावांनी अनेक उपाय तयार ठेवले होते. पण शिव्या देत दगड मारण्यापलिकडे त्यांचे धैर्य गेले नव्हते. पण आता माकडांनी आपली अवलादच कुत्सितपणे त्यांच्या आवारात आणून टाकल्यामुळे ते संतापले होते. जर त्या माकडाला मरायचेच होते, तर सारे जग सोडून आपल्याच आवारात पाठ मोडून पडायला कशाला पाहिजे होते? निदान जिसू झाडूवाल्याला दिसेल अशा ठिकाणी तरी पडायचे. तो असली मेलेली माकडे गोळा करायचा, व त्यांच्या मिरवणुकीसाठी आपल्या वस्तीत पैसे गोळा करायचा. माणूस मरत असता तांब्याभर पाणी न देणारे

मेलेल्या माकडासाठी आठबारा आणे देत, व जिसूला गावठीसाठी चार-सहा रुपये सहज उरत. किंवा खालच्याच मोठ्या रस्त्याने दररोज शेकडो ट्रक्स जात असतात. सुब्रावांनी एकदा एक वानर ट्रकचा धक्का लागून वीस फूट उडून मडक्यासारखा फुटलेला पाहिला होता. त्याखेरीज विजेचे खांब आहेतच. दोन-चार महिन्यांपूर्वी एक माकड त्यावर पालथे पडले, व एकदम फाटल्याप्रमाणे ओरडून गप्प झाले. ओले ताट चुलीत जळत असल्याप्रमाणे ते चरचरचर, ठिणग्या टाकत अर्धा तास जळत होते, तसे का मेले नाही हे? त्यातही भर काय, तर हे पूर्ण मेलेही नाही, तर पाठ मोडून निव्वळ वाट पाहत पडले आहे! हे त्याचे नातलग, मित्र त्याला उचलून का नेत नाहीत? की ते आपल्यातून गेले हेदेखील त्यांना माहीत नाही?

पण आता आधी त्या बेवारशी पोराची कशी काय विल्हेवाट लावायची हा मोठा प्रश्न होता. सुब्रावांनी इकडे तिकडे उतावीळपणे पाहिले. पाण्याची पाइप आत आणण्यासाठी भिंतीला एक छोटे भगदाड पाडले होते. त्यातून ते माकड बाहेर ढकलून देण्याचे सुब्रावांनी ठरवले. एकदा ते बाहेर गेले की संबंध संपला. मग कुणी त्याला डॉक्टरकडे नेवो अथवा तोंडात पाणी घालो, किंवा त्याला मुंग्या लागोत. सुब्रावांनी प्रथम त्याला काठीने थोडे ढकलले, परंतु ते थोडे लवंडून पुन्हा त्याच निर्जीव थिजत चाललेल्या डोळ्यांनी त्यांच्याकडे पाहत राहिले. त्यांनी माकडाला ढकलायला सुरुवात करताच झाडावरील माकडांत हालचाल सुरू झाली. एका सावलीमागोमाग दुसरी अशी ती पलीकडे गेली, व शेवटी रस्त्याबाजूच्या आंबराईत नाहीशी झाली. परंतु एवढ्या अंतरावरूनही त्यांचा धिंगाणा ऐकू येत होता. आता त्यांचा पिलाशी संबंध संपला होता, व त्याला त्यांनी आठवणीमधूनही काढून टाकले होते.

सुब्रावांनी माकडाला तीन-चारदा ढकलून भोकापर्यंत तर आणलेच. पण त्यातून बाहेर रेटणे हे तर फार महत्त्वाचे होते. त्यांनी आता काठीचे टोक त्याच्या छातीत रुतवले. तेथे काठी लागताच माकडाने प्रथमच आवाज काढला. ते अशा तऱ्हेने चीत्कारले की, सुब्रावांना आपल्या अंगात अगदी मऊ ठिकाणी कुणी तरी सर्रदिशी पात्याची धार ओढली असे वाटले, व झटकन् त्यांचा हात मागे आला. पण आता त्याखेरीज मार्ग नव्हता. त्यांनी काठी पुन्हा घट्ट रोवली, व त्याला नेटाने दाबून भोकात कोंबले व दरदरत बाहेर फेकून दिले.

तेव्हा त्यांना हायसे वाटले. थोडासा पालापाचोळा गोळा करून त्यांनी भोकाच्या तोंडाशी लावला, व कपाळावरील घाम पुसत ते लगबगीने परतले. आपण हे कृत्य करत असता कुणी पाहिले का, हे त्यांनी हळूच बघून घेतले. पण आजूबाजूला कुणीच नव्हते. रस्ता निर्जन होता. बाजूच्या नाडकर्णींचा बंगला बंद

होता. आणि समोरचे हत्तंगडी तर दोन महिन्यांपूर्वीच गावी गेले होते. ते आत आले व त्यांनी दरवाजा लावून घेतला. त्यांनी खिडकीची फक्त एक फट उघडी ठेवली, व धापा टाकत ते खुर्चीवर गुन्हेगाराप्रमाणे अंग चोरून बसले.

रस्त्यावर बराच वेळ कुणी नव्हते. प्रकाश हळूहळू धूसर होऊन विरजल्यासारखा झाला. आता उजव्या बाजूकडून जज्जसाहेब आपल्या नेहमीच्या फिरण्यासाठी चालले होते. एका पावलाला दुसरे पाऊल जोडून जणू रस्ता मोजीत ते चालत, व त्यांचे शरीर म्हाताऱ्या प्रश्नचिन्हासारखे दिसे. ते फक्त कोपऱ्यापर्यंत जात व परतत, पण त्यालादेखील त्यांना तास-दीड तास लागे. पंच्याऐंशी वर्षांच्या आयुष्यात ते इतके विरून गेले होते की, त्यांच्या तोंडून एक शब्दही साऱ्या अंगभर खळबळ उडवल्याखेरीज बाहेर पडत नसे. तीस-चाळीस वर्षे नियमितपणे ते त्या रस्त्यावरून जात. तेव्हापासून त्यांची पँट काळ्या रंगाची होती, छत्रीही ते नेहमी उजव्या काखेत धरत. तेव्हादेखील ते अगदी वाकूनच सावकाश चालत. जणू ते कोपऱ्यापर्यंत जाऊन तेथे बसलेल्या कुणाला तरी प्रश्न विचारत, व अजून वेळ आहे म्हणताच मागे परतत. त्यांना आता नात्यागोत्याचे कुणी नाही. इतर कुणीही त्यांच्याशी बोलायला क्वचितच थांबत, कारण त्यांना हल्ली माणसांची ओळख राहिली नव्हती. अनेकदा ते नागेश वर्णेकरला बापू गावकर समजत व त्याच्याशी एक वाक्य बोलत. बापू गावकरने अठरा वर्षांपूर्वी नागेश्वर तलावात जीव दिला होता. शांताराम वर्टीकराला ते इंग्रजीचा प्रोफेसर नानू शिरूर समजत. शांताराम गोव्याहून चोरून सोने आणतो, बंगले बांधतो, आणि डाल्माशियन कुत्रे मोटरीत घालून गावभर भटकतो, तर नानूला घशाचा कॅन्सर झाला आहे. आता जज्जसाहेबांचा जगाशी संबंध फक्त संध्याकाळच्या फिरण्याच्या धाग्याने उरला आहे. जर फार दम लागला तर ते सुब्रावांच्या गेटपुढे उभे राहत, 'बरा आहेस?' म्हणत, व सारे काही विसरून गेलेल्या डोळ्यांनी पाहत गप्प राहत व मध्येच निघून जात. जज्जसाहेबांना रस्त्यावर पाहताच सुब्रावांना फार बरे वाटले, निदान ते थांबतील तरी. जज्जसाहेब हळूहळू गेटपाशी आले, व थांबले. त्यांना गेट उघडण्यासाठी सुब्राव उठले, पण पुन्हा जागी बसले. जज्जसाहेब गेटकडे न पाहता बाजूला पडलेल्या माकडाकडे पाहत होते. ते अधिकच वाकले, व त्यांनी छत्री उजव्या काखेतून डाव्या काखेत घेतली. ते क्षणभर घोटाळल्यासारखे झाले. नंतर त्यांनी एखादे जुनाट ओबडधोबड एंजिन वळवल्याप्रमाणे पावले वळवली, व कधी नाही ते मागल्या पावली परत फिरले.

सुब्राव थोडे विषण्ण झाले. दारापर्यंत येऊन जज्जसाहेबांनी आपली चौकशी केली नाही याचा त्यांना विषाद वाटला. पण ते असे परत का गेले, याचेही त्यांना

फार आश्चर्य वाटले. जणू त्यांनी आपणाला झिडकारून टाकल्याप्रमाणे सुब्राव अस्वस्थ, अवमानित झाले. पण नंतर त्यांच्यासमोर सरोज येत असलेली त्यांना दिसली, व ते उत्साहाने खिडकीपाशी उभे राहिले. ती नक्की येणार असा त्यांचा विश्वास होता. ती हातात औषधाची बाटली घेऊन जात होती, व तिचा सतत फिकट दिसणारा चेहरा श्रमाने लालसर दिसत होता. ही मोहिनीच्याच वयाची पोरगी. तिच्याबरोबर लहानपणी नेहमी घरी यायची. सुब्रावांनी मोहिनीची वेणी घातली की ती आपलीही वेणी घालायचा हट्ट करे. मग त्यांनी गावंढळ हाताने कशाबशा बांधलेल्या झिंज्या डोक्यावर नाचवत त्या एकमेकींच्या खांद्यावर हात टाकून साऱ्या कॉलनीतील आवारातून फुले चोरत हिंडत. तसे पाहिले तर खुद्द सरोजचा बंगला मैलभर लांब-रुंद होता व तेथे दोन माळी काम करत. पण कुत्र्याचा डोळा चुकवून हेगडेच्या बंगल्यातून हजार मोगऱ्याची गावरान फुले चोरून आणण्यात तिला धन्य वाटे. शाळेत मुलांशी देखील बिनदिक्कत मारामारी करणारी सरोज अशी फिक्कट का झाली? तिच्या चालण्यातील डौल काय झाला? ती आल्यावर मोहिनीविषयी ती बोलणार, त्या वेळी तिच्याकडून पत्र नाही म्हणून तक्रार करण्याचे त्यांनी ठरवले, व ते वाट पाहू लागले.

सरोज समोर थांबली ते पायातील वहाण निसटली म्हणून. तिने सुब्रावांकडे एकही दृष्टिक्षेप केला नाही. पण अचानक माकडाकडे लक्ष जाताच ती दचकली व तिने आजूबाजूला पाहिले. नंतर रस्त्यावरचा एक दगड उचलून तिने माकडाकडे फेकला. तो उरी लागला असावा, कारण पुन्हा तेच धारदार चीत्कारणे ऐकू आले, आणि तो दगड स्वत:च्याच छातीवर बसल्याप्रमाणे सुब्राव आकसले. आता बाहेर आणखी कुणाचे तरी आवाज ऐकू आले. थोड्याच वेळात डावीकडून लठ्ठ, डुलत चालणारी मास्तरीण, व तिच्याबरोबर घरी परतणारी शालिनी, या आल्या. मास्तरणीने सुब्रावांकडून अनेकदा पाच-दहा रुपये उसने घेतले होते. त्यांना वाटले, तिने का येऊन बोलू नये? निदान पैसे देण्यासाठी तरी? मास्तरीण थांबली व जाड कवडीसारख्या डोळ्यांनी माकडाकडे पाहू लागली. ''माकड पडलंय इथे,'' ती म्हणाली. वास्तविक ती गोष्ट अगदी उघड होती. ''मेलंय वाटतं?'' ''नाही जिवंतच असावंसं वाटतं अजून,'' सरोज म्हणाली, पण तिला आपण मारलेल्या दगडाची आठवण झाली. व ते कुणाच्या ध्यानात येईल म्हणून ती सांगू लागली, ''मरायला काय झालंय? आता कुणी पाणी पाजवलं तर उद्या पुन्हा येईल दात विचकत चिकू नासवायला!''

तोपर्यंत शालिनीने झुडपातून एक लांब फांदी काढून तिची पाने ओरबडून टाकली होती. तिने त्या काठीने माकडाला ढोसले. जराशी हालचाल झाली. पुन्हा

तोच कापड टरकल्यासारखा आवाज झाला. पण आता त्यातील धार गेली होती. त्यात आता तक्रार नव्हती, कापड फाडताना अगदी शेवटी आल्यावर येतो तसला आवाज होता.

"बघा जिवंत आहे ते!" विजयाच्या स्वराने सरोज म्हणाली.

तो आवाज ऐकून शालिनी खिदळू लागली, व मध्येच धपापून भात्याप्रमाणे खोकू लागली. घशात जाळे बांधल्याप्रमाणे तिचे खोकणे होते.

"तरी सांगते तू श्रम घेऊ नकोस म्हणून," मास्तरीण चिडून म्हणाली, "आता कुठं ताप कमी झालाय. आणि आता वाटेल ते खातेय, वाटेल तेथे पाणी पितेय. हो, पाणी म्हणताच आठवण झाली, आज तुमच्या नळाला पाणी आलं होतं?"

"छे, हो," सरोज म्हणाली, "पाच मिनिटं सुतासारखं पाणी राहिलं. आणि बादली ओली व्हायच्या आत गेलं."

"हल्ली सगळीकडे असंच होतं. आठ वाजेपर्यंत पाणी म्हणायचं, तर ते सातलाच बंद! संध्याकाळी पाचला बस आहे म्हणायचं, ती सात वाजेपर्यंत येत नाही. आज मला चालत यावं लागलं."

मास्तरणीने वारभर टॉवेल पिशवीतून काढला, व आपल्या अजस्र, पोचे पडलेल्या घागरीसारख्या चेहऱ्यावर तो टिपायला सुरुवात केली.

शालिनीचा खोकला थांबला. तिने पुन्हा एकदा काठी ढोसली. ते माकड ओरडले की नाही कुणास ठाऊक, कारण तेवढ्यात मास्तरीण ओरडून म्हणाली,

"हां. शालू, आत मात्र मार मिळेल हं. त्या काठीला काटे आहेत, हातात जर एखादा गेला तर मग बसशील ओरडत."

सुब्रावांच्या मनात जाळ पेटू लागला. नाहीशी झालेली कणकण पुन्हा तापते की काय असे त्यांना वाटू लागले. बाहेरची बडबड काठ्या ढोसत असल्याप्रमाणे त्यांना त्रस्त करू लागली. मनात ते सारखे पुटपुटू लागले, 'जा, चला आता, चालते व्हा. चव्हाट करू नका इथे,' त्यांना त्या माकडाचाही विलक्षण संताप आला. त्याला दरादरा ओढून दूर परसात उकिरड्यावर फेकले असते तर बरे झाले असते असे त्यांना वाटू लागले. समोरून एक मोटर गिअर बदलून चढ चढत निघून गेली, व एका खिडकीतून कुत्र्याचे डोके दिसले. मास्तरीण जायला वळली. सरोज देखील निघाली, तोच समोरच्या बंगल्यातून तागासारख्या केसांची, चाळशी लावणारी उमाबाई बाहेर आली. तिच्या हातात शेवग्याच्या शेंगा होत्या.

"काय म्हणत होत्या मास्तरीणबाई?" माकडाकडे पाहिले न पाहिल्यासारखे करून ती म्हणाली.

"म्हणायचं काय! आज बस मिळाली नाही म्हणून चालावं लागलं म्हणे,"

सरोज फणकाऱ्याने म्हणाली, ''काय झालं एक दिवस चाललं तर! निदान अंग तरी उतरेल.''

''तर काय!'' उमाबाई म्हणाली, तिने हातातील दोन-चार शेंगा सरोजपुढे धरल्या. ''घे की शेंगा. हत्तंगडी गावाला गेलेत. कुणी ना कुणी घेऊन जाणारच. तेव्हा म्हटलं आपणच न्याव्यात.''

''छे, मला नकोत. तुम्हांलाच राहू द्यात हो,'' सरोज मागे सरकत म्हणाली, मग घे ग, नको नको यात थोडा वेळ गेला. अखेर सरोजने शेंगा हातात घेतल्या. उमाबाई मागच्या पायवाटेने वळून मागच्या रस्त्याकडे गेली. ती वळलेली पाहून सरोज कंपाउंडच्या भिंतीजवळ आली व तिने हात उंचावून शेंगा हळूच गुलाबाच्या वाफ्यात टाकल्या, व ती निघून गेली.

आता संध्याकाळ दाटली, व सारे अस्पष्ट वाटू लागले. सरोज, मास्तरीण, उमाबाई सगळ्या गेल्या, व रस्ता वळाप्रमाणे राहिला. आता एकदा उठून त्या माकडाकडे पाहून यावे, असे सुब्रावांना वाटले. पण आता त्यांना दुबळे वाटू लागले होते. शिवाय रस्त्यावर कुणाच्या तरी नालाच्या वहाणा वाजू लागल्या. मळकट निळा शर्ट घातलेला जिसू झाडूवाला दिसताच सुब्रावांना आठवले, आज बुधवार. आज जिसू येतो. मग त्यांना वाटले, आपण सारे श्रम फुकट घेतले. त्याला सांगितले असते तर त्याने माकड उचलले असते. जिसूच्या हातात बुट्टी होती, व खांद्यावर लांब दांड्याची झाडणी होती. तो अर्धे गेट ओलांडून गेला होता, पण बाजूला कसला तरी आवाज झाला म्हणून त्याने वळून पाहिले. त्याने खांद्यावरील झाडणी खाली घेतली, व दांड्याने त्याने ढोसून पाहिले. आता कसलाच आवाज झाला नाही. सुब्राव आता गोठल्याप्रमाणे बसले, व शरमेने त्यांच्या अंगावर काटा आला. जिसूने ढकलत ढकलत माकड रस्त्यावर काढले, व काठीनेच त्याला तिरप्या केलेल्या बुट्टीत ढकलले. त्याने बुट्टी डोक्यावर घेतली, तेव्हा माकडाची शेपटी बाहेर लोंबत होती. दोन्ही बाजूच्या नि:शब्द झाडांमधील अस्पष्ट प्रकाशावर लोंबणाऱ्या शेपटीचे हेलकावे आपटत नालाच्या आवाजात जिसू निघून गेला, व वळासारख्या रस्त्यावरील वेदना संपली.

ती सुब्रावामध्ये जागी झाली. खोकणारी मुलगी, फिकट, मेणासारखी दिसणारी सरोज, प्रश्नाचे उत्तर मिळाल्याप्रमाणे अर्ध्यावरूनच परतणारे, प्रश्नचिन्हासारखे जज्जसाहेब - जणू सुब्रावांनी मृत्यूचे पुस्तकच फर्रदिशी पाने परतवून पाहिले होते. भोवती अजस्र, ज्यात आपले प्रतिबिंबही दिसणार नाही अशी तारामंडळे, तेथला किरण आपल्या डोळ्यांत शिरण्याआधीच नष्ट झालेले तेजोमेघ, आपल्याला क्षुद्र करणारी पृथ्वी, ज्याच्यापुढे पृथ्वी क्षुद्र आहे तो सूर्य, कोटी सूर्यांपेक्षा तेजस्वी व्याध,

आणि कोट्यवधी व्याधांना गिळून आकाशभर पसरलेली आकाशगंगा. शून्याभोवती शून्य, बुडबुड्यातून निर्माण होणारे बुडबुडे. जर एखादे कमी झाले, तर कुठे फट दिसणार? कुठे धागा उसवल्यासारखा वाटणार?

आणि डिवचल्याप्रमाणे त्यांनी खिडकी बंद केली, नव्हे ते करणार होते. पण आता लोखंडी गेट खाडदशी वाजले. क्षणात मात्रा दिल्याप्रमाणे त्यांना उत्साह वाटला, व हावऱ्या आशेने ते उठले. कुणी तरी का होईना आठवणीने भेटायला आले, कुठे तरी आपल्यामुळे फट निर्माण झाली याची त्यांना कृतज्ञता वाटली. पण गेट उघडून आलेला माणूस नवीन, अनोळखी होता. त्याने निळा बुशशर्ट घातला होता, व त्याच्या मिश्या झाडणीसारख्या होत्या. त्याच्या हातात कसली तरी पिशवी होती. तो आत आला, बागेत फिरताना त्याने एक पेटुनियाचे फूल तोडले व चुरगळून टाकले, व घराभोवती वळसा घेण्यासाठी तो कोपऱ्याला वळला. सुब्रावांनी दार उघडले व चिडून विचारले, ''कोण पाहिजे तुम्हांला?''

एखाद्या झाडालाच एकदम आवाज फुटल्याप्रमाणे तो माणूस एकदम दचकला; पण लगेच हसून म्हणाला, ''माफ करा हं, इथं कुणी राहत आहे याची मला कल्पना नव्हती. मी घराच्या शोधात आहे, मी कोपऱ्यावर जकातनाक्यात चौकशी केली. तेथल्या एकाने सांगितलं, हे घर दीड-दोन महिने रिकामे आहे. सहज नजर टाकावी म्हणून मी आत आलो. माफ करा, पण हे घर द्यायचं आहे का भाड्याने?''

सुब्राव ताबडतोब बोलले नाहीत. त्यांचे अंगच विरघळू लागले. काहीही न बोलता आत जाऊन निवांत अंथरुणावर पडावे असे त्यांना वाटू लागले. पण समोरचा माणूस उत्तराची अपेक्षा करीत उभा होता.

''हो आहे, पण त्याला अद्याप अवकाश आहे. दोन महिने, चार महिने तरी!'' ते चिरडलेल्या निर्जीव आवाजात म्हणाले, तो माणूस हसला. पण त्याच्या हसण्याने सुब्राव फारच अस्वस्थ झाले. दोन महिने, चार महिने म्हणताच त्यात हसण्याजोगे काय आहे? की आपल्याला माहीत नाही असे काही त्याला जास्त माहीत आहे?

''माफ करा. मग उगाच तसदी दिली,'' तो पुन्हा चिडवण्यासारखे हसला व बाहेर पडला.

''चालायचंच,'' सुब्राव म्हणाले. पण त्यांच्या आवाजात हरकतीची धार नव्हती. फक्त होती ती वेदना, आणि ती आता त्यांच्या मनाच्या कडेवरून बाहेर असहाय निर्जीवपणे हेलकावू लागली.

त्यांनी दरवाजा लावला व दिवा न लावताच ते अंथरुणावर जाऊन पडले. हिरवट अंधार काळवंडला, व रस्त्यावरील झाडांचे बुंधे अंधाऱ्या छताच्या

खांबासारखे दिसू लागले, व फांद्या आभाळाच्या टचटचीत शिरांप्रमाणे वाटू लागल्या. आता कुठे तरी दोन-चार चांदण्या दिसू लागल्या. फुलांनी भरलेल्या निवडुंगात काही तरी मरत असेल, सालीसकट टाकलेला काळ्या ठिपके डोळ्यांचा किडा कुठे तरी पडला असेल, बुट्टीत घातलेले माकड कुठे तरी कोपऱ्यात ठेवले गेले असेल, अंधार पोखरत सुब्राव कुठे तरी खोल खोल घसरत असतील, तर देवयानीचे तारामंडळ, व्याधाचा तारा कुठेतरी उगवला असेल, व त्यापलीकडे अगदी दूर कुणी तरी कोठे तरी काही तरी... घडत असेल...

मराठवाडा : दिवाळी १९६१

मा णू स ना वा चा बे टा

दत्तू जोशीने पाचच मिनिटांपूर्वी घड्याळाकडे पाहिले होते हे खरे, तरी त्याने अस्वस्थपणे पुन्हा तिकडे पाहिले. हा शेवटचा तास सुटायला अद्याप तब्बल दहा मिनिटे आहेत, हे पाहून त्याचे मन मरगळले. तो अधीरपणे उभा राहिले, व वेळ काढण्यासाठी अंग खाजवू लागला. खडू उचलण्यासाठी तो बाजूला सरला, आणि अखेर त्या मुंग्यांच्या रांगेवर त्याचा पाय पडलाच. पीरियड सुरू झाल्यापासून काळजी घेऊन शेवटी व्हायचे ते झालेच. तोंडात एकेक अंडे धरून जाणाऱ्या वारेमुंग्यांची एक रांगच आज वर्गात प्रकट झाली होती. दरवाजातून टेबलाजवळून भिंतीकडेने जात मागे कपाटाजवळच्या फटीतून बाहेर. दत्तूने खाली वाकून पाहिले. वीतभर जागा चिरडलेल्या मुंग्या व अंडी यांनी भरली होती. मुंग्याच्या वेड्या घाईत थोडा खंड पडला. रांग तुटली. पुष्कळशा मुंग्या भोवती जमल्या. चिरडलेल्या मुंग्या त्यांनी तोंडात उचलल्या. तेवढी जागा बाजूला टाकून रांग सांधली गेली. तोच पुन्हा घाईघाईचा अनिवार्य प्रवास सुरू झाला. एक मुंगी, एक अंडे, काळा ठिपका, पांढरा ठिपका, काळा पांढरा...

शेणाने सारवलेली, पण न लोटलेली, पोपडे निघालेली जमीन. समोर पानपट्टी, सिगरेटची दुकाने, व त्यांत नेहमी चकाट्या पेटीत बसलेली कोल्हापुरी माणसे. त्या शाळेला एखाद्या गोडाऊनची बकाल कळा होती. लोखंडी दुकानात जुन्या लोखंडाचा ढीग टाकतात, तसे वाटे तिच्याकडे पाहून. पण हेडमास्तर मात्र तिच्याविषयी बोलताना नवी पिढी, राष्ट्राचे भवितव्य, शिक्षणं परमो धर्मः इत्यादी बोलत, सगळ्यांपुढे पातळ कणकेप्रमाणे हसत, व नंतर दहावी-अकरावीमधल्या पोरांना शिकवणीला येण्याबद्दल दमदाटी करीत. तेथील बहुतेक सगळेच मास्तर शिकवणीलक्ष्मीधरच होते म्हणा. घाटेपरुळेकरही घ्यावे, आणि शिकवण्याही कराव्यात!

समोर कळकट, किंवा जादा आगाऊ चेहऱ्याची पोरे. दत्तू त्या वर्गाला भूगोल

शिकवीत असे. पण त्या तासाला जाताना बर्मिंगहॅम कुठे आहे हे आधी बघून जात असे. मग जणू काय इंग्लंडचा कानाकोपरा पायाखाली घातल्याप्रमाणे निर्लज्ज खात्रीने पोरांना ते गाव दाखवायला सांगत असे. 'मी सर, मी सर' काही पोरे चीत्कारीत पुढे येऊन कान खाजवीत, घामट अंगाचे भपकारे टाकीत नकाशाजवळ येऊन उभी राहत. पहिल्या बाकावरील कंटाळलेल्या चेहऱ्याच्या मुली वेण्या पुढे आणीत, रिबने कुरवाळीत. रस्त्यावरील मोटारींनी मिनिटामिनिटाला अर्धा शेर धूळ आत शिरत असे आणि सतत नासके फळे खात राहिल्याप्रमाणे दत्तूचे मन शिसारत असे.

स्वत: शाळेत असता इंजिनियर होण्याची महत्त्वाकांक्षा बाळगणारा दत्तू, कुणा गणागणपाची पोरे, शालिनी मानेचे वितळत असलेल्या हिऱ्याप्रमाणे डोळे, बर्मिंगहॅमचे कारखाने, भिंतीवर मध्येच चुकचुकणारी पाल, आणि वर्गात मागून घेतलेल्या भूगोलाच्या पुस्तकातील मोराचे पीस — या साऱ्यात काय दुवा आहे कुणास ठाऊक, पण त्या चार भिंतींच्या बादलीत त्यांचा एक ढिगारा जमला होता खरा. ती समोरची अशक्त, फिकट (आणि हातावर केस किती!) आणि मांजरपाटी चेहऱ्याची, इयररिंग्ज सतत हालविणारी शांता दीक्षित. अक्षर अतिशय घाणेरडे व तिला इंग्रजी विषयात कधी चार पाचापेक्षा जास्त मार्क पडले नाहीत. पण सिनेमांतील गाणी ओल्या वेलीसारख्या आवाजाने ती म्हणायची. तिच्याकडे पाहताच दत्तू अस्वस्थ झाला फार. त्याच्या मनात एक पोकळी निर्माण झाली. तिची थोरली बहीण सुलभा पाचसहा वर्षांपूर्वी त्याच शाळेतून मॅट्रिक झाली. रिझल्टनंतर तिने एका रंगीबेरंगी हातरुमालातून पेढे आणून सगळ्यांना वाटले. पेढे दत्तूला सर्वांत शेवटी, पण त्या हातरुमालासह. लालभडक, उडत्या पदराचे पातळ नेसून तिने आत डौलदार पाऊल टाकले की सारी शाळा जागी होत असे, तिच्याच सारखी रंगीत वाटे. दोन महिन्यांपूर्वी त्या सुलभेने आत्महत्या केली. का कुणास ठाऊक. लोक नाना गोष्टी सांगत. जीवनाचा थेंब न् थेंब उचलण्याच्या उत्साहाने भरलेल्या त्या रसरशीत मुलीने तेच जीवन का फेकून दिले असेल? अगदी शेवटच्या क्षणी तिच्या मनात कोणत्या भावनांचा वणवा पेटला असेल? तिचे राहू दे, सध्या दोन्ही तळव्यांवर हनुवटी ठेवून व्यग्र स्वप्नाळू बसलेल्या या शांताच्या मनात तरी या क्षणी काय चालले आहे? इतर पोरांच्या मनात? कुणास ठाऊक. सारेच जण आपल्या मनाच्या कोठडीतील कैदी. वरवर ती पोरे बर्मिंगहॅमचे नाव ऐकतात, आपण ते नाव बडबडतो, आणि चुकचुकणारी पाल ऐकत मनात एकटेच भटकत राहतो... सुमन मुजुमदारच्या केसांत निशिगंधाची वेणी आहे. कित्येकदा मधूनच मंद गंध येतो. किती तरी वर्षांपूर्वी दत्तू कॉलेजमध्ये शिकवीत असता रेखानेदेखील त्याला संक्रांतीला हलवा व मूठभर निशिगंधाचीच फुले दिली होती, व हळूच खालच्या मानेने विचारले होते, "मी तुमच्या आयुष्यात येऊ शकेन का?" दत्तूने

कॉलेजमध्ये एक वर्ष तत्त्वज्ञान शिकवले होते. नंतर बहीण आजारी म्हणून तो परत आला — व राहिला. प्लेटोच्या चिरंतन 'वर्ल्ड ऑफ आयडिआज्'शी त्याचा परिचय होता. त्याने क्रोचे, कांट, रसेल यांचे ग्रंथ वाचले होते. आयुष्याच्या जिन्यावर रेखेची निशिगंधी पावले ऐकली होती. शेवटी ते सारे ओघळून गेले आणि आले काय वाट्याला? तर ही घामट पोरे, बर्मिंगहॅम, चुकचुकणारी पाल, जत्रेत तात्पुरत्या थाटलेल्या दुकानाप्रमाणे चारचौघांसारखा सरळ, सफल संसार.

अद्यापही घंटा झाली नाही म्हणताच दत्तू उगाचच चिडला. समोरील पोरांकडे पाहून संताप आला. त्या प्रत्येकाच्या हातावर, आपला हात दुखेपर्यंत ओलसर वेताने छड्या माराव्यात असे त्याला वाटले! सारी एकजात इब्लीस डँबीस कार्टी! ते कोपऱ्यातील गोबरेल्या चेहऱ्याचे दिवटे कारटे — दिवेकर! कुठलीही मिरवणूक, फंड, संप असो. आगाऊपणा करीत उगाच धडपडत असे; ज्यांचे शुद्धलेखनही त्याला बापजन्मी जमणार नाही, अशा घोषणा बोंबलत हिंडत असे. ही कारटी पुढे मोठी होणार, आपल्याच सारखी पोरे जगावर सोडणार, मग त्यांना दरडोई एक मत मिळणार, आणि त्या आधारावर हा जनताजनार्दन 'आम्हांला समजेल असं वाङ्मय द्या हो! आम्हांला कळेल असं संगीत द्या हो!' असे ओरडत हिंडणार. हरामखोर लेकाचे. त्यांपैकी बहुतेकांना चेहऱ्यावरील काळ्या टिकल्यांप्रमाणे नखाने टचाटचा चिरडून टाकले पाहिजे.

अखेर एकदा घंटा झाली. दत्तूला शाळेचे सुतक संपल्यासारखे वाटले व जरा बरे वाटले. आणखी एक सही रजिस्टरवर पडली, आणि एक दिवस निकालात निघाला. तसे पाहिले तर आजचा दिवस खराबच गेला. कोणत्याच पोराने फी आणून दिली नाही, त्यामुळे खिशात द्रव्य नाही. आज दहावीच्या वर्गाला मराठीच्या तासाला बालकवींची 'औदुंबर' कविता शिकवायची होती, व दत्तूने त्यासाठी सकाळपासून तयारी केली होती. जुन्या आवडत्या कविता पुन्हा वाचून काढल्या होत्या. एकच धडकी, एकच अंतिम बोल त्याने पुन्हा ऐकला. शून्य मनाच्या घुमटात पारवा घुमला. जीवाला दुखवून मायेचा हिरवा रावा दूर उडाला. खाली पाण्याचा डोह आहे. त्यावर तलम नाजूक वस्त्र पसरल्याप्रमाणे गोड काळिमा आहे. इथवर चित्र कसे छान आहे, खडी काढलेल्या नायलॉनप्रमाणे. पण नंतर अंग थरारते. फुले तुडवीत तुडवीत भान न राहता खूप पुढे जावे, व वळताच विशाल शिखरांच्या पार्श्वभूमीवर शुभ्र दाढीचा भव्य योगी तपश्चर्येत मग्न असलेला दिसावा, त्याप्रमाणे मन दबते, पावले थांबतात, व मनावर झर्रदिशी काटा चमकून जातो. त्या डोहात, पालथ्या घातलेल्या आभाळाखाली, पाय सोडून औदुंबर बसला आहे! भव्य, गंभीर, विचारमग्न! आजूबाजूला पाखरे, कीटक उडतात — मरतात. ऐलपैल तटावरील हिरवळी खाऊन

पोसलेली गुरे, मेंढ्या चार घरांच्या गावात कापली जातात. पण हे सारे स्वीकारून, पचवून औदुंबर मग्न बसला आहे. महाबोधिवृक्षालाच बुद्धाचे ज्ञान झाल्याप्रमाणे ते शांत आहे... हे सारे सांगत असता राम सुंठणकर, शामा रेगे, नानू जाधव यांना तरी ते आवडेल, फार आवडेल. खरे म्हणजे साऱ्या वर्गात शिकवण्याजोग्या याच तीन व्यक्ती, बाकी सारे काडेचिराईत... फक्त देशाचे आधारस्तंभ. कोणत्याही सत्याग्रहाचे फुकटे वैरण. एकदम भारताचे वैभव, व शिल्पकार. गाव, प्रांत वगैरे चिल्लर गोष्टी खिजगणतीत नाहीत. त्यांचा सारा हिशेब देशाच्या मापावर! मोठी ऐपतदार कार्टी. फक्त आज मात्र ती काखा खाजवतात. बिनाका गीतमाला निष्ठेने ऐकतात. आणि परीक्षेत दादाभाई नौरोजी ही महात्मा गांधींची पत्नी म्हणून लिहितात इतकेच.

पण हे सारे राहूनच गेले. पूर्वी कलाल की दलाल असलेला, पंधरा लाखांची मालमत्ता करून त्यागी जीवन काढणारा एक महान पुढारी मेला. दत्तूला तर तो अद्याप जिवंत होता हेच माहीत नव्हते. मराठीचा तास गेला, त्या तासाला हेडमास्तरांनी दुखवट्याची सभा घेतली. जगातील साऱ्या सद्गुणांच्या पाकळ्या उधळल्या गेल्या. नंतर दोन मिनिटे स्तब्ध राहून सगळ्यांनी आपल्या दाटून आलेल्या भावना दाखवाव्यात असे ठरले. दोन मिनिटे निव्वळ गप्प उभे राहणेही किती कठीण आहे याची दत्तूला कल्पना आली. त्याची सारखी चुळबूळ सुरू झाली. त्याने अस्वस्थपणे आजूबाजूला पाहिले. सगळ्याच चेहऱ्यांवर ती अस्वस्थता होती. त्याचा हात हळूच सिगरेटच्या खिशाकडे गेला, त्याला गरम चहाची आठवण झाली, उकाडा वाटू लागला. पण मध्ये खाली मान घालून उभ्या असलेल्या हेडमास्तरात काहीच हालचाल दिसेना. असाच थोडावेळ गेला तर खुद्द त्यांचीच दुखवट्याची सभा घ्यावी लागणार अशी त्याला भीती वाटली. पण तसे काही घडले नाही. प्रथम त्यांच्या वहाणा हलल्या. तेथून सजीवता पसरत वर चेहऱ्यावर आली, व त्यांनी मान हलवली. सगळे एकदम बाहेर आले. तेथे तंबाखू चघळीत निरुपद्रवी बसलेल्या गड्याला त्यांनी गरम गरम चहाची ऑर्डर देऊन पिटाळले.

अशा रितीने शब्दांनी सजवून ठेवलेल्या तासाचा खुर्दा झाला. त्यानंतर आठवड्याच्या परीक्षेचे पेपर वेळेवर दिले नाहीत म्हणून खुळ्या कोंबडीचा चेहरा असलेला सुपरवायझर इंगळे उगाचच गुरगुरला. आपला चेहरा जणू उकिरडा आहे व तो त्यावर टचाटचा टोच मारत आहे अशा तऱ्हेने दहा मिनिटे तो बोलत होता. अरे जा रे जा भुक्कड बालाजी! साधा थर्डक्लास बी. ए. आणि तोही इकॉनॉमिक्ससारख्या किराणाभुसारी विषयाचा! सासरा गव्हर्निंग बॉडीवर आहे म्हणून नोकरी तर मिळाली, आणि ऐट काय आणतो तर सी. डी. देशमुखांची! उद्याच्या उद्या तुझे पेपर आणून तुझ्या बोडक्यात असे आदळतो की दातच खुळखुळले पाहिजेत. वास्तविक दत्तूने

आपल्या धाकट्या भावाला ते पेपर तपासून ठेवायला कालच सांगितले होते. पण तो गेला मॅटिनीला, आणि त्याच्या या बेजबाबदार वागणुकीने सुपरवायझर आपल्यावर तुटून पडला.

''ह्यः ह्यः,'' लाचार हसून दत्तू म्हणाला, ''हो हो, उद्या नक्की आणून देतो. बरं काही चहा घेता? हो, विचारायला विसरलो. तुमचा खोकला कसा आहे? ही हवा असली चमत्कारिकच हो.''

पण काही का होईना, असे आचके खात दिवस तरी संपला. दत्तू कॉमन रूममध्ये आला. त्याने पुस्तके, डस्टर वगैरे कपाटात फेकून दिले, व समाधानाने खिशातून चार मिनार सिगरेट वाढली. दत्तूने सुरुवात केली होती ती काकांच्या खिशातून पिवळा हत्ती घेऊन. पण एकदा चार मिनार घेतल्यावर तिच्यातील कैफ दुसऱ्या कशातच येणार नाही. राग, निराशा, विषण्णता या कोणत्याही वेळी चालणारी एकच सिगरेट म्हणजे, बस्स, चार मिनार! चांगले जेवण झाल्यानंतर (जेवण म्हणजे अर्थात कोंबडीचे. नाही तर बाकीचे जेवण काय, आहे आपले यज्ञकर्म!) प्लेअर्सला एक भावोत्कट गंध असतो. मन स्वप्नाळू होते. पण सुपरवायझर उगाचच मिश्या फरफरू लागला की जेहेत्ते तेथे त्याचे काम नाही. तेथे चार मिनारच पाहिजे. एखाद्या वडारणीच्या आडदांड आलिंगनाप्रमाणे रासवट उग्र दर्पाने निदान सारे मन ब्रश मारल्याप्रमाणे होते. साऱ्या विषयावर निगरगट्टपणे वापरता येणारी चार मिनार हे सिगरेटमधील सुनीत आहे!

पण कुठे तीनचार झुरके घेतो न घेतो तो, तो अगदी पाण्यात घातलेल्या देशी कापडाप्रमाणे आकसला. एकंदरीने आजचा सारा दिवसच असा जायचा होता. कारण शाळेचे तीन लाइफमेंबर एका मागोमाग आत आले. कुठल्याही विषयावर रीतसर मीटिंग घ्यायची त्यांची तयारी असे. पुस्तकांच्या कपाटातील झुरळे मारावीत की नाही यावर त्यांची मीटिंग दोन तास चाले. घुत्त चेहऱ्याचा, आताच केस पांढरे झालेला मदलूर तर शाळेला झालेल्या गुल्मासारखा होता. त्याला काहीही आवडीनिवडी नाहीत, खासगी जीवन नाही. सदोदित तो छपराची कौले मोजीत शाळेत पडलेला असतो, व इतरांनीही आपणासारखेच वागावे अशी त्याची अपेक्षा असते. त्यानंतर सी. राजगोपालाचारी व टकल्या मानेचे गिधाड यांच्या संयोगातून निर्माण झाल्याप्रमाणे दिसणारा कट्टी मास्तर, व काळा कुळकुळीत, ज्याला पोरे शाळिग्राम म्हणत, ते सोलापुरे गुरुजी (मास्तरबिस्तर सारे बाटगे. एकदम गुरुजी. दोन रुपयाला घरी येऊन सारे विषय शिकवणारा गुरुजी!) ही सारी मंडळी इतक्या गंभीरपणे आत आली की एखाद्याला वाटावे की, ते खांद्यावरील प्रेत बाहेर ठेवून आत काही तरी न्यायला आले आहेत. सदा गंभीर, जबाबदारीच्या ओझ्याने वाकलेली ही मंडळी, त्यांचे कपडेदेखील

तसेच जळके, सुरकुतलेले! जणू आपल्या संस्कृतीत नीटनेटकपणा कुठे बसतच नाही, कोणत्याही कार्याची सुरुवात करायची ती स्वच्छ चेहऱ्यांनी, कपड्यांनी, नाहीच. मग सिनेमा नटी व थोर कार्यकर्ता यांत फरक तो काय? आपल्या कपड्यांनी लोकांच्या पोटात ढवळून आले पाहिजे, वाढलेली दाढी दुसऱ्याच्या नाकाकानांत शिरली पाहिजे तर ते खरे समाजकार्य!

आज मीटिंग आहे, तिला आपण हजर राहायला पाहिजे हे आता कुठे दत्तूच्या ध्यानात संध्याकाळी आले. कुठे तरी दीडदोन तास निवांतपणे घालवण्याचे त्याचे स्वप्न जागच्या जागी ठार झाले. काहीतरी निमित्त शोधण्यासाठी त्याने मेंदूला पराण्या टोचायला सुरुवात केली. आपली मावसबहीण मेलने पुण्यास जाणार आहे... पण ही सबब फार वेळा वापरली गेली होती. त्याच्या सांगण्याप्रमाणे दर खेपेला एक मावसबहीण पुण्याला गेली असती, तर एव्हाना पुण्याची निम्मी वस्ती त्यांचीच झाली असती. आता फ्लूही संपला होता. शेवटी त्याने आपल्या सासूबाईंचे डोळे तपासून आणण्याचे ठरवले.

''बरं का जोशी,'' किंचित खाकरत मदलूर म्हणाले. पण इतरांना विचारल्याखेरीज ते स्वत: कोणताच निर्णय घेत नसत. त्यांनी कट्टींकडे पाहिले. कट्टींनी सोलापुरेंकडे पाहताच त्यांनी होकारार्थी मान हलवली. मग कट्टींनी मदलूरचा कटाक्ष डॉज बॉलप्रमाणे परत केला, व मदलूरना आत्मविश्वास आला.

''बरं का जोशी, गॅदरिंगसाठी आम्ही मीटिंग बोलावली होती, पण काही कारणामुळे ती पुढे ढकलली आहे...''

एक अवघड कार्य तडीस नेल्याचे समाधान त्या तिघांच्याही चेहऱ्यावर होते. त्यांचा चेहरा जर इतका ओल्या मडक्यासारखा नसता तर दत्तूने त्यांना कुरवाळायला देखील कमी केले नसते. लललल करत त्यांच्याबरोबर वॉल्ट्झची एक गिरकीदेखील घेतली असती.

दत्तू ताबडतोब शाळेतून निसटला. बाहेर आकाश पिवळ्या काजूप्रमाणे दिसत होते. घरे, सतत हालचाल करीत चालणारी गर्दी, माडीच्या खिडक्यांची तावदाने, ही सारी पिवळ्या फिल्टरमधून पाहिल्यासारखी दिसत होती. त्या पिवळसर तरल वातावरणात पाचदहा मिनिटे चालल्यावर दत्तूच्या मनावर एका आकर्षक अलिप्ततेची छाया पडली. जणू काही त्याने आपले लागेबांधे गुंडाळून कोपऱ्यात ठेवून टाकले. हे सारे काय आहे? रस्त्याने तेलाची पिपे घेऊन एक बैलगाडी जात होती. एका बैलाची हाडे कातड्यावर स्पष्ट टचटचीत दिसत होती, व मानेवर लालसर मांस दाखवणारे आवाळू होते. गाडीवाल्याने पाठीच्या कण्यावर खटदिशी चाबकाची काठी मारली, की बैल सारे अंग धनुष्याप्रमाणे वाकवी, हाडांचा भाता पिंजारे, व जू जास्तच

त्या ओलसर मांसात रुतत असे. रस्त्याच्या कडेला विलायती चिंचांचे चार ढीग मांडून बसलेली म्हातारी, गळ्याभोवती टेप टाकून कात्रीचा आवाज करीत कापड कापणारा शिंपी, हातावर पातळाचा पोत पाहत असतानाच पायाच्या अंगठ्याने पिंढरी खाजवणारी कापडदुकानातील तरुणी, नवीन फ्रेम घातलेला फोटो हातात घेऊन रस्त्यातच पाहत उभा असलेला माणूस, गाडीखाली झोपलेले कुत्रे, एका परसात कुंपणाला उमललेली द्राशाळांची लाल फुले, देवळाच्या कोपऱ्यात एकटीच बसलेली, लाल नेसलेली विधवा स्त्री, गटारातून वाहणारा पाण्याचा काळा पाट, आणि साऱ्यावर विशाल वस्त्राप्रमाणे दिसणारा पिवळसर गुजरी प्रकाश — काय आहे सारे हे? आणि हे पाहत असलेला दत्तू तरी कोण? त्याचा कोट आखूड आहे, त्याच्या खिशात दोनचार आणेही नसतील. त्याचे मन आंबले आहे. तो हे सारे पाहतो. तो हे पाहत आहे कुणी तरी पाहत आहे, आणि तो हे पाहत आहे हे कुणी पाहते, हे पाहणारे कुणी...

पण ही भावना फार वेळ टिकलीच नाही. वाऱ्याने दूर गेलेले ओलसर वस्त्र पुन्हा येऊन अंगाला चिकटल्याप्रमाणे सारे जीवन त्याला चिकटले. त्या गुंतावळ्यात तो सापडला. त्याला प्रथम आठवण झाली ती चहाची. त्याने चहासाठी गड्याला पाठवले होते हे खरे, पण त्या मदलूरपासून सुटण्यासाठी तो धावत सुटला होता. पण चहाची कळ विरली नव्हती. नकळत खिसा चाचपीत तो बाजूच्या हॉटेलमध्ये शिरला. आत शिरत असतानाच कुणी तरी त्याच्या पाठीवर थाप मारली, व चोरी करीत असता पकडल्याप्रमाणे तो उगाचच वरमला, आणि त्याने बाजूला पाहिले. फोडाफोडाच्या तोंडाचा, बोटभर दाढी वाढवलेला नाईक तोंडात एकेक शेंगदाणा टाकीत त्याच्याकडे पाहत होता. त्याने खिशात हात घालून फक्काभर दाणे दत्तूपुढे केले व तो ते घेणार की नाही याची वाट न पाहता पुन्हा खिशात ठेवून दिले.

''काय जोशीबुवा, आज रमी नाही वाटतं?'' त्याने विचारले. शब्दाबरोबर शेंगदाण्याचा वास बाहेर आला.

''कुठली रमी नि काय! काल आमचं झालं ना चर्र!'' गळ्यावरून बोट फिरवीत दत्तू म्हणाला, ''अहो, काय साली पानं आली. बदाम राजाजवळ किलवर राणी, तर चौकट अठ्ठ्याजवळ इस्पिक दुरी! यात काय सीक्वेन्स होणार कप्पाळ! साडेचार रुपये गेले काल धस्सकन्. तेव्हा म्हटलं, बाई रमी! हीच तू सोडचिठ्ठी समज.'' दत्तू हसला. ''बरं काही चहा घेणार?''

उदासपणे नाईकने मान हलवली, व बाजूला उभ्या असलेल्या आपल्या अल्सेशियन कुत्र्याकडे पाहिले. जवळजवळ तीन फूट उंच असलेला धिप्पाड पण अशक्त कुत्रा त्याचे बोलणे लक्ष देऊन ऐकत असल्याप्रमाणे उभा होता.

“आता प्रकृती कशी काय आहे?” दत्तूने विचारले. गेले कित्येक महिने नाईकचा सासरा आजारी होता. नाईक आपल्या सासऱ्याचा किती मिंधा आहे हे दत्तूला माहीत होते. त्याच्यामुळे त्याला नोकरी मिळाली होती, राहायला घर होते सासऱ्याने घालायला शर्ट घेतला की बटने लावायला लाचारीने नाईक पुढे होत असे. किंग हा नाईकाचा अल्सेशियन, व नाईक सासऱ्याचा! पण बिचारा फार चांगल्या स्वभावाचा. सर्वांना शेंगदाणे द्यायचा, फुकट सिगरेट वाटायचा, गाढवासारखे खेळून पैसे देऊन जायचा. क्लबमध्ये रोख पैसे देणारे लोक फार थोडेच होते.

“प्रकृती होय? काही विशेष सुधारणा नाही हो,” चिंबलेल्या आवाजात तो म्हणाला, “दररोज दवाखान्यात न्यावं लागतं, पोटातलं पाणी काढावं लागतं. टिकेलसं वाटत नाही.”

दत्तू दचकला. त्याने आश्चर्याने विचारले, “पाणी काढावं लागतं? पण तुम्ही तर म्हणत होता की सासऱ्याला ब्लडप्रेशर आहे म्हणून!”

“सासरे गेले खड्ड्यात!” तो वैतागाने म्हणाला, “मी माझ्या किंगविषयी बोलत होतो. मटन घातलं, फिश दिलं, सारं करून झालं. आता तो येतो, माझ्या बरोबर हिंडतो फिरतो. पण महिना दीड महिन्यात खलास होणार. जोशीबुवा, तुला आश्चर्य वाटेल. लहानपणी आमच्या घरी एक वेडसर मोलकरीण होती. तिच्यानंतर मला जवळ करणारा हा किंगच—”

त्याने सुस्कारा सोडून किंगकडे पाहिले. जणू आताच त्या उमद्या, भव्य कुत्र्यावरून कातडे, मांस गळून फक्त सांगाडा उभा होता! आपली पहिली मुलगी भारती तीन वर्षे घरदार नाचली. नंतर तिचे निळसर डोळे, मऊ केस, नितळ, एवढीशी पावले नाहीशी झाली. किंग, भारती, खड्ड्यात जाणारा सासरा, उघड्या पडलेल्या छातीचे दादा, लाल पातळाची सुलभा—सगळाच एक सांगाड्यांचा प्रचंड घोळका आहे. सगळेच जण शेवटी सांगाड्याचे पोस्टडेटेड चेक्स.

नाईकाला सोडून दत्तू आत शिरला. साऱ्या स्पेशल खोल्या भरल्या होत्या. म्हणून तो बाहेरच एका टेबलावर बसला. त्याच टेबलावर दाढी वाढलेला एक माणूस ब्रेडचे कचाकचा लचके तोडून उसळीत बुचक् बुडवून खात होता. ठिकठिकाणी मचामचा हलत असलेली निरनिराळ्या आकारांची तोंडे होती. बावळट, अधाशी, कंटाळवाणी; उंदरासारखी, उंटासारखी; हजार ठिकाणी चेपलेल्या कचरापेट्यांसारखी; पोरे मध्येच हातात प्लेटी घेऊन त्यांमधून सरळ खरकल्याप्रमाणे हिंडत, वेदनेप्रमाणे ओरडत. ती पाचपन्नास तोंडे बकाबका खात असता, त्या किडक्या, वेड्यावाकड्या पिवळसर दातांच्या मचमच गिरणीने दत्तूची भूक पार मेली. मानवता, मानवता म्हणून आपले प्रेम ज्या वेळी उतू जात असते त्या वेळी बहुधा आपण प्लॅटफॉर्मवर किंवा टेबलाजवळ

असतो. शंभर माणसे काही तरी खात असता त्यांच्याकडे पाहा किंवा एका दुपारी थर्डक्लासमधून घामट मांसाच्या ढिगाऱ्याबरोबर दोन तास प्रवास करा. उतू जात असलेले प्रेम एकदम पोट उमळून बाहेर येते. या सगळ्यावर एका झटक्यात बंधूप्रमाणे प्रेम करायचे? सारे आपले बंधू? कंबर खाजवीत, तोंडात चिवडा भरीत असलेला तो कोपऱ्यातील माणूस? स्पेशल खोलीत जेवताना भात मळून बोटांच्या फटीतून बाहेर काढणारा, कोपरापर्यंत हात राड करून अन्नाचे गोळे धपाधपा तोंडात टाकणारा काळा माणूसही? छट्! दत्तूने मान हलवली. हे काही आपल्याला जमणार नाही. काय साम्य आहे असल्यांत आणि आपल्यात? निव्वळ ऐंद्रिय आवडीतही सारखेपणा नाही. एकाच्या उग्र अत्तराने डोके भणभणते, एकाची लालभडक आमटी पाहून घेरी येते. एकजण थुलथुलीत ढिसाळ बाई पाहून विरघळतो तर दुसऱ्याला तिच्यामुळे वैराग्य वाटते! एकाच पित्याची लेकरे Bah! आणि बुद्धिवंतांचे ते बिनहाडामासाचे भूतपोर विश्वमानव–त्याला तर आपल्याकडून एक नया पैसाही मिळणार नाही. सॉमरसेट, चर्चिल, अर्नेस्ट, अहमदअल्ली, ओंकारप्रसाद, नारायणस्वामी, चँग फू चुंग, ही माणसे आपणाला आवडतील न आवडतील. पण या रक्तमांसरहित विश्वमानवावर प्रेम काय करायचे डोंबल! मग लेको, त्याप्रमाणे विश्वस्त्रीशी संभोग करा! छप्पन्न इंच ऐसपैस पन्ह्याचा हा विश्वप्रेमाचा तागा काखोटीस मारून देशादेशांत लंगोट्या वाटीत हिंडणे हे काही आपल्याला जमणार नाही. त्याबद्दल पुन्हा विचारच नको, अशा अर्थाने पुन्हा दत्तूने मान हलवली.

आत उकाडा विलक्षण होता. आपण लाह्या फुलवायच्या गाडग्यात बसलो आहो, असे दत्तूला वाटू लागले. आता आपण बर्फाळ प्रदेशात असायला हवे होते. टिंग टिंग घंटा वाजवीत जाणाऱ्या गाडीतील संगीत हवे होते. बर्फावरून स्लेज घसरत जात आहे. आपल्या हाती कुणाचा तरी हात आहे (सुधेचा की रेखेचा?) व रेनडियरच्या गळ्यातील घंटा टिंग टिंग वाजत आहेत. जिंगल् बेल्स, जिंगल बेल्स, जिंकल् थ्रू द आइस्... आणि मग हळूहळू गोठलेल्या गडद काळ्या आकाशावर एकेक चांदणीचा कशिदा उमटत जातो.

पण या चित्राने काही उकाडा कमी झाला नाही. दत्तू उठला व काउंटरजवळ आला. त्या वेळी त्याच्या हालचालीत विशिष्ट धूर्तपणा आला. त्याने मुद्दाम बाजूला ठेवलेला आणा बाहेर काढला व ऐटीत टेबलावर टाकला. पायरी उतरून जाताना त्याने हळूच मागे पाहिले. काउंटरवरील माणसाने आणा गल्ल्यात फेकल्यावर त्याला हायसे वाटले. कारण तो आणा साफ खोटा होता. पानपट्टीवाला, परीट, भाजीवाली यांच्याकडून तो ताबडतोब परत आला होता आणि आता त्याने मोठ्या शिताफीने उडप्याच्या गल्ल्यात तो खपवला होता. त्याला थोडा आनंदही झाला, कारण कुणा

एकाला तरी त्याने हातोहात फसवले होते! पंधरा दिवसांपूर्वी सुधेसाठी त्याने वारभर कापड घेतले. "रंग ना साहेब! त्याची काळजीच सोडा. रंग जरा हलला की कापड परत घेऊन या. आम्हांला असं फसवून कसं चालेल? धंदा आहे, पुन्हा गिऱ्हाईक यायला पाहिजे." पहिल्याच धुण्यात डोणभर पाणी शाईसारखे झाले; व कापड मांजराच्या कातडयासारखे! ते कापड दाखवताच दुकानदाराने खांदे उडवले. "आम्हांला जसा माल येतो, तसा विकतो," तो पुटपुटला व त्याने 'एक वारवाले गिऱ्हाईक गेले मसणात' असा चेहरा केला. नंतर काल फर्स्ट क्लास म्हणून त्या बाईने दिलेले कलिंगड ॲनिमिया झालेले निघाले. कुठले तरी पदक मिळालेला महान राष्ट्रीय चित्रपट भिकार, शेंबडा ठरला. एक तासापूर्वी आणलेला बल्ब लावताच फट्‌दिशी खलास झाला. आठ दिवसांत भारतीचा ताप उतरेल म्हणून स्कूटरवरून ऐटीत आलेल्या डॉक्टरने सांगितले. नंतर पंधरा दिवस भारतीने डोळे उघडलेच नाहीत. खेळायला म्हणून दिलेले आठ आण्यांचे नाणे तसेच मुठीत ठेवून ती गेली. दत्तूने तिच्या वाळल्या चेहऱ्यावरून हात फिरवला, डॉक्टरांचे बिल दिले, आणि भारतीच्या खेळण्यांची पिशवी वर अडकवून टाकली. सारीकडे फसवणूक, फसणारा एकटा. जत्रेत स्टॉल्स निरनिराळे, फसणारे गिऱ्हाईक एकच.

छान जिरली उडप्याची! — त्याला वाटले.

पण त्याचे मित्र कोंबडीमन उगाचच उडू लागले, संस्कारांची पिंजर फुगवू लागले. काही लाज नाही वाटत? कपभर चहा पितोस, आणि खोटा आणा देतोस? होय. देतो खोटा आणा! त्या उडप्याने तरी चांगला चहा दिला आहे कशावरून? काल वापरलेलीच भुकटी त्याने वापरली असेल. मग काय चुकले त्याला बुडवण्यात? बुडवणार, हज्जारदा बुडवणार.

दत्तू स्वत:शीच हसला, व आपण आपलीदेखील कशी झक्क केली असे त्याला वाटले.

आज काय होते कुणास ठाऊक, पण त्या रामेश्वर रस्त्यावर सर्वत्र रोषणाई होती. कुणाची जयंती--भयंती, कसला तरी उद्‌घाटन समारंभ. इमारतीवर विजेच्या दिव्यांच्या माळा पेटल्या होत्या, व हिरव्या निळ्या रंगांचे ठिपके टिपटिपत होते. मूठभर चुरमुऱ्यांसाठी माणसांची झुंबड उठली होती. दुसरा एक घोळका बावळट, सामुदायिक चेहऱ्याने, रबरी मान ताणताणून वर पाहत होता. काय पाहत राहतात ही माणसे? ड्रमवर दणादणा काठी आपटून हवेच्या चिंध्या उठवणारा बँडवाला पाहून, प्रचंड आवाज करीत फुटणाऱ्या फटाकड्या पाहून त्यांची कोणती भावना तृप्त होते? तसे पाहिले तर त्या दिव्यांच्या माळांतही फारसे आकर्षक काही नव्हते! मग निव्वळ

आवाजाचे आकर्षण का बरे इतके! बारशाला ताशांच्या आवाजात यायचे व टिमकीचा आवाज घेऊन जायचे, हे आपले आयुष्य आहे म्हणून?

तो त्या घोळक्यात शिरला, व एकदम धक्काबुक्कीत पडला. कुणी तरी त्याची बोटे नाल मारलेल्या वहाणांखाली सावकाश संपूर्णपणे चिरडली. त्याचा चष्मा नाकावरून घसरला. समोरची माणसे, दिवे, दुकाने पुसल्यासारखी झाली, व फक्त खूप आवाजांच्या स्पंजात उभारल्यासारखे त्याला वाटू लागले. सारे आयुष्यच चष्म्याच्या काडीच्या आधारे लोंबू लागले. त्याने धडपडत चष्मा पुन्हा बसवला. या गर्दीत आपला निभाव लागणार नाही हे त्याने ओळखले. समोर कुणाचा तरी अनामिक जाडजूड पंजा होता. त्यावर त्याने चिडून सिगरेटचे थोटूक चिरडले, व तो मागे वळला. डाव्या हाताकडील बोळाने गेल्यास मुख्य रस्त्याला जाता येत होते. पण कोपरा वळून येतो न येतो तोच थबकला. तेथल्या दोनचार बंद दुकानांच्या कट्ट्यावर अगदी कोपऱ्यात एक बाई बसली होती. मध्यमवर्गातील, स्वच्छ कपड्यांची. वास्तविक तो कट्टा चांगला अर्धा फर्लांग तरी असेल, पण ती बाई, दिव्यांचा थोडाही प्रत्यक्ष प्रकाश अंगावर पडला तरी अंग भाजेल अशी अगदी अंग चोरून कोपऱ्यात बसली होती, व तिचा चेहरा चुरगळल्यासारखा दिसत होता. पण त्याचे मन चरकले ते तिच्याबरोबर असलेल्या छोट्या मुलीकडे पाहून. तीदेखील आपल्या आईला अगदी चिकटून बसली होती, आणि तिच्या मांडीवर डोके ठेवून शांतपणे समोरच्या प्रकाशाकडे, लोकांच्या गर्दीकडे पाहत होती. इथे काही तरी चुकत आहे. अशी एकदम दत्तूची भावना झाली. समोर इतर लोक मोहरीच्या दाण्यांप्रमाणे घोळले जात आहेत, मग याच दोघी शापित असल्याप्रमाणे त्या वर्तुळाबाहेर का? जिथे मोठी माणसे लहान मुलांप्रमाणे वागत आहेत, खिदळत आहेत, तिथे ही छोटी अशी गप्प गोठल्यासारखी का? काय त्यांच्या मनात जळत आहे? कसला आघात झाला आहे त्यांच्यावर? दूर सिनेमाची जाहिरात वाजली की जेवण सोडून भारती धाडधाड जिना उतरत असे, व रस्त्यावर धिंगाणा घालीत असे. आणि ही मुलगी अशी अर्धांग मनाची? आयुष्याच्या सुरुवातीलाच? मागच्या दिव्यांच्या प्रकाशात अंधारवडावर बसलेले दोन पक्षी. का? काय? कसे?

तो बेचैन झाला. फारच. त्या बाईच्या चेहऱ्यात व आपल्या बहिणीच्या चेहऱ्यात थोडे साम्य आहे हे ध्यानात येताच तर तो व्याकूळ झाला. सरळ घरी जावे, व दिवा न लावताच स्वस्थ अंथरुणावर पडून राहावे असे त्याला वाटू लागले. सोन्याच्या अत्यंत नाजूक साखळीला जपावे तसे त्याने तिला जपले होते. थोडे कर्ज काढून तिचे लग्न एका ओव्हरसियरशी करून दिले होते. पण त्या घरी दत्तू जर कधी गेला तर दूध घालायला येणाऱ्या गवळ्यापेक्षा कधी जास्त किंमत त्याला त्या मंडळींकडून मिळाली नाही. त्याची बहीण सारखी राबत असे. पाचदहा माणसांचा डोळा चुकवून कधी

तरी त्याला चहाचा एखादा कप देत असे. एकदा टी-सेटमधील किटली फुटली, म्हणून तिच्या नवऱ्याने तिला दत्तूसमोर लाथ मारली. बहिणीने त्याला बाहेर जायला सांगितले म्हणून बरे. नंतर तासभर त्याचे हात संतापाने थरथरत होते. तिला मूल होईना. अखेर त्या मंडळींनी तिला दत्तूकडे पाठवून दिले. तिला मुलाचं इतकी आवड की आटवल भरवण्यासाठी भारतीला तिच्या अंगावरून ओरबाडूनच काढावे लागे. ती वर्षा दीड-वर्षातच वारली. जवळजवळ हृद्रोगानेच. शेवटी तिने दत्तूच्या चेहऱ्यावरून हात फिरवला. मुद्दाम बोलावून आणलेल्या नवऱ्यालाही — त्या नवऱ्यालाही — तिने अशक्त हातांनी नमस्कार केला होता. कुणाच्याही आयुष्याला नंदादीपाप्रमाणे उजळू शकली असती, ती बहीण अशीच स्वत:च्या अंधारात वठून गेली होती. त्या आठवणीने दत्तूच्या डोळ्यांच्या कडा उष्ण ओल्या झाल्या, व तो उगाचच वेड्यासारखा लगबगीने चालू लागला.

थोड्या वेळाने तो रस्त्याला आला, व त्या नेहमीच्या गर्दीत त्याला स्वत:पासून सुरक्षित वाटले. चौकात तो नेहमी जेथे पुस्तके घेत असे तो बुकस्टॉल होता. सहज जाता जाता त्याने शोकेसमध्ये 'पेटन प्लेस' हे पुस्तक आहे की नाही पाहिले. होय, ते अद्याप तिथे होतेच. ते त्याला फार दिवसांपासून विकत घ्यायचे होते. पण पूर्वीचे दहा रुपये दिल्याखेरीज पुन्हा उधारी मिळेल की नाही याची त्याला शंका होती. त्या पुस्तकाचा विचार करीत असतानाच त्याने कपाळावर हात मारला, व सुटकेचा मार्ग कुठे आहे की काय हे तो हताशपणे पाहू लागला. पण आता फार उशीर झाला होता. तिने त्याला आधीच पाहिले होते. खांद्याला अडकवलेली पिशवी हिंदकळत वसंतकुमारी साठे मांसाच्या हप्त्याहप्त्याने दुकानातून खाली उतरली.

"वा, छान, बरी भेट झाली!" तिने खुळ्यासारखी टाळी वाजवली, व पोते फिसकल्याप्रमाणे ती हसली. "मी तुम्हांला मुद्दामच भेटणार होते."

दत्तू हसला. उगाचच नाइलाजाने. वाटीभर पेजेसारखा. पण त्याच्या मनावर विषण्णतेचे शिंतोडेही उडाले. वसंतकुमारी कॉलेजमध्ये फार स्मार्ट दिसायची. व्हरांड्यातून ती टकटक सँडल्स वाजवीत चालली की दत्तूसारख्या पोरांच्या मनात आर्यंबिक पेंटॅमीटरमध्ये आडपडदा नसलेली इच्छासुनीते उमटायची. ती कशीबशी बी. ए. झाली. तोपर्यंत तिच्या प्रत्येक भागाला स्वायत्तता मिळाल्यामुळे. ते मासमोकाट वाढून बसले. तिच्याकडे पाहून आता दत्तूला शरमल्यासारखे वाटले. तिच्याचसाठी. त्याला वाटले, पुरुषाने जगावे पैसा असेपर्यंत व स्त्रीने तारुण्य असेपर्यंत. ज्यूलिएट, लैला ही नावे सुगंधी होऊन बसली याचे एकच कारण. त्यांना जगावे कसे हे समजले होते की नाही कुणास ठाऊक, पण मरावे केव्हा हे मात्र नक्की माहीत होते. चार रडक्या पोरांचा लबेदा घेऊन एखादा फंड गोळा करायला निघालेल्या ज्यूलिएटची नुसती

कल्पना तरी करून पाहा! खरे आयुष्य सुरू झाले की त्यातील काव्य आधीच खलास होऊन गेलेले असते.

''तर काय?'' दत्तू म्हणाला. वसंतकुमारी त्याला काही तरी सांगत होती. पिशवीतून एक पुस्तक काढून त्याला दाखवीत होती. तो तिच्या कवितांचा संग्रह होता. भर दुपारी पिंपळ सळसळतो; हृदयातील लाल कळ जागवतो; आभाळाच्या निळ्या स्मशानी भूत पाहते मी भविष्याचे; महात्मे गांधींचा मृत्युदिन; ये सुभाष राजसा; इत्यादी. मोठ्या सामाजिक विषयांपासून आपण अलिप्त नाही हे दाखविण्यासाठी दोनचार असले विषय. नद्यांना दिलेल्या आमंत्रणाप्रमाणे. बाकीचे नाजूक शब्द, शिंप्याच्या दुकानात गोळा केलेल्या रेशमी चिंध्या. आकर्षक पण रिकामे; परंतु ते क्षणभर लक्ष वेधीत. झकपक पोषाख केलेल्या चार बायका कुठे जात आहेत हे माहीत नसताही क्षणभर त्यांच्याकडे वळून पाहतो त्याप्रमाणे व तेवढेच.

''सध्याच्या या यंत्रयुगात संस्कृतिप्रेम, कलासक्ती टिकवण्याचे काम आपणा मध्यमवर्गीयांवर आहे, असं नाही तुम्हांला वाटत?'' वसंतकुमारीने लाडीकपणे डोळे मोठे केले. रेनकोटच्या बटणाएवढे. नखरा पूर्वीचा, पण तो या मांसाच्या ढिगावर ठेवला होता. तो कवितासंग्रह दत्तूने विकत घ्यावा ही तिची इच्छा. दर पुस्तकामागे तिला सहा आणे मिळणार होते. त्यावर कणकेच्या गोळ्यातील अळीप्रमाणे जगून तिचा आत्मा कलाप्रेम पसरवणार होता. कव्हरवर दहा वर्षे व पन्नास पौंड या मागचा आकर्षक फोटो छापला होता. तिच्या तारुण्याचा तो गुळगुळीत प्रिंटवरील मृत्युलेख होता.

दत्तूने काव्यसंग्रह विकत घेतला नाही. वसंतकुमारीने पुस्तक पिशवीत ठेवले, व ती त्याच्याबरोबर चालू लागली.

''यानंतर मी एक चरित्र लिहायला घेणार आहे. नंतर कादंबरी. त्यांची वर्गणी आजच भरली तर ती अर्ध्या किमतीला मिळतील. अशोक प्रकाशनाची ती नवी योजना आहे,'' चालता चालता ती सांगू लागली, ''आपल्या हाती आहे, तेवढं कार्य करायचं.''

तिच्याविषयी वाटणाऱ्या अनुकंपेमुळे दत्तू फार चिडला व फाडदिशी तिच्या मुस्कटात द्यावी असे त्याला वाटले. हे ओबडधोबड आयुष्य जिला कधी बोचले नाही, खुपले नाही, ती मानभावीपणाने समाजाला जीवनदर्शन घडवणार! आईच्या अंगाशी चिकटून बसलेल्या त्या छोट्या मुलीच्या मूकपणात दहा पुस्तके भरून राहिली आहेत!

त्याने कसाबसा तिचा निरोप घेतला. आणखी कुणा एका गणा रामा पंचाहत्तरीचे चरित्र म्हणताच त्याच्या पोटात ढवळू लागले. मराठीतील चरित्रे पाहिली की महाराष्ट्रात सारे सद्गुणाचे राक्षसच जन्माला आले की काय असे वाटावे! आमच्या

साऱ्या मोठ्या लोकांना सद्गुणाची एकेक जाडजूड व्हेरिकोज नर्व्ह झालेली. सारे आयुष्य साफ गिलावा केलेली चिरेबंदी. बनावट. कुठे फट नाही. खळगा नाही. आताच दत्तूला वसंतकुमारीच्या चरित्राचे स्वरूप स्पष्ट दिसू लागले.

आमचा चरित्रनायक लहानपणी फार हूड. (केवढे कौतुक! लहानपणी बेडरपणे करवंदे शोधणारा, किंवा गटारात होड्या सोडणारा पोरगा चक्क पुढे रावबहादूर झाला, गावातील प्रत्येक टमरेल ज्याच्या कारखान्यात तयार झाले असा मोठा टिनपाट कारखानदार झाला, इत्यादी.) झूड बरे, ते पोर लहानपणी अगदीच बावळट असेल, आपल्या बरोबरीच्या मुलींची पोलकी ताठ तटाटू लागलेली पाहून त्यांनी सॅन्फोराइझ्ड कापड वापरावे असा सल्ला देण्याइतके मद्दड असेल, तरी लेखकाचे जेहत्ते ह्यॅ: ह्यॅ: असतेच, 'पुढील मोठेपणाची बीजे लहानपणी दिसलीच. शेजारच्या कावेरीच्या बाहुलीचे लग्न असता त्यांनी नि:स्वार्थीपणाने आपली सोवळ्याची लंगोटी लुगडे म्हणून देऊन टाकली. नंतर वडिलांसमोर उभे राहून अत्यंत धैर्याने त्यांनी ती गोष्ट मान्य केली. वडिलांना या गोष्टीचे इतके कौतुक वाटले की, त्यांनी दुसरी लंगोटीदेखील खिडकीतून बाहेर फेकून दिली. पान अठ्ठेचाळीसवरील मुंजीत काढलेल्या फोटोत ती लंगोटी स्पष्ट दिसत आहे.' मग अशाच वाती तीनशे पाने वळल्या जातात. नंतर चरित्रनायकाचा आत्मा अनंतात विलीन होत असतानाचा हंबरडा. मी पामर काय वर्णन करणार? आणि एकंदरीने फलांश काय, तर गावच्या लायब्ररीत किंवा म्युनिसिपालिटीत झुंड मिश्या असलेला एक फोटो, त्यांच्या नावे मुलींच्या शाळेत दरवर्षी वाटल्या जाणाऱ्या गीतेच्या पाच प्रती, पुस्तकांच्या यादीत एक नाव आणि रद्दीच्या ढिगात एक मणभर रद्दी! ही आपली चरित्रे!

कधी या नायकांना माणसांची दु:खे भोगायची पाळीच आली नाही! डोळ्यांना एखादी गोष्ट धडधडीत सत्य दिसत असता कसल्या तरी दडपणामुळे ती दिसत नाही, असे मांसाच्या दुर्बलतेमुळे सांगण्याची पाळी आली नाही! आणि त्या शरमेने मन आयुष्यभर पिचले नाही? कुणालाच गॅलिलिओचा मनस्ताप नव्हता? निव्वळ वासनेने कधीच शरीर जळले नाही? रागाच्या भरात एक शब्द गेला व अत्यंत जिव्हाळ्याच्या जागी जखम झाली, या पश्चात्तापाने मन कधी कुरतडले गेले नाही? कधी मोहाने, कधी महत्त्वाकांक्षेने कुणाचा तरी विश्वासघात करून पापक्षालनासाठी आयुष्यभर वणवण हिंडण्याची कुणावर पाळी आली नाही? भेकडपणामुळे प्रिय व्यक्तीचा बळी द्यावा लागला, द्वेषाने मन पेटले, असे कधीसुद्धा घडले नाही? खड्ड्यात गेले ते सत्कार, ती भाषणे, तो तुरुंगवास. तुमच्या चरित्रात हा जिवंत माणूस आहे कुठे?

आणि या चरित्रात कुठे पाप नाही, गुन्हा नाही, शरम नाही. सारा 'प्लॅस्टर ऑफ पॅरिस' गुळगुळीतपणा. आज या लोकांना जीवनाचे पदरच दिसले नाहीत की या

पुजाऱ्यांनी सारी बिळेच लिंपून टाकली आहेत, त्यांतील काळे पिवळे नाग झाकून ठेवले आहेत? मग ही चरित्रांची बुळबुळीत, घोटीव, एकसाची सहस्रलिंगे वाङ्मयात मांडून ठेवायची, त्यासमोर भाविकपणे बसायचे, एकमेकांना 'तेरी भी चूप मेरी भी चूप' असा डोळा मारून जल्लोष करायचा : ''ही आपली संस्कृती!'' आणि आडपडदा न ठेवता लिहिलेल्या चरित्रांकडे बोट दाखवून धक्का बसलासे करीत म्हणायचे, ''नाहीतर तो पाहा कानकाप्या व्हॅन्गॉफ, जुगारी डोस्टोव्हस्की, आणि लिंगपिसाट मोपासाँ —''

आणि पुष्कळदा आपले चरित्रनायक निघतातही तसेच रुक्ष एकमार्गी! राजकारणी मनुष्याला ललितवाङ्मय-नाट्याची आवड नाही, कवीला क्रिकेट माहीत नाही, आणि संशोधकाला रंग माहीत असतात ते फक्त दोन — काळा व पांढरा! महाराष्ट्राची प्रकृतीच तशी आहे की काय कुणास ठाऊक. तेथील जीवनावर विलासाची कळा कधी आलीच नाही. परवडत असताही दुकानात जाऊन अत्यंत टिकाऊ, मळखाऊ गद्य कापड घेणारा माणूस मराठीच असण्याची जास्त शक्यता. भाषेत दरबारी आदब आली नाही. ऐन भरभराटीच्या काळातही दिवाण-ई-खाससारखी शिल्पपुष्पे उमलली नाहीत. कलासक्त धुंदी तर इथे रोगाचाच प्रकार ठरेल. गायनामागे लागून आयुष्य विसकटणाऱ्या कलावंताला कणकवलीचा किराणा दुकानदारही वेडपट व्यसनी ठरवील. तर शिकण्यापेक्षा गुरे हाकणे पसंत करणाऱ्या पोरांसाठी दीडदमडी खेडेगावात शाळा घालून बसणारा ध्येयवादी ठरतो! जंत झालेल्या पोटांसारखी असह्य, अवजड (काय लिहितो देव जाणे!) पुस्तके लिहिणारा उगाचच भाव खातो, पण नर्गिसला पद्मश्री मिळताच सात्त्विक संतापाचा वणवा पेटतो. एखाद्या गायकाविषयी लिहिताना त्यांचे गायन राहिले बाजूला — 'पण गायक असूनही खाँसाहेब निर्व्यसनी होते,' ही आमची सर्वांत मोठी स्तुती! अहो, एखाद्या गावात कॉलऱ्याने पन्नास माणसे मेली तर त्यांत चाळीस माणसे निर्व्यसनी असतात. पण स्वरांची स्वर्गीय देणगी असलेला लाखांत एक जन्मतो. जरा कुठे थाटामाटात एखादा समारंभ झाला, की त्यासाठीच टपून बसलेले कळकळीचे कार्यकर्ते ताबडतोब वर्तमानपत्राकडे धावतात. ''हा सारा पैसा गोरगरिबांसाठी खर्च करता आला नसता का?'' बरे, इतके करूनही गोरगरिबांचे लचांड एकदा कायमचे निकालात निघाले असते तरी हरकत नव्हती. ते अनादिकालापासून आहे, अनंतापर्यंत राहणारच. गोरगरिबांना मदत करायलाच आपण जन्मलो, तर मग ते गोरगरीब कशासाठी जन्मले आहेत? आमची मदत घ्यायला! छान. म्हणजे छातीत खुपसायला सुरी, व सुरी खुपसण्यास छाती! त्यात आणखी आपण अत्यंत बुद्धिवादी अशी आपली समजूत. खरे म्हणजे आमच्यासारखे भाबडे कुणी नसतील. कुणी तरी 'शिवाजी महाराज की जय' म्हटले, की त्याने डोळ्यांत

टाकलेली धूळ आम्ही डोक्यावर घेतो. ती पवित्र घोषणा ऐकून आपण दीडदमडीची भाषणे वेदवाक्ये मानली, तिच्यामुळे आम्ही दिवाळखोर राजकीय पक्षांवर ऐपतीची वस्त्रे टाकली. एखाद्या मंगल देवालयात पुजाऱ्यांनी खाजगी मालमत्ता करावी त्याप्रमाणे त्या पवित्र छायेत अनेकांनी स्वार्थ तृप्त केले, आपले आसन स्थिर केले. ज्या युगप्रवर्तक नावाने सूर्योदयदेखील नैसर्गिक वेळेपेक्षा एक तास आधी व्हावा त्याला ग्रामपंचायती — म्युनिसिपालिटीच्या कवडीमोल निवडणुकीत आम्ही खेचून आणायला मागेपुढे पाहत नाही. रविवर्म्याने आपल्या चित्रांसाठी महाराष्ट्रीय पोषाख निवडला, म्हणून आमच्या मते तो फार श्रेष्ठ चित्रकार! एक मराठी माणूस एक अबोल माणूस. दोन = ब्राह्मण-ब्राह्मणेतर अथवा कोकणस्थ देशस्थवाद व तीन माणसे - एक शाळा! ज्या ठिकाणी बाकीचे करपून गेले असते, तेथे महाराष्ट्र निंबाच्या झाडाप्रमाणे ताठ व चिवट राहिला, आणि काही विशिष्ट गुणांचीच जाणीव घेऊन जीवनाच्या एका अरुंद पट्टीवर नीट नाकासमोर चालला आहे...

आपल्याच तंद्रीतून दत्तू भानावर आला त्या वेळी त्याला एकदम आश्चर्य वाटले. वास्तविक त्याला आता घरी जायचे होते. पण नेहमीच्या सरावाने पाय क्लबाच्या रस्त्याला लागले होते. खिशात पैसा नसल्याने रमी खेळण्याचा प्रश्न नाही, व रमी नाही म्हणजे जादा सिगरेट घेण्याचीही जरुरी नाही. तो पुलावरून डाव्या बाजूला वळला, व त्याने सरावाप्रमाणे पुलाकडे पाहिले. होय, तो नेहमीचा महारोगी भिकारी तेथे होताच. त्याच्याकडे पाहताच अंगावर शहारे येत. बोटे तुटलेले आंधळे हातपाय हलवीत तो याचना करी, एखाद दुसरे नाणे मिळाले की बसकुराखाली चाचपडत सरकवी. अंगावर माश्या घोंघावत, एखादे कुत्रे अंगावर भुंके. बाजूला दोन काळुंद्री पोरे डोक्यात माती घालून खिदळत, व त्या साऱ्यांचे मागे लाल ज्योतीप्रमाणे दिसणारा तरणाताठा गुलमोहोर वाऱ्यात हलताच वाळलेली पानेफुले टपटपा खाली पडत. जवळून जात असता दत्तूने अंग चोरले, व स्वत: महारोगी असल्याप्रमाणे तो अगदी दुसऱ्या कडेने चालू लागला. पण जाताना त्याने हळूच डोळ्याच्या कोपऱ्यातून त्या रोगट संसाराकडे पाहिले व तेवढ्यातही ती गोष्ट त्याच्या नजरेतून सुटली नाही. त्या भिकाऱ्याच्या बाजूला बसलेली, कराकरा डोके खाजविणारी बाई गरोदर होती.

मऊ बिलबिलीत बेडकीवर पाय पडल्याप्रमाणे दत्तू आकसला. ते दृश्य आठवणीमधून काढून टाकण्याचा त्याने प्रयत्न केला, पण नाही. त्याला एकदम पारोसे वाटू लागले. मनात गांडुळांचे वारूळ फुटल्याप्रमाणे तो मलिन, अस्वस्थ झाला. बोटे नसलेले हात, आपल्या मागे असली रोगट रोपटी लावीत येणारे वासनेचे काळे क्षण. सुलभेचे प्रेत वर काढले त्या वेळी ते देखील टमाम फुगले होते. हातपाय फुग्यासारखे दिसत होते. अशी रेखीव ती, पण आता तिला आकार राहिला नव्हता. तीही म्हणे

गरोदर होती. विश्वासाने तिने कुणाच्या छातीवर डोके ठेवले कुणास ठाऊक! प्रत्येकाला प्रत्येकाचा संशय येत होता, आणि आत, अगदी आत, शरीर तापवणारा हेवा वाटत होता. तिच्या आईबापांना शरमेने मान वरती करायला जागा उरली नाही. त्यांच्याजवळ नोटांची पत्री करावी इतका पैसा आहे. पण सुलभेने आपल्या हाताने आयुष्य चिरडून टाकले, आणि ही भिकारीण विटक्या पातळाखालून उद्याचा महारोगी जाहीरपणे मिरवीत गुलमोहरच्या लाल छत्रीखाली बसते! आणि आपल्या बहिणीला मूलही झाले नाही. त्याच पृष्ठभागावरील हे सारे बुडबडे! लोकांच्या शिव्याशापांत आंधळा हात वर करून जगणारा भिकारी, त्याची रेषा पुढे वाढवणारी गरोदर बाई, तेच आयुष्य विषारी वस्त्राप्रमाणे भिरकावून मुक्त होणारी सुलभा; नवऱ्याला हात जोडणारी बहीण, आवाळूतील लाल वेदना घेऊन हाडे झिजवणारा बैल, उद्याच्या मृत्यूची चिंता न करणारा किंग, आणि जे घडणार नव्हते ते घडवण्याचा प्रयत्न करून, पुन्हा शेवटी निशिगंधाचीच फुले देऊन ''मी जाते'' म्हणून खालच्या मानेने निघून जाणारी, सारे आयुष्य जखमेप्रमाणे सहन करणारी रेखा, आणि त्यांच्या बरोबर वाहवतीला लागलेला हा एकशेचाळीस रुपयेवाला, दोन मुलांचा बाप दत्तू जोशी, इंग्रजीचा स्कॉलर, तत्त्वज्ञानाचा एम. ए., आपल्या कॉलेजचा पहिला फेलो, आज ऐपत नगद दोन आणे!

आभाळाचा पिवळसर रंग केव्हाच मावळला होता व ते आता धुरकटल्यासारखे दिसत होते. क्लबसमोरील हिरवळीवरून जाताना गवताची पाती चरचरत, पायांची बोटे ओलसर होत, व त्यामुळे चिरडलेल्या बोटांवर फुंकर पडल्याप्रमाणे वाटे. सारे मैदान वर काचपात्र घातल्याप्रमाणे स्वच्छ, नीरव होते. पट्ट्यापट्ट्याचे गंजीफ्रॉक घातलेली दोन मुले काही तरी अगदी मन लावून बोलत उभी होती व एक तारेच्या तुकड्याप्रमाणे वाकून गेलेली म्हातारी झुडपांकडेने काटक्या शोधीत सरकत होती.

क्लबरूम सिगरेटच्या धुराने भरून गेली होती, व त्यामधून नेहमीचे चेहरे अस्पष्ट दिसत होते. उकाड्याने आत कुंद वाटे, व ठिकठिकाणी अस्ताव्यस्त झालेल्या उघड्या कॉलरी दिसत. तेथे दत्तूला हायसे वाटले. सारे ओळखीचे, परिचयातले. एकाच तणाव्याने ताणलेली माणसे. पै काय, आणा काय, पालथ्या पत्त्यातून कसले भवितव्य निघते याच एका धगधगीत उत्सुकतेने सारे टांगलेले. मनाचे खाजगी कोनेकोपरे, तेथील त्रस्त करणारी भावनांची गुंतवळ फेकून देऊन पडद्यावरील चित्रांप्रमाणे अगदी सपाट होऊन बसलेली ही माणसे. दत्तूने एक खुर्ची ओढली व त्या वर्तुळाच्या कडेला तो बसला. आज तो खेळण्याविषयी उत्सुक नव्हताच. काल तेथे त्याचे श्राद्धच झाले होते. असाच एक दिवस येतो. कधी तरी. त्या महारोग्याच्या आंधळ्या बोटांसारखा. हात लावावे ते पान भलतेच निघते. आपण आपले आयुष्यच

सारे तासा दोन तासांत जगत असल्याप्रमाणे, काही जमत नाही, काही कळत नाही; पण असे कडेला बसणे हे ठीक. साऱ्यांची सुखदु:खे, ईर्ष्या या भावना समजतात. लठ्ठ देशपांडे मध्येच थरथरत्या हाताने सिगरेट का पेटवतो हे समजते. डॉक्टर वास्तविक खुर्चीत उशी फेकल्याप्रमाणे बसणारे. पण ते मध्येच का ताठ बसतात हे पाहता येते. सहा जणांचे जीवन प्रत्येकी आपणाला जगता येते — साऱ्यांपासून अलिप्त राहूनही. नेहमी खादीचे बेंगरूळ कपडे घालीत असल्यामुळे खादीच्याच अंगाचा दिसणारा मोरे, विशेष कधी कुणाशी जमवून न घेणारा हिरवट प्रोफेसर, जरा डाव वाईट आला की साऱ्या क्लबला मीठमिरी न घालताच खाऊ करणारा वकील, वुलन पँटमध्ये आजारी पाल हिंडत असल्याप्रमाणे दिसणारा बापट (बिचाऱ्याला कधी कुणी त्या नावाने हाक मारली नाही. काव्याची विशेष आवड नसणारेही त्याला 'बापट कुल्ले आपट' या संपूर्ण सयमक नावानेच हाक मारीत. त्यानेही कंटाळून तक्रार करण्याचे सोडून दिले होते), ही सारी त्या टेबलाभोवती होती. कोपऱ्यातील टेबलावर निग्रो कळसण्णावकर, फाटक्या आवाजात सतत बडबड करणारा काळे, हजार लोकांचे देणे ठेवणारा निर्लज्ज कामत व सतत घड्याळाकडे पाहणारा केळकर ही मंडळी. बाहेरच्या जगाचा एक लचकाच तेथे धुराच्या पडद्याआड स्वतंत्रपणे जगत होता. निरनिराळ्या प्रकृतीची ही माणसे. आयुष्याची पाने प्रत्येकापुढे टाकली आहेत. ज्याची त्याने सुसंगती साधायची, विजय मिळवायचा, शिक्षा स्वीकारायची आणि नऊ वाजता खालच्या मानेने बाहेर पडायचे, किंवा हा दिवस तरी गोड झाला या समाधानात अंधारात शिरायचे.

दत्तूच्या बाजूला आणखी कुणीतरी खुर्ची ओढली. गणपतनाना आले म्हणताच दत्तू आदबीने बाजूला सरला. गणपतनाना उगाचच हसले. त्यांनी हातातील पुस्तक व काठी काळजीपूर्वक खिडकीत ठेवली, व आपली व्हायोलिनवर शोभणारी लांबसडक बोटे जुळवून ते खेळ पाहू लागले. साऱ्या क्लबात दत्तूला फक्त गणपतनानांविषयी कुतूहल व आदर वाटत असे. त्या गृहस्थाने खोऱ्याने पैसा ओढला. सुपासुपाने खर्च केला. साऱ्या आयुष्यभर शौकही असा कलंदर केला की, ते अत्तराच्या दिव्यांनी सुगंधी प्रकाशले. चाळीस वर्षांपूर्वी एलएल. बी.ला पहिला वर्ग मिळवलेले गणपतनाना आतापर्यंत हायकोर्ट-जज्ज होऊन जायचे. पण त्यांनी काढली मोटर कंपनी. मोठमोठ्या पिशव्यांतून गल्ला बँकेत भरला. गावातील पहिला रेडिओ गणपतनानांचा. पहिले सिनेमा थिएटर त्यांचे. त्यांच्या दिवाणखान्यात मोठमोठ्या गायकांच्या बैठकी झडल्या. त्यांचे कपडे असे ऐटबाज असत की, कधी तरी कंपनीच्या कामाला विजापूर-बागलकोटकडे ते गेले की, त्यांचा रुबाब पाहायला लोक मुद्दाम येत. एका संस्थानिकाकडे असलेल्या एका कोकीळकंठी कलावतीला

त्यांनी उघडपणे मोटारीतून आणले. तिची पहिली शेज झाली ती म्हणे रुपये व फुले यांच्या शय्येवर! पण तिने पत्नीला एक शब्द उर्मटपणे बोलताच भर अंगणात त्यांनी तिला वेताने फोडून काढले. मुंबईला कंकय्या खेळणार, पुण्याला बालगंधर्वांचे 'स्वयंवर' लागणार म्हटले की, गणपतनाना फर्स्ट क्लासमधून लवाजम्यासह चालले. नवीन शाळेसाठी मदत मागायला त्यांच्याकडे काही लोक आले की त्यावेळी, आपले नाव शाळेला न देण्याच्या अटीवर ड्रॉवरमधून पंचवीस हजारांच्या नोटांचा अस्ताव्यस्त ढिगारा त्यांनी त्या लोकांपुढे टाकला. गावातील सहा मोठ्या विहिरी त्यांनी बांधल्या. गावातील सध्याच्या निम्म्या डॉक्टरवकिलांचे शिक्षण त्यांच्या आतषबाजीमधून झाले. पण बहर ओसरला. सारा पैसा गेला. पण तो स्वत: मिळवलेला. वडिलार्जित मिळकत त्यांनी जशीच्या तशी मुलाच्या हवाली केली. आपली दोन हजार इंग्रजी पुस्तके नेटिव्ह लायब्ररीला देऊन टाकली. मैफल संपून गेली. पण ना खेद ना खंत. कुठे चिकटून राहिल्याची खूण नाही, काही तुटून गेल्याचा डाग नाही. आता ते एका खोलीत राहत, पांढरा शुभ्र, गुडघ्यांपर्यंत नेहरू शर्ट घालीत, पांढरे झालेले केस सारे मागे कळवीत. हातात नेहमी चांदीच्या मुठीची काठी, व हातात डिक्सन कार, किंवा गार्डनरचे एक पुस्तक. ते स्वत: कधीच रमी खेळत नसत. साऱ्या आयुष्याचा धुंद जुगार करणाऱ्याला पै-आण्यांत काय आकर्षण वाटणार? अलिप्त नजरेने ते सारा खेळ पाहत, दोनचार आण्यांसाठी चाललेली बाचाबाची ऐकत, निर्लज्जपणे देणी बुडविणाऱ्याकडे 'काही समजत नाही' अशा नजरेने पाहत. एखादा ग्रीक देव माणसांच्या किरकोळ जगात येऊन जावा त्याप्रमाणे त्यांचे क्लबला येणे असे.

मोरे एकदम ताठतो. त्याचे लालसर डोळे एकदम ठिणगी टाकणार त्याप्रमाणे लांबट जांभळाच्या आकाराचे होतात. तो आता खात्रीने एकाच पानासाठी थांबला आहे. कारण नेहमीचा मोरे व आताचा मोरे यांत फरक आहे. आताचा मोरे शिकारीसाठी टपलेल्या कुत्र्यासारखा आहे, त्याचे ओठ विलग आहेत, व सिगरेटवर अर्धा इंच राख जमली आहे. तो टेबलावरून पान उचलतो व सरपटत टेबलाच्या कडेला आणून कोपरा मोडून पाहतो. पण त्याबरोबर त्याच्यातील तणाव ओसरतो, व डोळे चेचल्यासारखे होतात. तो खुर्चीत विस्कळीत पडतो, व चिडून तेच पान भिरकावून देतो.

त्याला पाहिजे होता बदाम दहा, पण निघाला इस्पिक आठ. जर तो दहा मिळाला असता तर त्याला दुप्पट पॉइंट्स मिळाले असते. मायनस साडेसहाशेमधून निम्मे तरी कमी झाले असते. इथंच काय, पण आयुष्यातही कधी त्याला हवा त्या वेळी बदाम दहा मिळाला नाही. त्याचा हातच दुर्दैवी. जरी त्याने बाभळीचे रोपटे

लावले असते तरी ते जळून गेले असते. त्याने चालवायला घेतलेले हॉटेल बंद पडले. बायको बाळंतपणात खलास झाली. आता त्याने व्यापार सुरू केला होता. पण गेल्या शनिवारी मालाने भरलेली, वेंगुर्ल्याला निघालेली ट्रक सातव्या मैलाजवळ उलटली. आणि आता त्याचा थोरला दहा वर्षांचा मुलगा टायफॉईडने आजारी आहे. त्याला कधीच बदाम दहा मिळत नाही. पण पिंजारलेल्या केसांनी, वखवखलेल्या मनाने दररोज येतो, नशिबाची परीक्षा पाहतो, नव्या अपेक्षेने प्रत्येक क्षण कुरवाळतो, व शेवटी चारसहा नाणी टेबलावर टाकून 'बराय मंडळी' म्हणत कोट अडकवून निघून जातो.

पण मोरेच्या हातून इस्पिक आठ पडताच वकील त्यावर तुटून पडतो व चीत्कारत पाने खाली मांडतो. त्याला नेमके तेच पान पाहिजे असते, त्यामुळे मोरेच्या हातातोंडाशी आलेला रमी त्याला मिळतो. मोरे रागाने सारी पाने टेबलावर भिरकावतो, व कोट उचलून चालू लागतो. स्वतःकडेच पाहिल्याप्रमाणे दत्तू त्याच्याकडे कळवळून पाहतो. त्याचेही तसेच झाले होते. रेखेशी जवळ जवळ लग्न ठरले होते. 'आता बोहल्यावरून पळून जाऊ नको' असेही त्याने तिला बजावले होते. पण नाही. तो प्रसंगच आला नाही. एका इंजिनियरशी (इंजिनियरशी! सुंदर नाजूक पत्रे लिहिणारी, आर्त भावगीते म्हणणारी रेखा इंजिनियरबरोबर चौपाटीवर हिंडणार!) लग्न करून ती निघून गेली. आणि दत्तूने साऱ्या काळ्या लाल आठवणी पत्त्यांप्रमाणे फेकून दिल्या... मोरेप्रमाणे!

अचानक कधी तरी जागी होणारी कळ, आज तीव्रतेने जागी झाली. दत्तू अस्वस्थ झाला. कुंद धुरकट खोली, अस्पष्ट अस्पष्ट चेहरे, टेबलाच्या खवल्यांप्रमाणे दिसणारे पत्ते, त्यांवरील काळे तांबडे डोळे. त्या जागी त्याला तिची पत्रे, कोरीव अक्षरे, रेशमी रिबन बांधून लाकडी पेटीतून दिलेली बुद्धाची छोटी मूर्ती दिसू लागली. अबोलीची फुले, बॉटल ग्रीन जॉर्जेटचे पातळ, तिने म्हटलेल्या पूरियाधनाश्रीचे स्वर, शारदा नाटकातील तिचे शारदेचे काम... दत्तू तेथून एकदम उठला, व भटकत दुसऱ्या टेबलाजवळ आला. त्याला खेळायचे नव्हते, नाही तर तेथे वास्तविक एक जागा रिकामी झाली होती. ॲनिमिया झालेल्या मुलीसारखा दिसणारा केळकर साडेसात वाजले म्हणताच दंश झाल्याप्रमाणे घरी जायला एकदम उठला होता. तशी त्याच्या बायकोची ताकीदच होती. त्याच्या बाजूला फोपसा, जून पांढऱ्या बटाट्यासारखा दिसणारा मडीमन तोंडात तंबाखू असल्यामुळे तोंडाची कुंची करून काहीतरी बडबडत होता, त्याच्याकडे कुणाचे लक्ष नव्हते, व त्या अवस्थेत ते कुणाला समजलेही नसते.

त्या केळकराचा दत्तूला फार राग आला. गाढवाने त्या वासंती पोतदाराशी प्रेमविवाह केला होता. त्या बाईची कीर्ती जगजाहीर होती. अद्यापही तिच्या भटक्या

आयुष्यावर कसलाच दाब नव्हता. पाच महिन्यांपूर्वी नायलॉनचे झकपक पातळ नेसून ती दत्तूच्या घरी आली होती. का, तर म्हणे सुधाला भेटायचे होते. पंधरा दिवसांसाठी सुधा माहेरी गेली आहे हे त्याने तिला दोनदा सांगितले होते. एकदा बाजारात व एकदा सिनेमा थिएटरात केळकर समोर असता. सुधाला भेटायचे आहे! कसले तरी धुंद अत्तर; आताशा ती ब्रा देखील रेशमीच वापरत असे की काय कुणास ठाऊक. ती जायला निघाली त्या वेळी तिच्या चेहऱ्यावर विजयाचे कुत्सित स्मित होते. मांजर जिभल्या चाटते तसे! ते पाहून दत्तू शरमला. आपण जास्त ताबा दाखवायला पाहिजे होता असे त्याला वाटले. त्या आठवणीनेही तो आता शरमला. राखेची चिमूट जिभेवर पडल्याप्रमाणे त्याचे मन कडवटले. त्याचप्रमाणे ती मनोहर देसाईकडे जात असे. रत्नाकर अमलाडीच्या मोटारीतही तिला अनेकांनी पाहिले होते. आणि हा केळकर जीव तोडीत साडेसातला घरी जातो. साऱ्या गावाला जे माहीत आहे हे त्याला माहीत नाही? की माहीत असून ते सगळे स्वीकारून तो आनंदाने जगतो? खाली महारोग्याचा संसार घेऊन आनंदाने फुलणाऱ्या गुलमोहोरासारखा? केळकराचे मन दत्तूला कधीच समजले नाही. लग्नापूर्वी पत्नीला इतर कुणाच्या हाताचा स्पर्श झाला आहे असे समजले तरी साऱ्या आयुष्यभर, डिटेक्टिव्ह पुस्तकावर असते, त्याचप्रमाणे उघड्या पंजाची छाया पडते, आणि हा डोळ्यांना झापड्या लावून साडेसातच्या ठोक्याला लोंबकळत आयुष्य काढतो आहे! चिडून दत्तूला वाटले, एक ब्लेड घेऊन त्याच्या त्या तृप्त बावळट चेहऱ्यावर चराचरा रेघा ओढाव्यात, व म्हणावे, 'नीट डोळे उघड, उघड्या डोळ्यांनी सारे स्वीकार. आयुष्यभर असाच पंचवीस वर्षांचा राहू नको...'

त्याला मिळालेले दोन आणे न घेता, छत्री विसरून तसाच केळकर बाहेर धावला, व सायकलीवरून निघून गेला. त्याच्याविषयी दत्तूला संताप, सहानुभूती वाटली — आणि थोडा हेवाही! सुख असावे तर असे अभंग, निरामय, परिस्थितीच्या लाटांपलीकडचे. नाहीतरी ज्यामुळे काहीही बदलता येणार नाही, ते काटेरी ज्ञान हवे तरी कशाला?

मडीमन पुन्हा काही तरी बोलत होता, सांगत होता. या खेपेला त्याने कचदिशी दत्तूच्या पोटात बोट खुपसले. तो काय सांगत आहे हे दत्तू ऐकू लागला. मोरेचा आजारी मुलगा आज सकाळी वारला, तरी तो मूर्ख लेकाचा संध्याकाळी क्लबला येतो, हे तो सांगत होता.

दत्तू एकदम बधिर झाला. त्याला तेथे उभे राहवेना. त्या मडीमनच्या लठ्ठ पांढऱ्या तोंडाची कुत्री मोरेवर भुंकत आहेत, त्याचे लचके तोडीत आहेत, व तो काटक्या वेचणाऱ्या म्हातारीप्रमाणे बदाम दहा शोधीत हिंडत आहे असे त्याला वाटू लागले. तो बाहेर आला. नुकतेच अवखळ हुंडदणाऱ्या वाऱ्याला आता शीतल, कुरवाळणारी

माया आली होती. त्या थंड हिरवळीवर आडवे व्हावे, गवताच्या पात्यांचा स्पर्श तळव्यांना व्हावा, वाऱ्याची झुळूक छातीला बिलगावी अशी त्याला इच्छा झाली. तो पायरीवरच थोडा वेळ गप्प गोंधळून उभा राहिला. वाऱ्याच्या तलम, फडफडणाऱ्या पडद्यावरील आकृतीप्रमाणे.

"ह्याः ह्याः! नमस्कार! नमस्कार!" कोणी तरी अगदी त्याच्यांजवळच खिस्स केले. तो चमकला व त्याने मागे वळून पाहिले. तो संतापला नाही, तो जास्त शरमला. हातात नेहमीची पिशवी घेऊन दाढीवाले केतकरशास्त्री उभे होते. जोडलेला हात तसाच ताटकळत ठेवून ते पुन्हा तेलकट हसले. कॉलर एकदम आवळ झाल्याप्रमाणे त्यांनी आपल्या उंटमानेला दोन्ही बाजूंनी दोनतीन वळसे दिले. त्यांच्या हसण्यात जो मेंगटपणा होता तो पाहून काळ्या घोड्याच्या पोटातही ढवळू लागावे! दत्तूला तर आपल्या हिंदी चित्रपटातील नायिकांचे फिल्मी पतिप्रेम सोडले, तर साऱ्या जगात इतके ओशट, मळमळ निर्माण करणारे काहीच नसेल असे वाटे. त्याला अनेकदा संतापाने वाटे, हे हसणे म्हणजे एखाद्या अवघड जागी खाजत असता नखांना नेमकी जागा सापडावी तसले भळभळीत वेडेबिद्रे आहे. तो हताश झाला. शास्त्रीबुवांकडून आता सुटका नाही हे त्याने ओळखले.

"का? फार दिवसांनी गाठभेट?" एक चार मिनार पेटवीत त्याने विचारले. गेल्या शनिवारीच त्यांची भेट झाली होती.

"ह्यः ह्यः काही नाही, आपला सल्ला घेणार होतो. आपण विद्वान, आपला व्यासंग दांडगा..."

दमून गेल्याप्रमाणे दत्तूने धूर सोडला. बाबारे, हा सारा तमाशा कशाला? पहिले चार अंक काढून टाक, आणि ये शेवटच्या अंकाला. किती पैसे पाहिजेत बरे?

"इथंच बसू की. आपलं काय?" म्हणत शास्त्रीबुवांनी पायरीवरच आसन ठोकले. बुवा फार नम्र. कुणी तरी जाजमावर, खुर्चीवर बसा म्हटले की नाही, ते कोपऱ्यातच वासराप्रमाणे ढोपरे मोडून वहाणाझाडणीवर बसतील. मग कोपऱ्यात ठेवलेली छत्री मोडली, किंवा आत जाताना मोलकरणीने ठेवलेली तिळेलाची बाटली सांडली, तरी हरकत नाही.

"इथं नको, चला त्या हिरवळीवर बसू," अतिशय शरमून दत्तू म्हणाला.

"वा, तर चला," बुवा म्हणाले, "आपलं काय धरणीमाताच आहे. जन्मलो तिथं, जाणारही तिथंच!"

दत्तूला चार मिनार कंपनीविषयी फार कृतज्ञता वाटली. त्या कडक धुंदीत असले शेवग्याच्या झाडांतून डिंक ठिपकल्याप्रमाणे चिकट शब्द ऐकू येत नाहीत, अंग मलिन करीत नाहीत. दत्तू बऱ्याच अंतरावर बसला. बुवांनी पिशवी धरणीमातेवर टाकली,

व उगाचच इकडेतिकडे उत्कटपणे पाहिले. ही सारी लक्षणे नेहमीचीच होती व त्यांचा दत्तूला चांगला परिचय होता. समोरील खिश्चन स्मशानभूमी, दूरचे दिवे, वरील दोनचार चांदण्या यांतून नाही म्हटले तरी चमचाभर मंगल बुवा काढणार! मांगल्य म्हणजे तर शास्त्रीबुवांचा अगदी हातखंडा. म्युनिसिपालिटीचे साफसफाई पथक डी. डी. टी. मारीत जाते, त्याप्रमाणे ते ठिकठिकाणी पचूक पचूक मांगल्य टाकीत जात असत. आणि तेही विशिष्ट शिक्क्याचेच मांगल्य बरे का? आपल्या संस्कृतीत अगदी हातमोजात हात बसल्याप्रमाणे बसणारे शास्त्रीबुवा भयंकर संस्कृतीवाले. टमरेल घेऊन जाताना ते उजव्या हातात असावे की डाव्या हातात असावे हे ते संस्कृतीला वाट पुशीत ठरवीत असत. एक पतंग पंधरा मिनिटे उडत ठेवण्याइतका लांब उसासा त्यांनी सोडला व ते म्हणाले, ''सगळीकडे मांगल्य भरून राहिलं आहे.''

दत्तू व्यग्र झाला. तो चिडला नाही, संतापला नाही. सईसुट्ट्यो म्हटल्यावर लपणाऱ्याला शोधून काढायला हिंडावे, त्याप्रमाणे त्याचे मन भरकटू लागले. सगळीकडे! बैलाच्या पाठीवरील ते वाहते, लाल आवाळू! सुलभाचे प्रेत? भिकाऱ्याची सडलेली बोटे, एकाकी बसलेली मुलगी, जाताना नुसती हाडे ठेवणारा भारतीचा आजार? बहिणीने सहन केलेली लाथ? दादांची उघडी छाती? सद्या परटाच्या मुलीच्या मांडीवरील डागण्याचा डाग? सगळीकडे? अगदी भरून उतू जातंय?

''आँ? काय म्हणालात?'' त्याने दचकून विचारले.

''नाही म्हटलं, माझ्या पुस्तकाचा माझ्या बांधवांना काही उपयोग आहे का?'' बुवा विचारीत होते. त्यांचा आपला नम्र प्रयत्न, बालके कर जोडुनि केलेला. सेवा गोड मानून घ्यावी वगैरे. पण त्यांचे पुस्तक — ते कसल्या तरी आख्यानांचे होते — विशेष खपले नव्हते. पण जनतेसाठी सारे जीवन. त्यात कसली प्रसिद्धीची, पैशाची हाव? आणि त्यात आपले आहे तरी काय स्वत:चे? देवाने दिलेली देणगी, धन्याघरचा माल, आपण हमाल.

''उपयोग आहे की! नाही कसा?'' जवळजवळ खेकसूनच दत्तू म्हणाला. आहे उपयोग डोंबलाचा! उपवर मुली फोटो काढून घेताना हात वर ठेवायला बाजूला एक पुस्तक घेतात, तसले म्हणून कायम उपयोग आहे! किंवा रात्री मांजर खडखड करताना कोपऱ्यात भिरकावण्यासाठी.

''उद्याच्या रविवारी मी मुलांना कथा सांगणार आहे. तेवढाच एक दिवस आनंदात जाईल माझा. मुले ही देवाची फुले! आनंदाने जगचि डुले.'' बुवा आता चक्क हुंदका देणार असे त्याला वाटले, कारण त्यांचे शब्द तर अश्रूंनी भिजलेच होते. बुवा पंधरवडा-महिन्याने कथा सांगत. कुठेही. मुले बसतील तेथे. धरणीमातेवर, आभाळाच्या निळ्या छायेखाली, देवाच्या हिरव्या चवऱ्यांच्या छायेत.

''विशाल पवित्र हिमालयाच्या पायथ्याशी गाढवाची दोन पिले होती. एकाचे नाव माणिक (मानेला उजव्या बाजूला हिसका. दुसऱ्याचे नाव मोती (आता डाव्या बाजूला हिसका). फार फार प्रेमळ. एकत्र हसायची, एकमेकांच्या खांद्यावर खांदा टाकून खूप रडायची, मने शुद्ध करून घ्यायची. असा जिव्हाळा, तसा जिव्हाळा. फार प्रेमळ, गोजिरवाणी, अगदी तुमच्यासारखी...''

आणि या असल्या गोष्टी कुणापुढे? तर घरी. पुस्तकात, फक्त सेन्सॉरशमनार्थच वस्त्रार्थे किंचित चड्डी घातलेल्या अमेरिकन नटींचे पौष्टिक फोटो ठेवणाऱ्या पोरांपुढे!

घरी शास्त्रीबुवांना सात आणि दहा वर्षांच्या दोन सुरेख मुली होत्या. जाईजुईसारख्या त्या अगदी नितळ, स्वच्छ असायच्या, आणि सदा हसायच्या. बाहेरून आल्यानंतर त्यांना दारात पाहिल्यावर कुणालाही एकदम ताजेतवाने वाटावे. पण त्या बाकीच्या मुलींत मिसळताना फाटक्या कपड्यांमुळे शरमून जात. सुधाने एक दिवस त्यांना घरी चहाला बोलावले, तर एक कप चहाच्या उपकाराखाली त्या अगदी दडपून गेल्या. लाज लाज लाजल्या. पण त्यांना कधी शास्त्रीबुवांनी जवळ घेऊन गोष्टी सांगितल्या नाहीत. कारण काय, तर देशासाठी झिजणाऱ्याला बायकामुले, खाजगी आयुष्य काही नसते. आठदहा वर्षे झाली त्यांना अलीबाबा, अल्लादीन ही नावे माहीत नव्हती, अंगावरील काडी झटकून टाकावी त्याप्रमाणे कवचकुंडले देऊन टाकणाऱ्या कर्णाची हकिगत माहीत नव्हती. कमळाप्रमाणे जमिनीतून वर आली, आणि विजेप्रमाणे भूमीत गेली, त्या सीतेचा जीवनवृत्तान्त त्यांना ठाऊक नव्हता. आपली छोटी मुलगी जयू, हिच्या गालाला अतिशय आकर्षक खळी पडते, तिचे हसणे ओठांवरच न राहता तिचे गालही हसतात हे तरी बुवांना माहीत होते की नाही कुणास ठाऊक. आई व मुली सारख्या पत्रावळी लावीत, पडलेसडले काम करीत, जुने कपडे मिळवीत. नव्यानव्या पिशव्या, छत्र्या घेऊन शाळेला जाणाऱ्या मुलांकडे अविश्वासाने, हेव्याने पाहत. शास्त्रीबुवांना नोकरी नव्हती. क्लबमध्ये पस्तीस रुपयांची पार्टटाइम कारकुनाची नोकरी त्यांना मिळाली असती. पण तेवढा वेळही त्यांना पस्तीस रुपड्यांसाठी व्यर्थ जावा असे वाटले नाही. पण दत्ताला वाटले, बुद्ध, ख्रिस्ताला मानवी जीवन बदलता आले नाही ते महत्कार्य जरी बुवांनी करून दाखवले. तरी त्या दोन मुलींच्या शरमेमुळे ते कायम गुन्हेगारच ठरतील.

''उद्या मी जी कथा सांगणार आहे,'' बुवा सांगत होते, ''ती आहे एका फेरीवाल्याची. मोठ्या दुकानातून माल घ्यायचा, गल्लोगल्ली हिंडून विकायचा. अत्यंत सज्जन, दरिद्री, पण सोन्याच्या मनाचा. पण त्याला नाव काय द्यावे हे मला समजेना. नाव कसे असावे, तर संस्कृतप्रचुर, गंगाकाठचे, कन्याकुमारीच्या छायेतले—''

चिकट गुळाच्या ठिपक्याप्रमाणे शब्द ठिपकत होते. एका अजस्र चिकट

कोळ्याच्या जाळ्यात सापडल्याप्रमाणे दत्तूचे मन धडपडू लागले, अंग झटकू लागले. तो गुदमरू लागला.

"हो, मग त्याला तुम्ही अग्निमित्र का नाव देत नाही?" त्याने चिडून विचारले.

"वा, छान आहे नाव!" उत्साहाने पुढे सरकत बुवा म्हणाले, "पण एक नम्र प्रश्न. अग्निमित्रच का?"

"म्हणजे संस्कृतमध्ये अग्निमित्र म्हणून कुणीतरी मालविक्या आहे ना?" जळजळीत डोळ्यांनी त्यांच्याकडे पाहत दत्तू म्हणाला. बुवा गोंधळले व वरमले. दत्तूला वाटले, आता शेवटचा अंक येणार. बुवा उगाचच खोकणार. (ते खोकले.) आता मान वेळावीत ते हसणार — (ते हसले.) व शेवटी दोनचार रुपये उसने मागणार. बुवांनी तीन रुपये उसने मागितले. रविवारी मुलांना चणेचुरमुरे द्यायला. दत्तूच्या खिशात एखाददुसरा आणा असेलनसेल. उद्या सकाळी घरी न राहण्याचे ठरवून त्याने शास्त्रीबुवांना सकाळी आठ वाजता येण्यास सांगितले व आपली सुटका करून घेतली.

"तुम्ही अग्निमित्र म्हणालात ना? नाव छान आहे. बरं, उद्या आठ वाजता येतो मी," जाताजाता तीनदा नमस्कार करून बुवा म्हणाले.

तो परतला त्या वेळी क्लबरूम रिकामी झाली होती. खाली सिगरेटच्या थोटकांचा ढीग व टेबलावर अस्ताव्यस्त पत्ते. इतका वेळ निरनिराळ्या भावना धारण करून नाचणारे पत्ते आता निर्जीव पडले होते. ना सुख, ना दु:ख, ना अर्थ. प्रत्येकाने आपला अर्थ आपण पाहायचा.

बाहेर आता पावसाची सौम्य झिमझिम अंधाराच्या पाटीवरील गिजबिजाटाप्रमाणे सुरू झाली होती. केळकर कसाही छत्री विसरून गेला होताच. दत्तूने ती छत्री उचलली, व तो एकटाच घराकडे चालू लागला.

ओलसर रस्ता सुस्त पडलेल्या सापासारखा चकाकत होता. त्यावरील दिव्याच्या प्रतिबिंबाच्या वाकड्यातिकड्या रेषा सळकेच्या वेदनेप्रमाणे दिसत. मध्येच मोटारींच्या लाल दिव्यांचा शिडकावा दिसे. निळसर ट्यूबलाईट आपला प्रकाश टाकी. त्यामुळे लालनिळ्या जखमा मधूनमधून फुटल्याप्रमाणे दिसत.

तो घरी आला. छत्री बंद करून ती कोपऱ्यात ठेवतो न ठेवतो तोच मोहनचा हात धरून त्याला ओढीत आणीत सुधा बाहेर आली. नेहमीच्या तक्रारीचा खास अंक तयार होता. मोहनने शेजारच्या शिंपिणीला चिंध्यांची बाहुली म्हटले होते, व ती बोंबलत आली होती. नव्या शर्टावर त्याने तळहाताएवढा शाईचा डाग पाडला होता व टारझन म्हणून कपड्यांच्या दोरीला लोंबकळताच दोर तुटून ढीगभर कपडे अस्ताव्यस्त पडले होते. व...

आपण तो लालनिळ्या रंगाच्या जखमा अंगावर घेणारा रस्ता आहोत व

आपल्यावरून माणसे पचक पचक पावले टाकीत चालली आहेत असे दत्तूला वाटले. त्याने कोट खुंटीवर ठेवला व तेथेच निर्विकारपणे तो खुर्चीवर पसरला.

"पण बेबी कुठाय?" त्याने त्रासिकपणे विचारले. पत्नी, मुलगा, मुलगी. निदान येथे तरी चांगला सिक्वेन्स जमू द्या! दूर कुठे तरी रेखा अशीच पाहत बसली असेल.

"येतेय ती. जेवायला बसलीय," तितक्याच त्रासिकपणे सुधा म्हणाली, ती काहीतरी बडबडत होती. अखेर चुलीवर काही तरी उतू जाते म्हणून ती धपाधप पावले टाकीत आत गेली.

दिव्याकडे पाहत दत्तू स्वस्थ पडून राहिला. दिव्याभोवती तीनचार किडे चटचट आवाज करीत घिरट्या घालीत होते. समोरील कॅलेंडर जुने होते, त्यावरील बाईंचे तारुण्य ताजे होते. पण पातळाचा रंग विटला होता. कोपऱ्यात वहाणाचा ढीग. भिंतीवरील गिलाव्याच्या खपल्या उडाल्या होत्या. खिडकीचे एक तावदान फुटले होते. समोरच्या चाळीत, भरगच्च आंब्यासारख्या दिसणाऱ्या इंदिरेच्या घरात कुणीतरी आले होते. ती हातवारे करून बोलत होती. तिचा नवरा अद्याप टेलिग्राफ ऑफिसमधून आला नसेल. इंदिरा! तो एकटाच राहत होता, त्या वेळी तिच्या आसुसलेल्या नजरेने त्याच्या अंगावर काटा येत असे. पण तशीच कुठे तरी वासनेची ठिणगी धुपत राहत असे.

अखेर तो एक दिवस तिच्याकडे गेला. दुपारी. तिच्या शुभ्र पुष्ट छातीवर त्याच्या शर्टाची बटने रुतली. तिच्या गळ्यात कुठल्या तरी संतबाबाचे चित्र असलेले लॉकेट होते. त्याचा तर पूर्ण आकार उमटला. दोन जळत्या वासनांच्यामध्ये अनासक्त संताची समाधी! तिचा गळा फार सुरेख आहे, गोल, लिलीसारखा आहे. हाताचा स्पर्श होताच क्रूरपणे कुसकरावा असे वाटण्याइतका आकर्षक आहे. त्याखाली तीळ आहे, थोडा जांभळसरच. त्या वेळी तिचा नवरा कट् कट् कट् करीत असेल. की तोही...

दत्तूच्या मनावर शरमेचा बुरा आला. त्यानंतर तो तिकडे कधी वळला नाही. लाथ मारून हाकललेल्या कुत्र्याप्रमाणे त्याचे मन त्या आठवणीकडून मागे वळले. त्याने टेबलावरून आजचे वर्तमानपत्र पुढे ओढले. ते त्याच्याचप्रमाणे चिंधी होऊन गेले होते. शेजारच्या माधवरावांनी ते वाचायला नेले होते म्हणून ते तसे झाले होते. त्यानंतर त्यावर बेबीने पेन्सिलीच्या रेघा ओढल्या होत्या. त्या पिंजऱ्यामागे जगाने आपल्या अंगाच्या एका भागावरील गोंदणी उघडी केली होती.

एका कामगार बाईला तिळे झाले होते. योग्य माणसाला तीन आगाऊ इन्क्रिमेंट्स. अर्जेंटिनात अपघात होऊन शहाण्णव माणसे मेली. प्रिन्सेस मार्गारेटने लग्नाचा विचार पुढे ढकलला. आकर्षक चेहरा, आकार. पण पुढे टाकलेले गवत खाणारे मन. पांढरे डाग कायमचे जाण्याचे औषध. कमरेत आता काकडीसारखी मोडते

की काय असे वाटणाऱ्या नटीचे चित्र देऊन नृत्यसंगीताचा आदर्श कुटुंबपट. भोकरवाडी (बुद्रूक) येथील रहिवाशांतर्फे परळ येथे सत्यनारायण. तलावात तरंगणारे, नुकतेच लग्न झालेल्या तरुणीचे प्रेत. पोलीसतपास चालू आहे... दत्तू त्यात कशातच गुंतेना. त्याने वर्तमानपत्र खाली टाकले, व विमनस्कपणे, टेबलाखाली पडलेला तेलकट कागद उचलला. म्हणजे आज कोपऱ्यावरील दुकानातून बाईसाहेबांनी पूर्ण मिरच्या असलेली भजी आणवली होती तर! आणि आपणाला एकही नाही.

''सुधा, ए सुधा —'' तो भुकेने किंचाळला, पण आतल्या गोमगाल्यात कुणाला काही ऐकू गेले नाही. तो तेलकट कागद कुणाला तरी आईकडून आलेले पत्र होते.

''आता पाणी ओढण्याचे श्रम होत नाहीत. तेव्हा दोन चार रुपयांची मदत करीत जा —''

मिरची भजी विकणारी बाई टंच आहे. पिवळ्या जर्द इरकली खणाची चोळी घालून जाणाऱ्यायेणाऱ्याकडे पाहत ती पाचकळ हसते. माधव ज्यूलियनच्या शैलीसारखे जिवंत चढउताराचे शरीर तिने खुशाल शोरूममध्ये ठेवले आहे. दोन आण्यांची भजी घेताना धुवट कपड्यांतील चिप्पाड मने रेंगाळत, जवळ मोड असतानाही उगाचच नोटा मिरवीत, व जास्तच हावरी होऊन फिरत. पण पाणी ओढण्याचे श्रम न होणारी ही आई कोण? तिचा चेहरा आपल्या आईसारखा असेल? गालावर एवढासा डाग, कपाळावरील कुंकू गेल्याने उघडी पडलेली गोंदण्याची हिरवी जखम, घरात धुणीभांडी करून खरबरीत झालेली बोटे. तिला असले पत्र पाठवण्याचा प्रसंग आला नाही. आपण मिळवते होण्याच्या आतच ती अशक्तपणे खोकत निघून गेली. तिचा खरबरीत हात, आपल्या हातात भज्यांचा कागद, भजीवाली, तिचे रानवट, ताणलेले शरीर...

आपण आश्रयासाठी झाडाखाली बसलो आहोत, पण थेंब ठिपकूनच अंग भिजत आहे असे त्याला वाटले. इतके पत्ते आपल्यापुढे पडले. त्यांतून काय आकृती काढायची?

सगळे पत्तेच, सगळी माणसेच! इसेक्स जहाज बुडाल्यावर बाराशे मैलांच्या प्रवासात लाइफबोटमध्ये कॅप्टन एकेकाला मारून त्याचे रक्त पिऊन स्वत: जगतो, तर टिटॅनिक बुडताना एक म्हातारा खलाशी आपल्या कुत्र्यासाठी माघारी येतो, व कुत्र्याबरोबर बुडून मरतो. किरकोळ भांडणात मुलगा जन्मदात्या आईच्या जिव्हारी लाथ मारतो, बहीण भावाचा विश्वासघात करते, तर सिडनी कार्टन कुणाच्यासाठी तरी मरतो. डेस्डेमोनाचा दीप अंथरुणात विझतो, आणि वासंती नायलॉनचे पातळ लयीत हलवीत हसत निघून जाते. एखादी वेडी पतीच्या मृत्यूने छातीत सुरी खुपसून घेते, तर दुसरी चेंगरलेल्या स्तनांच्यामध्ये लॉकेट रुतवून घेते. एक जण तारुण्यातील

एका आठवणीवर आयुष्याला धार लावीत बसतो, तर दुसरा चौदाव्या दिवशी बोहल्यावर चढतो. मालकंसाचा भव्य विस्तार, मोटारीखालची किंकाळी, बाळंत होत असतानाचा आक्रोश, विमानहल्ल्याचा मन फाडणारा आवाज, चुंबनाचे चुटुकसंगीत, प्रेत बाहेर नेत असतानाची कालवाकालव. सारी माणसेच, सारे माणसांचे आवाज! रशिया-जर्मनीमध्ये कँपमध्ये ब्रेडच्या तुकड्यासाठी एक तरुणी पंधरा जणांना जाहीरपणे शरीराचे दान करते. दान घेणारी व देणारी माणसेच. दारांच्या फटीत बोटे घालून चिरडणारी, नखाखाली टाचण्या खुपसणारी! बेलसेनमध्ये कैद्यांना जिवंत जाळणारी माणसेच. हिरोशिमामध्ये अपंग झालेली हजारो माणसे — व तो प्रसंग त्यांच्यावर आणणारी! आपले मांस कपोताला देणारा शिबी, आणि नररुंडाचा गोपूर रचणारा तैमूर! क्रुसावर हातापायाला खिळे ठोकल्यावर वेदनेने Eloi, Eloi, असे उद्गार काढणारा ख्रिस्त, आणि त्याच क्रुसाखाली त्याचे कपडे कुणाला मिळावे यासाठी कवड्या खुळखुळवणारे पहारेकरी — दोघेही माणसेच! या साऱ्याच बिंदूंना छेदून जाणारे ते विशाल वर्तुळ तरी कोणते? सगळा माणूस तरी जाऊ दे, पण त्याच्या नुसत्या पावलांविषयी देखील हीच गत आहे. त्याचा पूर्वज दिनोसॉर याचे चौपन्न इंच लांबीचे अजस्र पाऊल, बुटक्या ओबडधोबड पावलांचा टूलो लॉट्रेक, सारे शरीर अमर करून घोट्यातच रात्रंदिवस मृत्यू बाळगून ठेवणारा ॲकिलिस, आणि गिझेलची नृत्यरम्य कहाणी सांगणारी युलानोव्हाची कबुतरासारखी पावले!

या सगळ्यांना एकत्र आणणारी, त्यात जीव भरणारी ही विश्वाची नाडी तरी कोणती आहे? त्यात सिक्वेन्स कोणता? दैनंदिन आयुष्यात अनुभवांची रास पडते, त्यांना कोणत्या आकृतीत बसवायचे? खेळण्याचे नियम माहीत नसता खेळायला कोण बसवते? आणि हे सारे विचारायचे तरी कुणाला? देवाला?

... देवाने नंतर मूठभर माती घेतली... मिशन स्कूलमध्ये असताना बायबल वाचणारे मास्तर दत्तूला आठवले... माती घेतली व त्यात प्रभूने स्वतःचा श्वास मिसळला, आणि त्याने स्वतःची प्रतिमा तयार केली. स्वतःची प्रतिमा? राग, लोभ, द्वेष, वासना ही मग सारी त्याचीच का प्रतिबिंबे? हात्तिच्या, मग आपण त्याला उगाचच घाबरत होतो. मग त्याचा तरी मोठेपणा कशात आहे? मग आम्हांला शिक्षा तरी का किंवा शाबासकी तरी कसली? काळे तांबडे पत्ते आपणच निर्माण करून आम्ही काही बदाम एक्क्याला मानाची पदवी देऊन इस्पिक गुलामाला फाशी देत नाही! छट्, प्रतिमाबितिमा सारे झूट! — दत्तू चिडून म्हणाला. सगळा आंधळा, सिक्वेन्स न देणारा वेडा डाव! त्या महारोग्याच्या बोटांसारखा!

उलट देवाला आम्ही आमची प्रतिमा बनवली! आमच्या मनाचे अनेक पापुद्रे सोलून काढून एक बुजगावणे तयार केले! तो आहे म्हणून आम्ही जगत नाही, आम्ही

आहो म्हणून तो जगतो. आणि आम्हीच निर्माण केलेले ते सद्‌गुण, ते धर्मशास्त्र, ते नीतिशास्त्र! सारी दैनंदिन सुरक्षित जीवनाच्या परसात लावलेली वीतवीतभर रोपटी. त्या भिंती पडून परिस्थितीचे क्षितिज वाढू द्या. मग विश्वामित्र कुत्र्याची तंगडी चघळतो, मुलगा बापाला मारतो, कातडी मऊ करण्यासाठी सतत दात त्यावर घासल्याने दातांचे खुंट राहिलेल्या म्हातारीला एस्किमो खुशाल बर्फात टाकून पुढे जातो. आणि जिवलग मित्राचा विश्वासघात करून, माणूस कातडे कोरे ठेवतो. हौदात पाणी थोडे आहे, तोवर ठीक आहे, पण तेच तोंडापर्यंत आले की माकडीण पिलावर उभी राहून स्वत:चा जीव बचावते हे बिरबलालाही माहीत होते. सारे सद्‌गुण, नियम, सारे काही 'अदर कंडिशन्स रिमेनिंग द सेम...' मग गुन्हेगार कोण, फिर्यादी कोण? आणि न्यायाधीश तरी कोण? सर्वश्रेष्ठ न्यायाधीश तर आपल्या वशिल्याचा, आपल्या आधारे जगणारा! की आपण सारेच जण एक अनिवार्य विशाल शिक्षा भोगणारे गुन्हेगार आहोत? आपल्या कल्पनेने यमयातनांचा नरक निर्माण केला. आपण हावऱ्या, विश्वासघातकी, दुष्ट माणसांना तेथे पाठविले. माणसे जळत आहेत, चिरली जात आहेत, उकळत्या तेलात टाकली जात आहेत. ही त्यांना आमची धार्मिक शिक्षा! कुणास ठाऊक, या इथेच आपण सारेजण दुसऱ्या जगातून हाकललेले गुन्हेगार नसू कशावरून? मग तक्रार कसली, न्याय कसला, आणि अन्याय तरी कसला?

दत्तूला एकदम आपल्या वडिलांची, दादांची आठवण झाली. घरून करून आणायला सांगितलेले उदाहरण जर सुटले नाही, तर दत्तू त्यांच्या मांडीत डोके खुपसून हुंदके देत बसे. त्यामुळे उदाहरण सुटत नसे; पण उदाहरण गेले खड्ड्यात, त्याचे उत्तर आले काय न आले काय, असा मोकळेपणा वाटत असे. आजही त्याला दादांची फार गरज वाटली. दादा शाळेत मास्तर होते, त्यांच्याकडून तीस वर्षांत एकही विद्यार्थी नापास झाला नाही. त्यांच्याकडून नापास होणारा विद्यार्थी जगात कुठेच पास होणार नाही अशी त्यांची ख्याती! परीक्षा झाली की रडक्या चेहऱ्यांच्या मुलांनी सोपा भरून जात असे. काळ बदलला, परंतु त्यांच्यात बदल झाला नाही. तांदूळ रुपयाला दोन शेर झाले, परंतु भिकाऱ्यांसाठी सोप्याला ठेवलेला तांदळाचा डबा हलला नाही. कोणत्याही तऱ्हेचे व्यसन न लावून घेता त्यांनी पै न् पै शिल्लक टाकली. आणि तो पैसा घेऊन प्रत्यक्ष भावाने त्यांना बुडवले, पण विषाचा एक थेंबही त्याच्या आयुष्यात उतरला नाही.

''तो पैसा आपला नव्हताच म्हणायचा, दत्तू'' तेच उलट दत्तूला समजावीत. ''आपण जेवायला बसतो, एक घास उचलतो. पण त्यात खडा, केस दिसतो. झालं, तो घास आपला नव्हेच.''

दत्तू व त्याचा मित्र नारायण गोरे पहिल्या वर्षी मॅट्रिकला नापास झाले. गोरेला

त्याच्या बापाने खुर्चीच्या रुळाने बडवले. दादांनी मात्र दत्तूला जवळ घेऊन आपल्या हातातील घड्याळ त्याच्या हातावर बांधले.

"होशील रे पास, या वर्षी नाही तर पुढल्या वर्षी."

त्यांनी साऱ्या आयुष्यात कधी कुणाला कठोर शब्द वापरला नाही, की कुणावर हात टाकला नाही.

फक्त एकच प्रसंग सोडून. घरासमोरील सद्या परीट लालभडक पळीने, आपल्या लहान, भेदरून गेलेल्या मुलीला डागणी देत होता, तो प्रसंग सोडून. त्या वेळी दादा हरि मंदिराकडून येत होते. हातात नेहमीची, पांढऱ्या कापडाची छत्रीही नव्हती. त्या पळीकडे पाहताच संतापाने त्यांचे अंग थरथरू लागले. त्यांनी अंगावरील उपरण्याचाच पिळा केला, व आपल्या वयस्क दुबळ्या हाताने ते सद्याला मारू लागले! त्यांचे मरणही बेलाचे पान गळावे त्याप्रमाणे झाले. ते नेहमीप्रमाणे संध्याकाळी गणपतीकडून येत होते. पण तेथून पाचदहा पावलांवरच ते खाली पडले. बाजूला नातलगांपैकी कुणी नाही. कुणाला त्रास नाही. त्यांना घरी आणले, त्या वेळी त्यांचे उपकरणे कुणीतरी उचलले होते, शर्टाची चांदीची बटणे नाहीशी झाली होती, आणि कधी कुणाच्या द्वेषाचा ओरखडाही नसलेली त्यांची अशक्त छाती उघडी पडली होती. शेवटी तेथेही त्यांनी म्हटले असेल, 'दत्तू, ती बटणं माझी नव्हतीच म्हणायचं.'

याच जगात राहून, याच आयुष्याचे ओझे स्वीकारून, त्यांनी कसे आपले मन न विरजता ठेवले, आणि आपले उत्तर मात्र असे वेडपट आले? दत्तूला वाटले, आपण पुन्हा लहान व्हावे, दादांना खेटून बसावे, त्यांच्या जानव्यातील रुद्राक्षाशी खेळावे. मग जगातील सारी उदाहरणे, खुद्द जगाचेच प्रचंड गोल उदाहरण, गेली खड्ड्यात.

त्याने पुन्हा उगाचच वर्तमानपत्र उचलले. पण ते इतके चुरगळून गेले होते की कुणालाही वाचावेसे वाटले नव्हते. तो माधवराव महाकंजूष. मधुमेह झाला तर किती साखर फुकट जाते याचा हिशोब ठेवणारा, दररोज एक आणा टाकून स्वत:चे वर्तमानपत्र घ्यायला काय झाले आहे? वेळी अवेळी येतो; 'मोहन, अमुक आहे? वैनी, तमुक आहे?' म्हणून विचारीत त्रास देतो.

माधवराव आपल्या अपरोक्ष येऊन जातो! दत्तू एकदम कावराबावरा झाला. मरगळलेल्या मनावरील पिसे एकदम फिस्कारली. जर त्याला फक्त वर्तमानपत्रच हवे तर तो आपण असताना का येत नाही? तो उतावीळपणे सुधाला हाक मारणार तोच पदराला हात पुशीत तीच बाहेर आली. अजूनही त्या पदराला कोथिंबिरीची काडी चिकटली होती व एका ठिकाणी पीठ उडाले होते. दत्तूने तिच्याकडे निरखून पाहत विचारले, "दुपारी माधवराव आले होते वाटतं?"

"तर काय! दररोज येतात," हात झाडीत ती त्रासिकपणे म्हणाली, "येतात, उगाच तास न् तास बडबडत बसतात."

काय बोलतो बरे तो इतके? की सुधा नाटक करीत आहे? ती आपणाला फसवीत आहे असे जरी त्याला खात्रीने वाटले असते तरी एका परीने बरे वाटले असते. पण नाही. त्याला काहीच अंदाज लागेना. तो जास्तच चिडला.

"काय ग, तुझं लॉकेट आहे का एखादं?" त्याने विचारले.

"लॉकेट?" सुधाने गोंधळून विचारले, "कसलं लॉकेट?" मग ती एकदम हसली. शास्त्रीबुवांच्या जयूसारखे स्वच्छ हसली. तिच्या आयुष्यावरून वीसबावीस वर्षे गळून पडली, व क्षणभर तिच्या चेहऱ्यावर झळझळीत घासलेल्या भांड्यांची कळा दिसली. "म्हणजे मला एक लॉकेट घेणार की काय या खेपेला? बेबीला इयररिंग्ज, मोहनला साखळी झाली. मग घ्यायचंय असलं तर त्या इंदिराबाईसारखं घेऊ. उघडता येतं ना, तसलं!"

"मग आत कसला तरी फोटो ठेवता येईल," नाटकातल्या प्रॉम्प्टरप्रमाणे दत्तू सुचवू लागला.

"म्हणजे, हो! आत कसला तरी फोटो ठेवता येईल."

"कुठल्या तरी देवाचा, संतबाबाचा —"

"ते काय करायचं घेऊन तुम्हांला कुणाचा फोटो ते?" ती खोडकरपणे म्हणाली. "चला आता जेवायला. एकदा तरी उजाडायच्या आत पडू दे मला."

तो निर्जीवपणे उठला. आपण शिकारी की शिकार हे त्याला समजेना. वेदना ठसठसत होती. पण तिचे मूळ बोटांना लागेना. तिच्या मनमोकळ्या चेहऱ्यावर अविश्वास दाखवावा असेही त्याला वाटेना. तूच स्वत: आहेस भाबडा, मूर्ख, बेअकली — तो पुटपुटला. त्याने केळकरची छत्री उचलून कोपऱ्यात फेकली, त्यालाही एक शिवी हासडली, व शर्ट न काढताच तो पाटावर येऊन पडला.

जेवण कोंबून तो अंथरुणावर पडला खरा, पण नजरेसमोरची भुतावळ स्थिरावेना. एकाकी मुलीचा चेहरा, बैलाच्या पाठीवरचे आवाळू, भिकारणीचे पोट, बहिणीला लागलेली लाथ, मांडीवरील डागलेला डाग... कोण खुळखुळून टाकते या कवड्या? का? कशा? कुठे? आणि या प्रश्नांना जर उत्तरे नाहीत, तर हे प्रश्न तरी नागफण्याप्रमाणे का निष्कारण उभे राहतात? अनुभवांच्या पायऱ्या चढत चढत वर निळ्या आभाळाच्या छत्रीखाली चिरंतन ज्ञानाचे स्मित घेऊन बुद्धाप्रमाणे राहावे. किंवा काहीच समजले नसल्यामुळे सदा हसणारी छोटी जयू व्हावे. मला रस्त्याकडेचा दगड कर, म्हणजे साऱ्या सुखदु:खांची लाट निर्विकारपणे वरून जाऊ देईन. किंवा गणपतनानांसारखी चालू क्षणातच जगण्याची धुंदी हवी. मागे प्रेमाने, दु:खाने पाहणे

नको. समोर भविष्यात आशेचा गळ नको. बिनतक्रार गाडी ओढणारा बैलदेखील व्हावे. पण हे अर्धवट, दुबळे, माणसाचे आयुष्य नको. साऱ्या प्रश्नांचे या अंधारात कुठेतरी स्विच आहे. ते तरी हाताला लागावे, किंवा हे सारे प्रश्न तरी चिरडून टाकावेत. फक्त साधा जाड कातडीचा, नुसते जठर व मोठे आतडे असलेला प्राणी कर. आपण सारी माणसे! आपल्या क्षुद्र बुद्धीने या प्रश्नांची उत्तरे शोधण्याची घमेंड बाळगणारे. अंगुस्तानचे रहाटगाडगे करून पॅसिफिक उपसणारे. खेळातील घड्याळाचे काटे फिरवून रेडिओच्या संगीताची वाट पाहणारे. हातावर एखादे झगझगीत नाणे पडते काय, याची वाट पाहत लाल गुलमोहोराखाली बसलेली, आंधळ्या, चाचपडणाऱ्या बोटांची माणसे!

दत्तूला तर लहानपणापासूनच कसलीच उदाहरणे सहज सुटली नाहीत. इतक्या वर्षांनंतर तरी आपल्याला काय समजलेय? भारतीच्या हनुवटीला हात लावताच ती खुदकन् का हसत असे हे शेवटपर्यंत समजले नाही. हॅटला चार भोके का असतात, कोटाच्या अस्तनीला बटणे का, हवेत जन्मणाऱ्या पारंब्या वेध घेत जमिनीकडे येतात, व जमिनीवर फुटलेल्या अंड्यातून बाहेर पडणारे पक्षी पहिल्या शक्य क्षणी वर धाव का घेतात, चार मळक्या बिया मातीत टाकल्या की त्यांतून लाल निळ्या रंगाची ॲस्टर फुले कशी येतात, मधमाशीला पोळे बांधताना एकच आकृती कशी माहीत असते, किलिमांजारोवर वाघाचे प्रेत कुठून आले, अश्वत्थामा सध्या कुठे भटकतो आहे, अगदी पहिले मूल जन्माला आले त्या वेळी त्या पहिल्या आईबापाच्या भावना काय होत्या, ऑरोरा बोरिॲलिस म्हणजे काय, एक सूक्ष्म क्षण फुलांना गंध देतो, दुसरा कॅन्सरमध्ये मांसात मृत्यू खोल पेरीत जातो, कसे?...

सगळा नुसता वांझोट्या, म्हाताऱ्या प्रश्नांचा जनानखाना आणि आपले दुबळे मन कंचुकीप्रमाणे त्याच्या चेहऱ्याकडे पाहत निष्फळ हिंडते. वी आर द हॉलो मेन, वी आर द स्टफ्ड मेन...

या सागळ्या जंजाळापेक्षा रेन-मार्टिनचे ग्रामर, बर्मिंगहॅम, शिकवण्या परवडल्या. लठ्ठ लडदू बायकांचे चित्रपट, दर मासिकाचे मुखपृष्ठ म्हणजे कुंटणखान्याची खिडकी करणाऱ्या चित्रकाराची रंगाने राडेराड झालेली चित्रे पत्करली व आचरट, 'दूध घालताना गवळी मालकिणीचे स्तन करकचतो,' कसल्या हकिकती सांगणारी मस्तीरतीवाली मासिके चालतील. रेन मार्टिन टेबलावर, मासिके उशीखाली, चार मिनारची थोटके जमिनीवर. ही ठिकठिकाणची माती गोळा करायची, व त्या नखाएवढ्या उबदार घरट्यात कुंभारकिड्याप्रमाणे सुखी राहायचे. बस्स! या साऱ्या धडपडीत हे क्षुद्र समाधान. इतिश्री. चार पाने आकडेमोड करून उत्तर काय? तर $X = 0$

दत्तू उगाचच चिडला, अस्वस्थ झाला, व रागाने दिवा घालवला.

बराच वेळ तो पोकळ, पेंडा भरलेल्या अंगाने पडून होता, उद्या सकाळी पुन्हा शिकवणी. तीच पोरे, तेच चेहरे, डायरेक्ट-इन्डायरेक्ट, अनॅलिसिस...

तो चमकला, आत कुठेतरी नाणे फरशीवर पडले. सारे शरीर जिवंत झाले. उद्या एक तारीख. उद्यापासून तो अतिशय हुशार जाधव, आणि लीला कामत शिकवणीला येणार. तो खुलला. स्वत:शीच थोडा हसलाही. मग उद्या ती बालकवींची 'औदुंबर' हीच कविता सांगावी. पुन्हा ऐलतटावर पैलतटावर हिरवाळी घेऊन तो निळासावळा झरा वाहू लागला. चार घरांचे गाव चिमुकले जागे झाले. त्या तंद्रीत त्याचे डोळे जडावले. जीवनासक्तीचे धागे इतका वेळ बाजूला उभे राहून सारा खेळ पाहत होते, ते पुढे आले, व त्यांनी त्याला गुरफ़टून टाकले. सुटण्याची इतकी धडपड करूनही पुन्हा उद्यांवर विश्वासून तो त्या जाळ्यात अंग आखडून झोपला. जडावलेले डोळे मिटण्यापूर्वी त्याला क्षणभर शाळेतील मुंग्याची लांबलचक रांग दिसली. चिरडलेल्या मुंग्यांभोवती क्षणाची खळबळ. पण पुन्हा काळा ठिपका — पांढरा ठिपका, काळा, पांढरा काळा ....

आणि त्या लयीत त्याचा दिवस संपला!

सत्यकथा : ऑगस्ट १९५९